First Edition published May 2025 by Khalastan Caucus Foundation.
Author: Avtar Singh (**avtarsinghpb@icloud.com**)
v1.0

Copyright © 2025. All rights reserved. No portion of this book may be reproduced in any form without written permission from the publisher or author, except as permitted by U.S. copyright law.

Although the publisher and the author have made every effort to ensure that the information in this book was correct at press time and while this publication is designed to provide accurate information in regard to the subject matter covered, the publisher and the author assume no responsibility for errors, inaccuracies, omissions, or any other inconsistencies herein and hereby disclaim any liability to any party for any loss, damage, or disruption caused by errors or omissions, whether such errors or omissions result from negligence, accident, or any other cause.

ਖਾਲਸਤਾਨ

ਸਿਧਾਂਤ, ਸੰਕਲਪ, ਤੇ ਸਥਾਪਨਾ

ਅਵਤਾਰ ਸਿੰਘ

Contents

ਅਰੰਭ 7

ਖਾਲਸਤਾਨ ਦਾ ਨਕਸ਼ਾ 11

ਗੁਰੂ ਨੂੰ ਕਿਵੇਂ ਹੱਸਾਈਏ? 12

ਪਿਛੋਕੜ 16

ਸਿੰਧੂ ਘਾਟੀ ਸਭਿਅਤਾ 17

ਮੱਧਕਾਲੀ ਦੱਖਣੀ ਏਸ਼ੀਆ 21

ਸਤਿ ਗੁਰ ਨਾਨਕ ਪ੍ਰਗਟਿਆ ॥ 23

ਪਹਿਲਾ ਸਿੱਖ ਰਾਜ: ਬੰਦਾ ਸਿੰਘ ਬਹਾਦਰ 25

ਮਿਸਲ ਕਾਲ: ਔਖਾ ਸਮਾਂ ਤਕੜਾ ਕਰਦਾ ਹੈ 29

ਦੂਜਾ ਸਿੱਖ ਰਾਜ: ਮਹਾਰਾਜਾ ਰਣਜੀਤ ਸਿੰਘ 33

ਮਾਰੂ ਗਣਰਾਜ 44

ਭਾਰਤ ਇੱਕ ਹਾਦਸਾ/ਦੁਰਘਟਨਾ ਹੈ 45

1947 ਵਿੱਚ ਸਿੱਖ ਅਸਫਲਤਾ 50

ਸਿੱਖ ਤੇ ਜਬਰ ਅਤੇ ਉਨ੍ਹਾਂ ਦੀ ਸ਼ਿਕਾਇਤਾਂ 52

ਵਿਚਾਰਧਾਰਕ ਵਿਰੋਧ: ਕੋਈ ਵਿਚਲਾ ਰਾਹ ਜਾਂ ਸਮਝੌਤਾ ਨਹੀਂ 54

ਰਾਜ ਦਾ ਸੰਕਲਪ 60

ਸਿਆਸੀ ਅਤੇ ਆਰਥਿਕ ਮਾਡਲ: ਆਜ਼ਾਦ ਪੂੰਜੀਵਾਦ 61

ਮੁਦਰਾ ਪ੍ਰਣਾਲੀ: ਵਿੱਤੀ ਜ਼ਿੰਮੇਵਾਰੀ 74

ਵਿਦੇਸ਼ ਨੀਤੀ ਅਤੇ ਭੂ-ਰਾਜਨੀਤੀ: Fusion of Civilizations 79

ਲੋਕਤੰਤਰ: ਸਥਾਨਕ ਮੁੱਦਿਆਂ ਲਈ ਸਥਾਨਕ ਪੱਧਰ ਤੇ 85

| ਮਾਹਿਰਾਂ ਦੁਆਰਾ ਸ਼ਾਸਨ .... 88 |
| ਤੀਜੀ ਸ਼੍ਰੇਣੀ ਦੀ ਤੀਜੀ ਦੁਨੀਆਂ ਦਾ 'ਵਿਕਾਸ' .... 90 |
| ਪਾਤਸ਼ਾਹੀ ਦਾਅਵਾ .... 92 |
| ਖੇਤੀਬਾੜੀ .... 93 |
| ਵਾਤਾਵਰਣ: ਧਰਤੀ ਅਤੇ ਮਨੁੱਖੀ ਜੀਵਨ ਨੂੰ ਮੁੜ ਸੁਰਜੀਤ ਕਰਨਾ .... 96 |
| ਤਬਦੀਲੀ .... 98 |

ਤਿਆਰ ਬਰ ਤਿਆਰ 104

| ਵਿਚਾਰਧਾਰਾ .... 105 |
| ਭਾਰਤ ਕੱਚਾ ਦੇਸ਼ ਹੈ .... 108 |
| ਅੰਦੋਲਨ ਤੇ ਲਹਿਰਾਂ ਕਿਉਂ ਅਸਫਲ ਹੁੰਦੀਆਂ ਹਨ .... 116 |
| ਦੇਸ਼ ਕਿਵੇਂ ਬਣਦੇ ਹਨ .... 120 |

ਕਿਤਾਬਾਂ ਦਾ ਹਵਾਲਾ 132
Bibliography 137

ਅਰੰਭ

ਪ੍ਰਭੂਸੱਤਾ (Sovereignty) ਆਪਣੇ ਉੱਤੇ ਸਰਵਉੱਚ ਅਧਿਕਾਰ ਦੀ ਅਵਸਥਾ ਹੈ।

ਪ੍ਰਭੂਸੱਤਾ ਦੀ ਕੋਈ ਦਲੀਲ ਦੇਣ ਦੀ ਲੋੜ ਨਹੀਂ ਹੈ। ਇਹ ਇੱਕ ਬੁਨਿਆਦੀ ਮਨੁੱਖੀ ਅਧਿਕਾਰ ਹੈ ਜਿਸਨੂੰ ਕਿਸੇ ਸਪੱਸ਼ਟੀਕਰਨ ਜਾਂ ਤਰਕ ਦੀ ਲੋੜ ਨਹੀਂ ਹੈ। ਸਿੱਖ ਗੁਰੂਆਂ ਨੇ ਸਿੱਖਾਂ ਨੂੰ ਪਾਤਸ਼ਾਹੀ ਦਾਵਾ ਰਾਹੀਂ ਪ੍ਰਭੂਸੱਤਾ ਪ੍ਰਦਾਨ ਕੀਤੀ ਹੈ।

ਇਹ ਪੁਸਤਕ ਸਿੱਖ ਪ੍ਰਭੂਸੱਤਾ ਦੀ ਵਿਚਾਰਧਾਰਕ, ਸੱਭਿਆਚਾਰਕ, ਇਤਿਹਾਸਕ, ਭੂਗੋਲਿਕ, ਸੱਭਿਅਤਾ, ਸਮਾਜਿਕ, ਆਰਥਿਕ, ਧਾਰਮਿਕ, ਸ਼ਾਸਨ, ਅਤੇ ਰਾਜਨੀਤਿਕ ਆਧਾਰ ਨੂੰ ਪੇਸ਼ ਕਰਦੀ ਹੈ।

ਸਿੱਖਾਂ ਨੇ 1710-15 ਅਤੇ 1799-1849 ਵਿਚ ਦੋ ਵਾਰ ਆਪਣਾ ਰਾਜ ਸਥਾਪਿਤ ਕੀਤਾ। ਉਨ੍ਹਾਂ ਦੇ ਰਾਜ ਨੂੰ ਪਰਉਪਕਾਰੀ (benevolent), ਸੰਮਲਿਤ (inclusive), ਨਿਆਂਪੂਰਨ (just), ਅਤੇ ਪ੍ਰਗਤੀਸ਼ੀਲ (progressive) ਮੰਨਿਆ ਜਾਂਦਾ ਹੈ।

ਇਹ ਪੁਸਤਕ ਪਾਠਕ ਨੂੰ ਸਿੱਖ ਇਤਿਹਾਸ, ਕਦਰਾਂ-ਕੀਮਤਾਂ, ਮੌਜੂਦਾ ਸਥਿਤੀ, ਅਤੇ ਮਾਨਸਿਕਤਾ ਦੀ ਸਮਝ ਦੇ ਸਫ਼ਰ ਤੇ ਲੈ ਜਾਂਦੀ ਹੈ।

ਪੁਸਤਕ ਇਸ ਦੀ ਵੀ ਗਲ ਕਰਦੀ ਹੈ ਕੇ ਸਿੱਖ ਰਾਜ ਕਿਵੇਂ ਸਥਾਪਿਤ ਹੋਵੇਗਾ।

ਇਹ ਪੁਸਤਕ ਸਾਰੇ ਸਿੱਖਾਂ ਨੂੰ ਦ੍ਰਿੜਤਾ ਅਤੇ ਤਰਕਸ਼ੀਲਤਾ ਨਾਲ ਆਪਣੀ ਪ੍ਰਭੂਸੱਤਾ ਦਾ ਦਾਅਵਾ ਰਖਨ ਲਈ ਇਕ ਸੱਦਾ ਹੈ।

ਇਹ ਸਾਰੀ ਦੁਨਿਆ ਦੀਆਂ ਤਾਕਤਾਂ ਨੂੰ ਸਿੱਖਾਂ ਨਾਲ ਭਾਈਵਾਲੀ ਕਰਨ ਦਾ ਸੱਦਾ ਵੀ ਹੈ ਕਿਉਂਕਿ ਸਿੱਖ 21 ਵੀਂ ਸਦੀ ਵਿੱਚ ਏਸ਼ੀਆ ਦੇ ਭੂ-ਰਾਜਨੀਤਿਕ ਕੇਂਦਰ ਵਿੱਚ ਖੁਸ਼ਹਾਲੀ ਲਈ ਇੱਕ ਰਾਜ ਸਥਾਪਤ ਕਰਨ ਲਈ ਇੱਕ ਨੇਕ ਅਤੇ ਜੇਤੂ ਯਤਨ ਕਰ ਰਹੇ ਹਨ।

ਖਾਲਸਤਾਨ - ਇਸਦਾ ਵਿਜ਼ਨ, ਰਾਜ, ਅਤੇ ਇਹ ਕਿਤਾਬ - ਫੈਸਲਾ ਲੈਣ ਵਾਲਿਆਂ ਅਤੇ ਭੂ-ਅਰਥ ਸ਼ਾਸਤਰ ਅਤੇ ਭੂ-ਰਾਜਨੀਤੀ ਵਿੱਚ ਦਿਲਚਸਪੀ ਰੱਖਣ ਵਾਲਿਆਂ ਦੁਆਰਾ ਅਣਡਿੱਠ ਨਹੀਂ ਕੀਤਾ ਜਾ ਸਕਦਾ।

ਇਸ ਕਿਤਾਬ ਬਾਰੇ

ਪਹਿਲਾ ਭਾਗ, 'ਪਿਛੋਕੜ', ਦੱਖਣੀ ਏਸ਼ੀਆ ਦੀ ਸੰਖੇਪ ਜਾਣਕਾਰੀ ਦਿੰਦਾ ਹੈ, ਖਾਸ ਕਰਕੇ ਅਜੋਕੇ ਪੰਜਾਬ ਵਿੱਚ ਸਿੰਧੂ ਘਾਟੀ ਦੀ ਸਭਿਅਤਾ ਦਾ ਖੇਤਰ।

ਗੁਰੂ ਨਾਨਕ (1469-1539) ਤੋਂ ਪਹਿਲਾਂ ਇਹ ਖੇਤਰ ਘੱਟ ਪ੍ਰਾਪਤੀ ਵਾਲਾ ਖੇਤਰ ਸੀ। ਮੱਧਯੁਗੀ ਯੂਰਪੀਅਨ ਯਾਤਰੀਆਂ ਦੇ ਬਿਰਤਾਂਤਾਂ ਨੇ ਇਸ ਖੇਤਰ ਦੀ ਚਰਚਾ ਕੀਤੀ ਸੀ।

ਗੁਰੂ ਨਾਨਕ ਨੇ ਸਿੱਖ ਧਰਮ ਦੀ ਸਥਾਪਨਾ ਕੀਤੀ। ਉਨ੍ਹਾਂ ਦੇ ਸਿਧਾਂਤ ਕ੍ਰਾਂਤੀਕਾਰੀ ਸਨ। ਸਿੱਖ ਧਰਮ ਨੇ ਇਸ ਖੇਤਰ ਦੇ ਲੋਕਾਂ ਦੀ ਕਿਸਮਤ ਨੂੰ ਬਦਲ ਦਿੱਤਾ।

ਅੱਜ ਵੀ, ਪੰਜਾਬ ਇਸ ਖੇਤਰ ਵਿੱਚ ਸਭ ਤੋਂ ਵੱਧ ਖੁਸ਼ਹਾਲ, ਸਭ ਤੋਂ ਵੱਧ ਪਰਉਪਕਾਰੀ, ਸਭ ਤੋਂ ਸੁਰੱਖਿਅਤ, ਸਭ ਤੋਂ ਵੱਧ ਸਮਾਵੇਸ਼ੀ (inclusive), ਪੜ੍ਹਿਆ-ਲਿਖਿਆ, ਅਤੇ ਸਭ ਤੋਂ ਵਧੀਆ ਸੂਬਾ ਹੈ। ਇਹ ਗੁਰੂ ਨਾਨਕ ਦੇ ਦੱਸੇ ਜੀਵਨ ਢੰਗ ਦੀ ਪ੍ਰਭਾਵਸ਼ੀਲਤਾ ਦਾ ਪ੍ਰਮਾਣ ਹੈ।

ਕਿਤਾਬ ਦੇ ਇਸ ਭਾਗ ਵਿੱਚ ਦੋ ਸਿੱਖ ਰਾਜ ਬਾਰੇ ਵੀ ਚਰਚਾ ਕੀਤੀ ਗਈ ਹੈ।

ਪੁਸਤਕ ਦਾ **ਦੂਜਾ ਭਾਗ 'ਮਾਰੂ ਗਣਰਾਜ'** ਹੈ। ਕੇ.ਐਸ. ਕੋਮੀਰੇਦੀ ਆਪਣੀ ਇਸੇ ਨਾਮ ਦੀ ਕਿਤਾਬ ਵਿੱਚ ਲਿਖਦੇ ਹਨ ਕਿ ਭਾਰਤ ਇੱਕ 'ਮੈਲੀਵੋਲੈਂਟ ਰਿਪਬਲਿਕ', (Malevolent Republic, ਮਾਰੂ ਗਣਰਾਜ) ਹੈ।

ਇਹ ਭਾਗ 'ਅਚਾਨਕ ਬਨੇ ਦੇਸ਼' ਭਾਰਤ ਬਾਰੇ ਹੈ।

ਇਹ ਭਾਗ 1947 ਵਿੱਚ ਸਿੱਖਾਂ ਦੀ ਸਭ ਤੋਂ ਵੱਡੀ ਇਤਿਹਾਸਕ ਰਣਨੀਤਕ ਗਲਤੀ (greatest historic strategic blunder) ਦੀ ਪੜਚੋਲ ਕਰਦਾ ਹੈ। ਸਿੱਖਾਂ ਨੇ ਆਪਣੇ ਲਈ ਇੱਕ ਪ੍ਰਭੂਸੱਤਾ ਸੰਪੰਨ ਰਾਜ ਨਹੀਂ ਬਣਾਇਆ ਜਦੋਂ ਉਹਨਾਂ ਦੀ ਨਸਲੀ ਮਾਤਭੂਮੀ ਦੀ ਵੰਡ ਹੋਈ ਸੀ।

ਇਹ ਭਾਗ ਮਾਰੂ ਗਣਰਾਜ (ਮੈਲੀਵੋਲੈਂਟ ਰੀਪਬਲਿਕ) ਭਾਰਤ ਵਿੱਚ ਸਿੱਖ ਸ਼ਿਕਾਇਤਾਂ ਅਤੇ ਜਬਰ ਦੀ ਪੜਚੋਲ ਕਰਦਾ ਹੈ। ਸਿੱਖਾਂ ਅਤੇ ਭਾਰਤ ਦਾ ਕੋਈ ਸਮਝੌਤਾ ਨਹੀਂ ਹੋ ਸਕਦਾ ਅਤੇ ਨਾ ਹੀ ਕੋਈ ਵਿਚਕਾਰ ਦਾ ਰਾਹ ਹੈ।

ਤੀਜਾ ਭਾਗ 'ਖਾਲਸਾ ਰਾਜ ਦਾ ਸੰਕਲਪ' ਪੁਸਤਕ ਦਾ ਧੁਰਾ ਹੈ। ਇਹ ਪਿਛਲੇ ਭਾਗਾਂ ਵਿੱਚ ਹੋਈ ਚਰਚਾ ਤੇ ਅਧਾਰਤ ਹੈ ਅਤੇ ਖਾਲਸਾ ਰਾਜ ਲਈ ਇੱਕ ਦ੍ਰਿਸ਼ਟੀਕੋਣ ਪੇਸ਼ ਕਰਦਾ ਹੈ।

ਇਹ ਰਾਜਨੀਤਕ ਅਤੇ ਆਰਥਿਕ ਪ੍ਰਣਾਲੀ (political and economic model); ਮੁਦਰਾ ਸਿਸਟਮ (monetary system); ਭੂ-ਰਾਜਨੀਤੀ (geopolitics); ਖੇਤੀਬਾੜੀ ਮਾਡਲ; ਵਾਤਾਵਰਨ ਸੰਭਾਲ; ਸਰਬੱਤ ਖਾਲਸਾ ਦਾ ਲੋਕਤੰਤਰ; ਮਾਹਰਾਂ ਦਾ ਰਾਜ (epistocracy); ਦੀ ਚਰਚਾ ਕਰਦਾ ਹੈ।

ਇਹ ਖੁਸ਼ਹਾਲੀ ਦੀ ਚਰਚਾ ਕਰਦਾ ਹੈ ਜੋ ਲੋਕਾਂ ਨੂੰ ਮੱਧਮ ਆਮਦਨੀ ਦੇ ਜਾਲ (middle income trap) ਤੋਂ ਬਾਹਰ ਨਿਕਲਣ ਲਈ ਖੁਸ਼ਹਾਲੀ ਵੱਲ ਸਮਰੱਥ ਬਣਾਉਂਦਾ ਹੈ। ਚੌਥੀ ਅਤੇ ਪੰਜਵੀ ਉਦਯੋਗਿਕ ਕ੍ਰਾਂਤੀ, ਫਰੀ ਮਾਰਕਿਟ ਦੀ ਸਿਰਜਣਾਤਮਕਤਾ ਨੂੰ ਉਜਾਗਰ ਕਰਦੇ ਹੋਏ, ਅਸੰਭਵ ਨੂੰ ਸੰਭਵ ਕਰਨ ਦਾ ਟੀਚਾ ਖੋਜਿਆ ਗਿਆ ਹੈ।

ਸਿੱਖਾਂ ਦੇ 175 ਸਾਲਾਂ ਦੀ ਗੁਲਾਮੀ ਨੇ ਉਨ੍ਹਾਂ ਦੀ ਮਾਨਸਿਕਤਾ ਨੂੰ ਵਿਗਾੜ ਦਿੱਤਾ ਹੈ। ਉਨ੍ਹਾਂ ਦੇ ਡੀ.ਐਨ.ਏ. (DNA) ਨੂੰ ਨੁਕਸਾਨ ਪਹੁੰਚਾਇਆ ਹੈ। ਡੂੰਘੇ ਸਦਮੇ ਨੂੰ ਮੁਕਤ ਕਰਨ ਦੀ ਲੋੜ ਹੈ। ਗੈਰ-ਜ਼ਬਰਦਸਤੀ, ਜਾਇਦਾਦ ਦੇ ਅਧਿਕਾਰ, ਬੋਲਣ ਦੀ ਆਜ਼ਾਦੀ; ਅਤੇ ਇਮਾਨਦਾਰ, ਛੋਟੀ, ਗੁਣਵਾਨ ਅਤੇ ਪਰਉਪਕਾਰੀ ਸਰਕਾਰ ਸਿੱਖਾਂ ਦੇ ਭਵਿੱਖ ਲਈ ਜ਼ਰੂਰੀ ਹੈ।

ਇੱਥੇ ਪੇਸ਼ ਕੀਤਾ ਗਿਆ ਦ੍ਰਿਸ਼ਟੀਕੋਣ ਸਿੱਖਾਂ ਦੇ ਇੱਕ ਨਵੇਂ ਆਧੁਨਿਕ ਖਾਲਸਾ ਰਾਜ ਲਈ ਹੈ ਜੋ ਉਨ੍ਹਾਂ ਦੀਆਂ ਵੱਖਰੀਆਂ ਕਦਰਾਂ-ਕੀਮਤਾਂ, ਫਲਸਫੇ ਅਤੇ ਇਤਿਹਾਸ ਤੇ ਅਧਾਰਿਤ ਹੈ। ਇਹ ਦ੍ਰਿਸ਼ਟੀਕੋਣ ਇਸ ਤੋਂ ਵਡਾ ਕੋਈ ਦਾਅਵਾ ਨਹੀਂ ਕਰਦਾ ਹੈ। ਇਹ ਹੋਰ ਦੇਸ਼ ਤੇ ਲੋਕਾਂ ਦੇ ਫਾਇਦੇ-ਨੁਕਸਾਨ ਦਾ ਕੋਈ ਦਾਅਵਾ ਨਹੀਂ ਕਰਦਾ ਹੈ। ਇਹ ਦੂਜੇ ਦੇਸ਼ਾਂ ਲਈ ਨਹੀਂ ਹੈ।

ਚੌਥਾ ਅਤੇ ਆਖ਼ਰੀ ਭਾਗ 'ਤਿਆਰ ਬਰ ਤਿਆਰ' ਇਹ ਪੜਚੋਲ ਕਰਦਾ ਹੈ ਕਿ ਰਾਸ਼ਟਰ ਤੇ ਰਾਜ ਕਿਵੇਂ ਬਣਦੇ ਹਨ।

ਸਿੱਖਾਂ ਦੀ ਵਚਨਬੱਧ ਘੱਟ ਗਿਣਤੀ (committed minority) ਸਿੱਖ ਰਾਜ ਦੀ ਸਥਾਪਨਾ ਲਈ ਪਰਦੇ ਪਿੱਛੇ ਸਰਗਰਮ ਹੈ। ਸਿੱਖ ਟੀਮਾਂ ਤੇ ਸੰਗਠਨ ਆਪਣੀ ਵਿਚਾਰਧਾਰਾ, ਪੇਸ਼ਕਸ਼, ਤੇ ਦਾਅਵੇ ਨਾਲ ਤਿਆਰ ਹਨ।

'ਨੀਮ ਹਕੀਮ' ਤੇ 'ਠਗ ਬਾਬੇ' ਦੀ ਅਗਵਾਈ ਵਾਲੀ ਵਿਰੋਧੀ ਧਿਰ ਵੀ ਸਰਗਰਮ ਹੈ। ਉਹ ਕਿਸੇ ਵੀ ਤਰੱਕੀ ਨੂੰ ਰੋਕਨ ਤੇ ਸਿੱਖਾਂ ਨੂੰ ਬਦਨਾਮ ਕਰਨ, ਅਤੇ ਅੰਤ ਵਿੱਚ ਕਿਸੇ ਵੀ ਗੱਲਬਾਤ ਵਿੱਚ ਸਿੱਖਾਂ ਨਾਲ ਗਧਾਰੀ ਕਰਨ ਲਈ ਤਿਆਰ ਹਨ।

'ਨੀਮ ਹਕੀਮ' ਤੇ 'ਠਗ ਬਾਬੇ' ਨੂੰ ਭਾਰਤ ਮਾਲੀ ਸਹਾਇਤਾ, ਸੁਹਿਰਦ ਸਿੱਖਾਂ ਤੇ ਜਬਰ, ਤੇ ਟਰਾਂਸ ਨੈਸ਼ਨਲ ਰਿਪ੍ਰੈਸ਼ਨ ਨਾਲ ਸਮਰਥਨ ਕਰਦਾ ਹੈ।

ਛੋਟੇ ਰਾਜ ਆਮ ਤੌਰ ਤੇ ਸ਼ਕਤੀਸ਼ਾਲੀ ਹਿੱਤਾਂ ਦੇ ਅਧੀਨ ਕੰਮ ਕਰਦੇ ਹਨ। ਸਿੱਖ ਰਾਜ ਕਿਸੇ ਦੇ ਵਪਾਰ ਲਈ ਖਤਰਾ ਨਹੀਂ ਹੋਵੇਗਾ। ਸਿੱਖ ਰਾਜ ਸ਼ਕਤੀਸ਼ਾਲੀ ਹਿੱਤਾਂ ਦੇ ਨਾਲ ਵਿਸ਼ਵ ਓਰਡਰ (World Order) ਵਿਚ ਚਲੇਗਾ।

"ਆਪਣਾ ਇਤਿਹਾਸ ਪੜ੍ਹੋ। ਸਿੱਖ ਪੱਛਮੀ ਸਭਿਅਤਾ ਦੇ ਰਖਿਅਕ ਹਨ - ਵਿਨਾਸ਼ਕਾਰੀ ਨਹੀਂ" [1]

ਸਿੱਖ ਰਾਜ ਦਾ ਮਕਸਦ ਆਦਰਸ਼ਵਾਦ (idealism) ਜਾਂ ਧਰਤੀ ਤੇ ਸਵਰਗ ਦੇ ਸੁਪਨੇ ਜਾਂ ਯੂਟੋਪੀਆ (utopia) ਨਹੀਂ ਹੈ। ਇਹ ਸੰਪੂਰਨਤਾ (perfection) ਦੀ ਬਜਾਏ ਤਰੱਕੀ (progress), ਜ਼ੁਲਮ ਤੋਂ ਮੁਕਤੀ, ਖੜੋਤ (stagnation) ਦੀ ਬਜਾਏ ਵਿਕਾਸ (development), ਪਿਛਾਖੜੀ (regression) ਦੀ ਬਜਾਏ ਪ੍ਰਗਤੀਸ਼ੀਲਤਾ (progression), ਅਤੇ ਪਤਨ (degradation) ਦੀ ਬਜਾਏ ਪੁਨਰਜੀਵਨ (rejuvenation) ਹੈ।

ਸਿੱਖ ਅਪਨੇ ਰਾਜ ਦੀ ਸਥਾਪਨਾ ਲਈ ਤਿਆਰ ਹਨ।

ਤਿਆਰ ਬਰ ਤਿਆਰ।

ਖਾਲਸਤਾਨ ਦਾ ਨਕਸ਼ਾ

ਇਸਲਾਮੀ ਦੇਸ਼, ਭਾਰਤ, ਅਤੇ ਚੀਨ ਦੇ ਭੂ-ਰਾਜਨੀਤਿਕ ਅਤੇ ਭੂ-ਆਰਥਿਕ ਚੌਰਾਹੇ ਤੇ ਖਾਲਸਤਾਨ ਦਾ ਸਿੱਖ ਰਾਜ।

ਮੁਖਬੰਦ

ਗੁਰੂ ਨੂੰ ਕਿਵੇਂ ਹੱਸਾਈਏ?

ਗੁਰੂ ਨੂੰ ਕਿਵੇਂ ਹੱਸਾਈਏ ? ਤੁਸੀਂ ਗੁਰੂ ਨੂੰ ਆਪਣੀਆਂ ਯੋਜਨਾਵਾਂ (plan) ਦੱਸੋ।

ਸਰਕਾਰਾਂ ਅਤੇ ਵਿਸ਼ਵ ਸ਼ਕਤੀਆਂ ਕੋਲ ਰੱਬ ਜਿੰਨਾ ਨੁਕਸਾਨ ਕਰਨ ਦੀ ਸ਼ਕਤੀ ਹੈ। ਸ਼ਾਇਦ ਵਿਸ਼ਵ ਦੇ ਫੈਸਲੇ ਲੈਣ ਵਾਲੇ ਲੋਕ ਇੱਥੇ ਪੇਸ਼ ਕੀਤੇ ਗਏ ਦ੍ਰਿਸ਼ਟੀਕੋਣ ਤੇ ਯੋਜਨਾਵਾਂ ਤੇ ਹੱਸਣਗੇ।

ਸਿੱਖ ਆਦਰਸ਼ਵਾਦ ਜਾਂ ਯੂਟੋਪੀਆ (utopia) ਦੇ ਕਿਸੇ ਭਰਮ ਜਾਂ ਮੋਹ ਜਾਂ ਭੋਲੇਪਣ ਵਿੱਚ ਨਹੀਂ ਹਨ। ਉਹਨਾਂ ਨੇ ਸਿੰਧੂ ਘਾਟੀ ਦੀ ਸਭਿਅਤਾ, ਦੋ ਸਿੱਖ ਰਾਜ, ਮੁਗਲ ਅਤੇ ਬ੍ਰਿਟਿਸ਼ ਸਾਮਰਾਜ ਦੇ ਉਭਾਰ ਅਤੇ ਵਹਾਅ ਨੂੰ ਦੇਖਿਆ ਹੈ। ਸਿੱਖਾਂ ਵਿਚ ਡੂੰਘੀ ਅਤੇ ਲੰਮੀ ਯਾਦ ਹੈ।

ਭਾਈ ਗੁਰਦਾਸ ਨੇ ਗੁਰੂ ਨਾਨਕ ਬਾਰੇ ਲਿਖਿਆ:

ਮਾਰਿਆ ਸਿੱਕਾ ਜਗਤ ਵਿਚ ਨਾਨਕ ਨਿਰਮਲ ਪੰਥ ਚਲਾਯਾ ॥

ਸਿੱਕਾ ਪ੍ਰਭੂਸੱਤਾ ਦਾ ਪ੍ਰਤੀਕ ਹੈ। ਓਹ ਰਾਜੇ ਅਤੇ ਰਾਜਨੇਤਾ ਹੁੰਦੇ ਹਨ ਜੋ ਪ੍ਰਭੂਸੱਤਾ ਦੀ ਕਲਪਨਾ ਕਰਦੇ ਹਨ। ਗੁਰੂ ਨਾਨਕ ਵੀ ਕਿਸੇ ਰਾਜੇ ਤੋਂ ਘੱਟ ਨਹੀਂ ਸਨ। ਧਰਮ ਪ੍ਰਚਾਰਕ ਆਪਣੀਆਂ ਗਤੀਵਿਧੀਆਂ ਲਈ ਸਿਰਫ਼ ਇੱਕ ਥਾਂ ਨਾਲ ਸੰਤੁਸ਼ਟ ਹੋ ਜਾਂਦੇ ਹਨ। ਗੁਰੂ ਨਾਨਕ ਨੇ ਸਿੱਖ ਰਾਜ ਦੀ ਨੀਂਹ ਰੱਖੀ।

ਉਸ ਸਮੇਂ ਗੁਰੂ ਨਾਨਕ ਦੇ ਮੁੱਠੀ ਭਰ ਸਾਥੀ ਸਨ। ਪ੍ਰਭੂਸੱਤਾ ਦੀ ਕਲਪਨਾ ਦਲੇਰ ਅਤੇ ਦੂਰ ਦ੍ਰਿਸ਼ਟੀ ਸੀ। ਕੌਣ ਸੋਚ ਸਕਦਾ ਸੀ ਕਿ ਸਿੱਖ ਇੱਕ ਦਿਨ ਮੁਗਲ ਸਾਮਰਾਜ ਨੂੰ ਹਰਾ ਦੇਣਗੇ, ਅਤੇ ਅੱਜ ਦੇ ਫਰਾਂਸ ਜਿੰਨਾ ਵਡਾ ਇੱਕ ਪਰਉਪਕਾਰੀ ਰਾਜ ਸਥਾਪਤ ਕਰ ਦੇਣਗੇ।

ਗੁਰੂ ਨਾਨਕ ਨੇ ਦੁਸ਼ਟ ਮੁਗਲ ਸਾਮਰਾਜ ਨੂੰ ਸਿੱਧੇ ਤੌਰ ਤੇ ਚੁਣੌਤੀ ਦਿੱਤੀ, ਜਿਸ ਨੇ ਦੁਨੀਆ ਦੀ 25% ਆਰਥਿਕਤਾ ਨੂੰ ਕੰਟਰੋਲ ਕੀਤਾ ਸੀ। ਤੁਲਨਾ ਕਰਨ ਲਈ, ਅਮਰੀਕਾ ਅਤੇ ਚੀਨ ਅੱਜ ਮਿਲ ਕੇ ਵਿਸ਼ਵ ਦੀ ਅਰਥ ਵਿਵਸਥਾ ਦਾ

ਲਗਭਗ 25% ਕੰਟਰੋਲ ਕਰਦੇ ਹਨ। ਗੁਰੂ ਨਾਨਕ ਨੇ ਬਾਬਰ ਨੂੰ 'ਬਾਬਰ ਜਾਬਰ' ਕਿਹਾ, ਅਤੇ ਦੁਸ਼ਟ ਮੁਗਲ ਸਾਮਰਾਜ ਦੇ ਬਦਲ ਦੀ ਕਲਪਨਾ ਕੀਤੀ।

ਦੂਖੁ ਅੰਦੋਹੁ ਨਹੀ ਤਿਹਿ ਠਾਉ ॥ ਨਾਂ ਤਸਵੀਸ ਖਿਰਾਜੁ ਨ ਮਾਲੁ ॥ ਖਉਫੁ ਨ ਖਤਾ ਨ ਤਰਸੁ ਜਵਾਲੁ ॥੧॥

ਗੁਰੂ ਨਾਨਕ ਦੀ ਦਲੇਰ ਅਤੇ ਦੂਰ ਦ੍ਰਿਸ਼ਟੀ ਗੈਰ-ਜ਼ਬਰ (non-coercion) ਦੇ ਰਾਜ ਲਈ ਸੀ। ਇਥੇ ਕੋਈ ਚਿੰਤਾ, ਕੋਈ ਦਮਨ ਅਤੇ ਕੋਈ ਕਮੀ ਨਹੀਂ ਸੀ। ਇਹ ***ਸੱਚੀ ਆਜ਼ਾਦੀ*** ਦੇ ਸਥਾਨ ਲਈ ਇੱਕ ਦ੍ਰਿਸ਼ਟੀਕੋਣ ਹੈ।

ਦਲੇਰ ਅਤੇ ਦੂਰ ਦ੍ਰਿਸ਼ਟੀ ਹੀ ਹੈ ਜੋ ਦ੍ਰਿੜ ਵਿਸ਼ਵਾਸ ਵਾਲੇ ਪ੍ਰਮਾਣਿਕ ਸਿੱਖਾਂ (Sikhs of conviction) ਨੂੰ ਸੁਵਿਧਾ ਲੈਨ ਵਾਲੇ ਕਚੇ ਸਿੱਖਾਂ (sikhs of convenience) ਅਤੇ ਭੇਡੂ ਆਵਾਮ ਤੋਂ ਵੱਖ ਕਰਦੀ ਹੈ। ਦਲੇਰੀ ਸਿੱਖ ਦੇ ਡੀ.ਐਨ.ਏ. (DNA) ਅਤੇ ਇਤਿਹਾਸ ਵਿੱਚ ਹੈ।

ਸਿੰਗਾਪੁਰ ਦੇ ਪ੍ਰਧਾਨ ਮੰਤਰੀ ਲੀ ਕੁਆਨ ਯੂ ਨੇ ਇੱਕ ਰਾਸ਼ਟਰ-ਨਿਰਮਾਤਾ ਦੇ ਤੌਰ ਤੇ ਸਿੰਗਾਪੁਰ ਦੀ ਕਲਪਨਾ ਕੀਤੀ ਜੋ ਆਪਣੇ ਲੋਕਾਂ ਦੀ ਉੱਤਮਤਾ ਦੇ ਕਾਰਨ ਦੁਨੀਆ ਵਿੱਚ ਆਪਣਾ ਸਥਾਨ ਰੱਖੇਗੀ।

"ਜੇ ਹਰ ਮਹਾਨ ਪ੍ਰਾਪਤੀ ਹਕੀਕਤ ਬਣਨ ਤੋਂ ਪਹਿਲਾਂ ਇੱਕ ਸੁਪਨਾ ਹੈ, ਤਾਂ [ਪ੍ਰਧਾਨ ਮੰਤਰੀ] ਲੀ ਦਾ ਸੁਪਨਾ ਦਲੇਰੀ ਵਾਲਾ ਸੀ। ਉਸਨੇ ਇੱਕ ਅਜਿਹੇ ਰਾਜ ਦੀ ਕਲਪਨਾ ਕੀਤੀ ਜੋ **ਸਿਰਫ਼ ਲੋਕਾਂ ਦੀ ਉੱਤਮਤਾ ਤੇ ਜ਼ੋਰ ਦੇ ਸਫਲ** ਹੋਵੇਗਾ।" (ਹੈਨਰੀ ਕਿਸਿੰਗਰ, 'ਲੀਡਰਸ਼ਿਪ', ਪੰਨਾ 368)।

ਜੇਕਰ ਸਿੰਗਾਪੁਰ ਆਪਣੇ ਲੋਕਾਂ ਦੀ ਉੱਤਮਤਾ ਕਰਕੇ ਦੁਨੀਆਂ ਵਿੱਚ ਆਪਣਾ ਸਥਾਨ ਬਣਾ ਸਕਦਾ ਹੈ ਤਾਂ **ਸਿੱਖ ਰਾਜ ਸੱਚੀ ਸੁਤੰਤਰਤਾ ਕਰਕੇ ਦੁਨੀਆਂ ਵਿੱਚ ਆਪਣਾ ਸਥਾਨ ਬਨਾਏਗਾ।** ਤਾਕਤਵਰ ਲੋਕ ਇਸਦੀ ਲੋੜ ਦੇਖਦੇ ਹਨ।

ਇਹ ਆਸਾਨ ਨਹੀਂ ਹੋਵੇਗਾ। ਚੀਨੀ ਦਾਰਸ਼ਨਿਕ ਸੁਨ ਜ਼ੂ ਨੇ ਕਿਹਾ, "ਇੱਕ ਦੁਸ਼ਟ ਆਦਮੀ ਰਾਜ ਦੀ ਭੁਖ ਵਿਚ ਸਬ ਕੁਝ ਸਾੜ ਦੇਵੇਗਾ, ਤੇ ਫੇਰ ਸੁਆਹ ਉੱਤੇ ਰਾਜ ਕਰੇਗਾ।"

ਇੱਕ ਭਾਰਤੀ ਸਿਆਸਤਦਾਨ ਨੇ ਕਿਹਾ, "ਜੇਕਰ ਸਾਨੂੰ ਆਪਣੀ ਇਲਾਕਾਈ ਅਖੰਡਤਾ ਨੂੰ ਬਰਕਰਾਰ ਰੱਖਣ ਲਈ ਦਸ ਲੱਖ ਸਿੱਖਾਂ ਨੂੰ ਮਾਰਨਾ ਪਵੇ, ਤਾਂ ਇਹ ਵੀ ਕਰ ਦੇਵਾਂ ਗੇ।" [2]

ਸਿੱਖ ਕਿਸੇ ਭੁਲੇਖੇ ਵਿਚ ਨਹੀਂ ਹਨ।

ਇਹ ਦੁਹਰਾਉਣ ਯੋਗ ਹੈ। ਛੋਟੇ ਰਾਜ ਆਮ ਤੌਰ ਤੇ ਸ਼ਕਤੀਸ਼ਾਲੀ ਹਿੱਤਾਂ ਦੇ ਅਧੀਨ ਕੰਮ ਕਰਦੇ ਹਨ। ਸਿੱਖ ਰਾਜ ਕਿਸੇ ਦੇ ਵਪਾਰ ਲਈ ਖਤਰਾ ਨਹੀਂ ਹੋਵੇਗਾ। ਸਿੱਖ ਰਾਜ ਸ਼ਕਤੀਸ਼ਾਲੀ ਹਿੱਤਾਂ ਦੇ ਨਾਲ ਵਿਸ਼ਵ ਓਰਡਰ (World Order) ਵਿਚ ਚਲੇਗਾ। "ਆਪਣਾ ਇਤਿਹਾਸ ਪੜ੍ਹੋ। ਸਿੱਖ ਪੱਛਮੀ ਸਭਿਅਤਾ ਦੇ ਰਖਿਅਕ ਹਨ - ਵਿਨਾਸ਼ਕਾਰੀ ਨਹੀਂ।" [1]

ਸਿੱਖ ਰਾਜ ਦਾ ਮਕਸਦ ਆਦਰਸ਼ਵਾਦ (idealism) ਜਾਂ ਧਰਤੀ ਤੇ ਸਵਰਗ ਦੇ ਸੁਪਨੇ ਜਾਂ ਯੂਟੋਪੀਆ (utopia) ਨਹੀਂ ਹੈ। ਸਿੱਖ ਰਾਜ ਦਾ ਮਕਸਦ ਸੰਪੂਰਨਤਾ (perfection) ਦੀ ਬਜਾਏ ਤਰੱਕੀ (progress), ਜ਼ੁਲਮ ਤੋਂ ਮੁਕਤੀ, ਖੜੋਤ (stagnation) ਦੀ ਬਜਾਏ ਵਿਕਾਸ (development), ਪਿਛਾਖੜੀ (regression) ਦੀ ਬਜਾਏ ਪ੍ਰਗਤੀਸ਼ੀਲਤਾ (progression), ਅਤੇ ਪਤਨ (degradation) ਦੀ ਬਜਾਏ ਪੁਨਰਜੀਵਨ (rejuvenation) ਹੈ।

ਸਿੱਖ ਰਾਜ ਭੋਲਾਪਣ ਯਾਂ ਨਾਸਮਝੀ ਨਹੀਂ ਹੈ। ਇਹ ਜ਼ਰੂਰੀ ਹੈ।

ਇਹ ਪਹਿਲਾਂ ਵੀ ਹੋਇਆ ਹੈ ਅਤੇ ਦੁਬਾਰਾ ਕੀਤਾ ਜਾਵੇਗਾ।

ਜੋ ਸਿਆਸੀ ਤੌਰ ਤੇ ਅਸੰਭਵ ਲਗਦਾ ਹੈ, ਸਿਆਸੀ ਤੌਰ ਤੇ ਨਹੀਂ ਰੁਕੇ ਗਾ।

ਗੁਰੂ ਜੀ ਹੱਸਣ ਯਾਂ ਨਾ ਹੱਸਣ। ਪਰ ਉਹ ਮਨਜ਼ੂਰੀ ਨਾਲ ਸਿਖਾਂ ਨੂੰ ਇਸ ਸੂੱਝ, ਦਲੇਰੀ, ਅਤੇ ਨੇਕ ਕੰਮ ਲਈ ਧਾਪੜਾ ਜਰੂਰ ਦੇਨ ਗੇ। ਸਾਨੂੰ ਹੋਰ ਕਿਸੇ ਚੀਜ਼ ਦੀ ਲੋੜ ਨਹੀਂ ਹੈ।

ਹੁਣਿ ਹੁਕਮੁ ਹੋਆ ਮਿਹਰਵਾਣ ਦਾ ॥
ਪੈ ਕੋਇ ਨ ਕਿਸੈ ਰਞਾਣਦਾ ॥
ਸਭ ਸੁਖਾਲੀ ਵੁਠੀਆ ਇਹੁ ਹੋਆ ਹਲੇਮੀ ਰਾਜੁ ਜੀਉ ॥

ਭਾਗ 1
ਪਿਛੋਕੜ

Chapter 1

ਸਿੰਧੂ ਘਾਟੀ ਸਭਿਅਤਾ

ਪ੍ਰਾਚੀਨ ਚਾਰ ਸਭਿਅਤਾਵਾਂ ਈਜਿਪਸ਼ੀਅਨ, ਮੇਸੋਪੋਟੇਮੀਆ, ਚੀਨੀ ਅਤੇ ਸਿੰਧੂ ਘਾਟੀ ਸਭਿਅਤਾ ਹਨ।

ਸਭਿਅਤਾਵਾਂ ਵਿੱਚ ਕੁਝ ਖਾਸ ਹੁੰਦਾ ਹੈ।

ਸਭਿਅਤਾਵਾਂ ਮਾਹਰਤਾ ਅਤੇ ਸਹਿਜਤਾ ਨਾਲ ਅਲੰਕਾਰਿਕ ਸੰਕਲਪਾਂ (abstract ideas) ਜਿਵੇਂ ਕਿ ਰੱਬ, ਬੁਰਾਈ, ਜੀਵਨ ਦਾ ਉਦੇਸ਼, ਸਵਰਗ ਅਤੇ ਨਰਕ ਦੀ ਡੂੰਗੀ ਸਮਝ ਰਖਦੀਆਂ ਹਨ। ਸਭਿਅਤਾਵਾਂ ਜਲਦੀ ਡੋਲ ਦੀਆਂ ਨਹੀਂ। ਉਹ ਵਿਚਾਰਾਂ ਅਤੇ ਬਿਰਤਾਂਤਾਂ ਦਾ ਹੜ੍ਹ ਪੈਦਾ ਕਰਦੀਆਂ ਹਨ। ਉਹ ਇੱਕ ਅਦਿੱਖ ਤਾਕਤ ਨਾਲ ਲੱਖਾਂ ਲੋਕਾਂ ਨੂੰ ਇਕੱਠੇ ਕਰਦੀਆਂ ਹਨ। ਉਨ੍ਹਾਂ ਨੇ ਸਾਮਰਾਜਾਂ ਦੇ ਵਹਿਣ ਨੂੰ ਦੇਖਿਆ ਹੈ। ਇੱਕ ਅਨਮੋਲ ਅਤੇ ਵਿਸ਼ਾਲ ਇਤਿਹਾਸ ਦੀ ਯਾਦ ਰਖਦੀਆਂ ਹਨ।

ਸਭਿਅਤਾਵਾਂ ਬਹਮੂਲੀ ਤੇ ਕੀਮਤੀ ਕੁਦਰਤੀ ਸਰੋਤਾਂ ਤੇ ਬੈਠੀਆਂ ਹਨ। ਜਿਵੇਂ ਕਿ ਮੇਸੋਪੋਟੇਮੀਆ ਵਿਚ ਤੇਲ, ਚੀਨ ਵਿਚ ਧਰਤੀ ਦੀਆਂ ਧਾਤਾਂ (rare earth minerals), ਅਤੇ ਸਿੰਧੂ ਘਾਟੀ ਦੀ ਉਪਜਾਊ ਜਮੀਨ ਅਤੇ ਪਾਣੀ।

ਸਭਿਅਤਾਵਾਂ ਦਾ ਨਿਯੰਤਰਣ (control) ਸੰਸਾਰ ਦਾ ਨਿਯੰਤਰਣ ਹੈ। ਏਸ਼ੀਆ ਅਤੇ ਅਫਰੀਕਾ ਉੱਤੇ ਯੂਰਪੀਅਨ ਬਸਤੀਵਾਦ (colonization) ਤੋਂ ਬਿਨਾਂ ਯੂਰਪ ਕੁਛ ਨਾ ਹੁੰਦਾ। ਪੈਟਰੋ-ਡਾਲਰ (1974-2024) ਅਤੇ ਚੀਨੀ ਨਿਰਮਾਣ ਤੋਂ ਬਿਨਾਂ ਅਮਰੀਕਾ ਦੀ ਖੁਸ਼ਹਾਲੀ ਕਿੱਥੇ ਹੋਵੇਗੀ।

ਪਿਛਲੇ 50 ਸਾਲਾਂ ਦੀਆਂ ਜੰਗਾਂ ਤੇਲ ਕਰਕੇ ਹੋਈਆਂ ਹਨ। ਭਵਿੱਖ ਦੀਆਂ ਜੰਗਾਂ ਭਵਿੱਖ ਦੇ ਅੰਨ ਸੰਕਟ ਲਈ ਪਾਣੀ ਅਤੇ ਖੇਤੀ ਲਈ ਉਪਜਾਊ ਜ਼ਮੀਨ ਨੂੰ ਲੈ ਕੇ ਹੋਣਗੀਆਂ।

ਭੂ-ਰਾਜਨੀਤੀ ਤੇ ਜੀਓ ਅਰਥ ਸ਼ਾਸਤਰ ਦਾ ਫੋਕਸ ਵਿਸ਼ਵ ਦੇ ਹਾਰਟਲੈਂਡ ਏਸ਼ੀਆ ਤੇ ਹੈ।

ਪੱਛਮ ਦਾ ਉਭਾਰ ਹੁਣ ਇਤਿਹਾਸ ਵਿੱਚ ਇੱਕ ਅਨੋਖੀ ਸਮਾਂ ਮੰਨਿਆ ਜਾਂਦਾ ਹੈ। ਹਰ ਅਨੋਖੇ ਸਮਾਂ ਵਾਂਗ, ਇਹ ਖਤਮ ਹੋ ਜਾਵੇਗਾ। ਭੂ-ਰਾਜਨੀਤੀ ਤੇ ਜੀਓ ਅਰਥ ਸ਼ਾਸਤਰ ਦਾ ਫੋਕਸ ਏਸ਼ੀਆ ਤੇ ਵਾਪਸ ਆ ਜਾਵੇ ਗਾ।

ਪ੍ਰੋ. ਜੇ. ਸੀ. ਸ਼ਰਮਨ ਦੀ ਪੁਸਤਕ “Empires of the Weak: The Real Story of European Expansion and the Creation of the New World Order” ਤੇ ਪ੍ਰੋ. ਪੀਟਰ ਫਰੈਂਕੋਪਨ ਦੀ ਕਿਤਾਬ “The New Silk Roads: The New Asia and the Remaking of the World Order” ਨੇ ਇਸਦੀ ਪੜਚੋਲ ਕੀਤੀ ਹੈ।

ਸਿੱਖ ਅਤੇ ਸਿੰਧੂ ਘਾਟੀ ਦੀ ਸਭਿਅਤਾ

ਸਿੱਖ ਪ੍ਰਾਚੀਨ ਸਿੰਧੂ ਘਾਟੀ ਸਭਿਅਤਾ ਦੇ ਮੂਲ ਨਿਵਾਸੀ ਹਨ। ਉਹ ਆਪਣੇ ਨਸਲੀ ਵਤਨ ਦੇ ਮੂਲ ਨਿਵਾਸੀ ਹਨ। ਸਿੱਖ ਧਰਮ ਇਸ ਸਿੰਧੂ ਘਾਟੀ ਸਭਿਅਤਾ ਦੇ ਮੂਲ ਨਿਵਾਸੀਆਂ ਦਾ ਇੱਕੋ ਇੱਕ ਘਰੇਲੂ ਫਲਸਫਾ ਹੈ।

ਮਨੁੱਖੀ ਇਤਿਹਾਸ ਦੇ ਪਿਛਲੇ 1000 ਸਾਲਾਂ ਵਿੱਚ ਵਿਕਸਿਤ ਕੀਤਾ ਗਿਆ ਇੱਕੋ ਇੱਕ ਧਰਮ ਹੈ। ਸਾਰੇ ਪੁਰਾਨੇ ਧਰਮਾਂ ਦੀ ਪੂਰੀ ਜਾਣਕਾਰੀ ਦੇ ਨਾਲ ਸਿੱਖ ਧਰਮ ਵਿਕਸਿਤ ਹੋਇਆ।

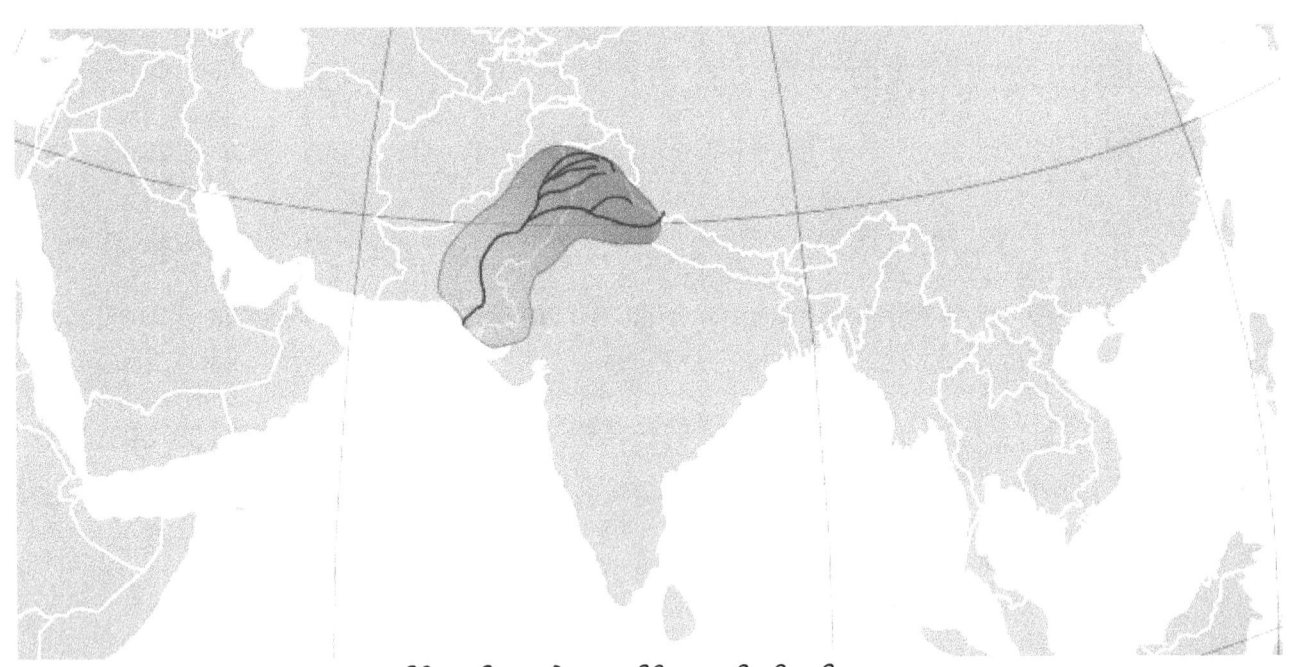

ਸਿੰਧ ਦਰਿਆ ਦੇ ਨਾਲ ਸਿੰਧੂ ਘਾਟੀ ਦੀ ਸਭਿਅਤਾ।
ਸਿੰਧੂ ਘਾਟੀ ਦੀ ਸਭਿਅਤਾ 1947 ਵਿੱਚ ਪਾਕਿਸਤਾਨ ਅਤੇ ਭਾਰਤ ਵਿੱਚ ਵੰਡੀ ਗਈ ਸੀ।

ਸਿੰਧ ਘਾਟੀ ਭਾਰਤ ਨਹੀਂ ਹੈ, ਅਤੇ ਭਾਰਤ ਸਿੰਧੂ ਘਾਟੀ ਨਹੀਂ ਹੈ

ਸਿੰਧੂ (Indus) ਘਾਟੀ ਦੀ ਸਭਿਅਤਾ ਭਾਰਤ (India) ਨਹੀਂ ਹੈ, ਅਤੇ ਭਾਰਤ ਸਿੰਧੂ ਘਾਟੀ ਦੀ ਸਭਿਅਤਾ ਨਹੀਂ ਹੈ। ਸਿੰਧੂ ਘਾਟੀ ਸਭਿਅਤਾ ਤੇ ਭਾਰਤ ਦਾ ਕੋਈ ਸੰਮਬਧ ਨਹੀਂ ਹੈ।

India ਸ਼ਬਦ ਸਿੰਧੂ (indus) ਘਾਟੀ ਦੀ ਸਭਿਅਤਾ ਤੋਂ ***ਨਹੀਂ*** ਆਇਆ ਹੈ ਜਿਵੇਂ ਕਿ ਆਮ ਮੰਨਿਆ ਜਾਂਦਾ ਹੈ। India ਸ਼ਬਦ ਯੂਰਪੀਅਨ ਖੋਜੀਆਂ ਦੁਆਰਾ ਸਾਰੇ ਮੂਲ ਨਿਵਾਸੀਆਂ ਲਈ ਵਰਤਿਆ ਜਾਂਦਾ ਹੈ: ਅਮਰੀਕਨ ਇੰਡੀਅਨਜ਼, ਮਾਯਾਨ ਇੰਡੀਅਨਜ਼ ਆਦਿ। ਉਹਨਾਂ ਨੇ ਇਸਦੀ ਵਰਤੋਂ ਉਹਨਾਂ ਸਾਰੀਆਂ ਜ਼ਮੀਨਾਂ ਲਈ ਵੀ ਕੀਤੀ ਜੋ ਉਹਨਾਂ ਨੂੰ ਮਿਲਦੀਆਂ ਹਨ ਜਿਵੇਂ ਕਿ ਵੈਸਟ ਇੰਡੀਜ਼ ਅਤੇ ਈਸਟ ਇੰਡੀਜ਼।

ਭਾਰਤ ਇੱਕ 77 ਸਾਲ ਪੁਰਾਣਾ 'ਸੌਫਟ ਸਟੇਟ' ਹੈ ਜੋ ਬ੍ਰਿਟਿਸ਼ ਦੁਆਰਾ ਬਣਾਇਆ ਗਿਆ ਸੀ ਜਦੋਂ ਉਹਨਾਂ ਨੇ 1947 ਵਿੱਚ ਦੱਖਣੀ ਏਸ਼ੀਆ ਛੱਡ ਦਿਤਾ। ਉਹਨਾਂ ਨੇ ਬ੍ਰਿਟਿਸ਼ ਸਾਮਰਾਜ ਵਿੱਚ ਵੱਖ-ਵੱਖ ਸਮੂਹਾਂ ਨੂੰ ਇਕੱਠਾ ਕੀਤਾ ਸੀ। ਅੰਗਰੇਜ਼ਾਂ ਲਈ ਨਸਲ, ਸੰਸਕ੍ਰਿਤੀ, ਧਰਮ, ਸੱਭਿਅਤਾ ਘੱਟ ਮਾਇਨੇ ਰੱਖਦੇ ਸਨ। ਉਹ ਸਿਰਫ਼ ਵਸੀਲੀ ਅਤੇ ਮੰਡੀ ਵਿੱਚ ਦਿਲਚਸਪੀ ਰੱਖਦੇ ਸਨ।

ਭਾਰਤ ਦਾ ਸਹੀ ਨਾਮ 'ਹਿੰਦ' ਜਾਂ 'ਹਿੰਦੁਸਤਾਨ' ਇਸਦੇ ਹਿੰਦੂ ਧਰਮ ਅਤੇ ਸੱਭਿਅਤਾ ਲਈ ਹੈ। ਸਿੰਧੂ ਘਾਟੀ ਦਾ ਆਪਣਾ ਬਿਲਕੁਲ ਵੱਖਰਾ ਸੱਭਿਅਤਾ, ਨਸਲ, ਧਰਮ, ਮਾਨਸਿਕਤਾ, ਭੋਜਨ, ਭਾਸ਼ਾ ਅਤੇ ਇਤਿਹਾਸ ਹੈ।

ਸਿੰਧੂ ਘਾਟੀ ਦੀ ਸਭਿਅਤਾ 3000 ਸਾਲ ਪੁਰਾਣੀ ਹੈ।

ਸਰਹਿੰਦ ਸ਼ਹਿਰ (ਹਿੰਦ ਦੀ ਸਰਹੱਦ) ਸਿੰਧੂ ਘਾਟੀ ਦੀ ਸਭਿਅਤਾ ਅਤੇ ਹਿੰਦ/ਹਿੰਦੁਸਤਾਨ ਵਿਚਕਾਰ ਸੀਮਾ ਸੀ। ਸਰਹਿੰਦ ਦਾ ਨਾਂ ਹੁਣ ਫਤਿਹਗੜ੍ਹ ਸਾਹਿਬ ਰੱਖ ਦਿੱਤਾ ਗਿਆ ਹੈ ਕਿਉਂਕਿ ਮਈ 1710 ਬੰਦਾ ਸਿੰਘ ਬਹਾਦਰ ਨੇ ਇਸ ਨੂੰ ਫਤਹਿ ਕੀਤਾ।

ਜ਼ਰੂਰੀ ਗਲ ਇਹ ਹੈ ਕਿ ਸਿੰਧੂ (Indus) ਘਾਟੀ ਦੀ ਸਭਿਅਤਾ ਅਤੇ ਭਾਰਤ (India) ਵਿੱਚ ਆਲੂ ਅਤੇ ਭਾਲੂ ਜਿੰਨੀ ਸਮਾਨਤਾ ਹੈ। ਸੰਖੇਪ ਵਿੱਚ, ਕੁਝ ਵੀ ਸਾਂਝਾ ਨਹੀਂ ਹੈ।

1947 ਵਿਚ ਭਾਰਤ (India) ਦੀ ਵੰਡ ਨਹੀਂ ਸੀ। 1947 ਸਿੱਖ ਰਾਜ ਅਤੇ ਸਿੰਧੂ ਘਾਟੀ ਦੀ ਸਭਿਅਤਾ ਦੀ ਵੰਡ ਸੀ। ਪੱਛਮੀ ਹਿੱਸਾ ਪਾਕਿਸਤਾਨ ਨੂੰ ਮਿਲਿਆ। ਪੂਰਬੀ ਹਿੱਸਾ ਹਿੰਦ/ਹਿੰਦੁਸਤਾਨ ਨੂੰ ਮਿਲਿਆ।

ਇਹ ਬਹੁਤ ਮਹੱਤਵਪੂਰਨ ਗਲ ਹੈ।

ਖਾਲਸਤਾਨ ਦਾ ਭੂਗੋਲਿਕ ਦਾਇਰਾ (geographical boundary) ਪੂਰਬੀ ਸਿੰਧੂ ਘਾਟੀ ਦੀ ਸਭਿਅਤਾ ਦਾ ਹੈ।

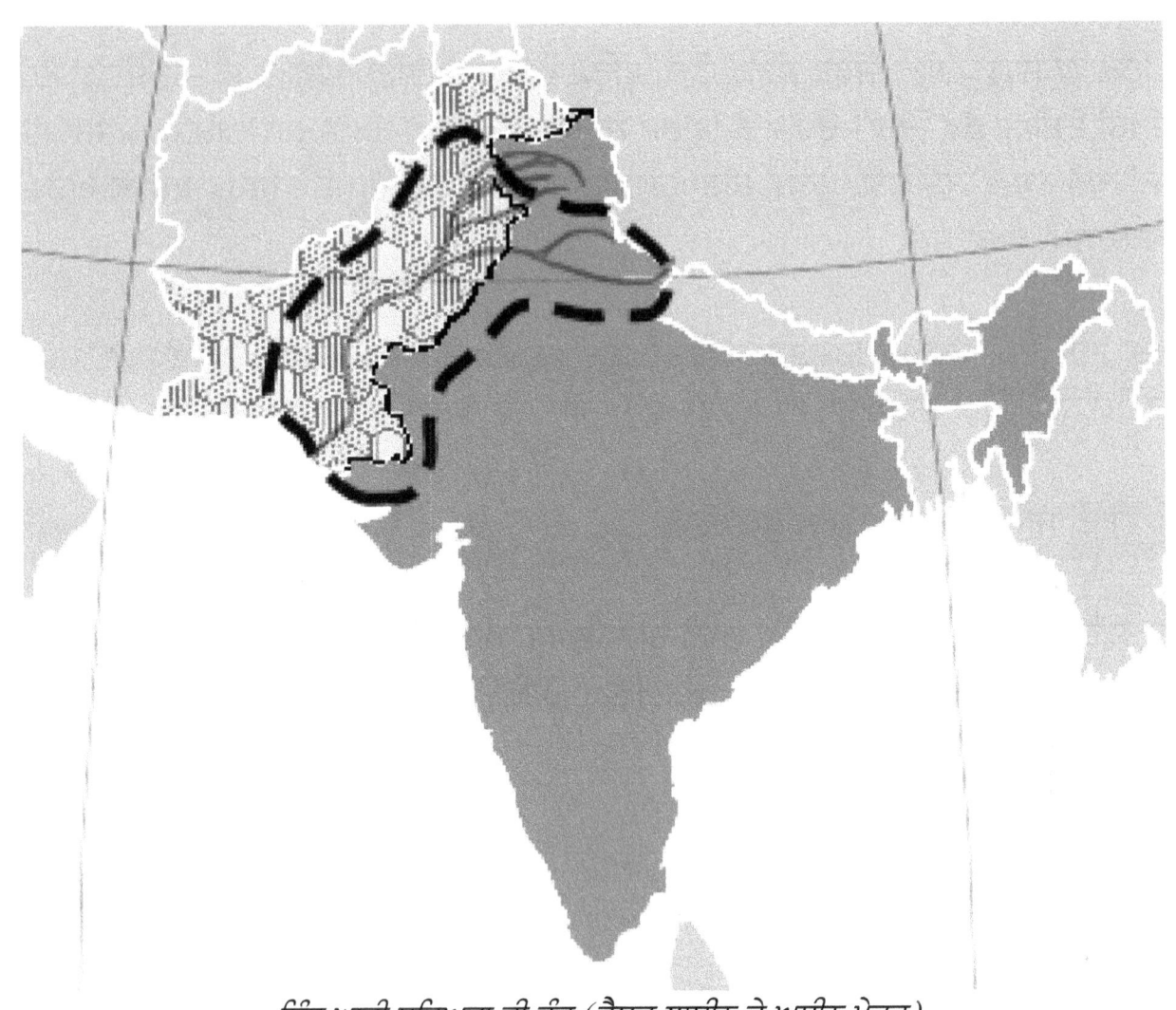

ਸਿੰਧੂ ਘਾਟੀ ਸਭਿਅਤਾ ਦੀ ਵੰਡ (ਡੈਸ਼ਡ ਲਾਈਨ ਦੇ ਅਧੀਨ ਖੇਤਰ)
ਅਤੇ ਪਾਕਿਸਤਾਨ (ਹੈਚਡ ਏਰੀਆ) ਅਤੇ ਭਾਰਤ (ਗੂੜ੍ਹੇ ਸਲੇਟੀ) ਵਿੱਚ ਇਸਦੀ ਸਮਾਈ।

ਖਾਲਸਤਾਨ ਦਾ ਭੂਗੋਲਿਕ ਦਾਇਰਾ (geographical boundary) ਪੂਰਬੀ ਸਿੰਧੂ ਘਾਟੀ ਦੀ ਸਭਿਅਤਾ ਦਾ ਹੈ।

Chapter 2

ਮੱਧਕਾਲੀ ਦੱਖਣੀ ਏਸ਼ੀਆ

ਫ੍ਰਾਂਸਿਸਕੋ ਪੇਲਸਾਰਟ ਇੱਕ ਪੁਰਤਗਾਲੀ ਸੀ ਜਿਸਨੂੰ 1600 ਵਿੱਚ ਮੌਜੂਦਾ ਦੱਖਣੀ ਏਸ਼ੀਆ ਵਿੱਚ ਵਪਾਰਕ ਮੌਕਿਆਂ ਦੀ ਪੜਚੋਲ ਕਰਨ ਲਈ ਭੇਜਿਆ ਗਿਆ ਸੀ। ਉਸ ਨੇ ਉਸ ਸਮੇਂ ਉਥੋਂ ਦੀਆਂ ਸਥਿਤੀਆਂ ਬਾਰੇ ਲਿਖਿਆ ਜਦੋਂ ਦੱਖਣੀ ਏਸ਼ੀਆ ਦੇ ਜ਼ਿਆਦਾਤਰ ਹਿੱਸੇ ਤੇ ਮੁਗਲ ਬਾਦਸ਼ਾਹ ਜਹਾਂਗੀਰ (1569-1627) ਦਾ ਰਾਜ ਸੀ। [3]

ਫ੍ਰਾਂਸਿਸਕੋ ਨੇ ਦੱਖਣੀ ਏਸ਼ੀਆ ਦੇ ਲੋਕਾਂ ਨੂੰ ਸੱਭਿਆਚਾਰਕ ਤੌਰ ਤੇ ਕਮਜ਼ੋਰ ਦੱਸਿਆ। ਉਨ੍ਹਾਂ ਦੇ ਦਿਮਾਗ ਅੰਧ ਵਿਸ਼ਵਾਸ ਨਾਲ ਭਰੇ ਹੋਏ ਸਨ। ਗਵਰਨਰ ਅਤੇ ਸਥਾਨਕ ਪ੍ਰਸ਼ਾਸਕ ਭ੍ਰਿਸ਼ਟ ਸਨ ਅਤੇ ਸਿਰਫ ਆਪਣੇ ਮਾਲਕਾਂ ਦੀ ਸੇਵਾ ਕਰਨ, ਜਨਤਾ ਨੂੰ ਦਬਾਉਣ, ਅਤੇ ਸਰਦਾਰੀ ਦੇ ਸੁੱਖਾਂ ਵਿੱਚ ਲੀਨ ਸਨ।

ਫ੍ਰਾਂਸਿਸਕੋ ਨੇ ਲਿਖਿਆ: "ਜ਼ਮੀਨ ਇੱਕ ਭਰਪੂਰ, ਜਾਂ ਇੱਥੋਂ ਤੱਕ ਕਿ ਇੱਕ ਅਸਾਧਾਰਣ ਉਪਜ ਵੀ ਦੇਵੇਗੀ, ਜੇਕਰ ਕਿਸਾਨਾਂ ਤੇ ਇੰਨੇ ਬੇਰਹਿਮੀ ਨਾਲ ਜ਼ੁਲਮ ਨਾ ਕੀਤੇ ਜਾਂਦੇ"।

"ਸ਼ਾਸਕਾਂ ਦੇ ਮਹਿਲ ਅੰਦਰੋਂ ਲੁੱਚਪੁਣੇ, ਲਾਪਰਵਾਹੀ, ਤੇ ਹੰਕਾਰ ਨਾਲ ਸ਼ਿੰਗਾਰੇ ਹੋਏ ਹਨ"।

"ਕਾਨੂੰਨਾਂ ਦੀ ਕੋਈ ਪਰਵਾਹ ਨਹੀਂ ਸੀ ਕਰਦਾ ਕਿਉਂਕਿ ਪ੍ਰਸ਼ਾਸਨ ਬਿਲਕੁਲ ਤਾਨਾਸ਼ਾਹੀ ਹੈ।"

ਉਸ ਸਮੇਂ ਤੇ ਅੱਜ ਦੇ ਹਾਲਾਤ ਨੂੰ ਸਮਝਣ ਲਈ ਤੁਹਾਨੂੰ ਇੱਕ ਕਦਮ ਪਿੱਛੇ ਹਟ ਕੇ ਦੇਖਣਾ ਪਵੇਗਾ।

ਸਿੰਧੂ ਘਾਟੀ ਸਭਿਅਤਾ ਵਿਚ ਅਰਾਮਦਾਇਕ ਮੌਸਮ, ਗਲੇਸ਼ੀਅਲ ਪਾਣੀ, ਉਪਜਾਊ ਮਿੱਟੀ, ਭੋਜਨ ਦੀ ਸ਼ਾਨਦਾਰ ਕਿਸਮਾਂ, ਅਤੇ ਕੁਦਰਤ ਦੀ ਬੇਅੰਤ ਬਖਸ਼ਿਸ਼ ਮਿਲਦੀ ਹੈ। ਇਸ ਤਰ੍ਹਾਂ ਦੀ ਉਪਜਾਊ ਜ਼ਮੀਨ ਸ਼ਾਇਦ ਪੂਰੀ ਦੁਨੀਆ ਵਿਚ ਕਿਤੇ ਨਹੀਂ ਹੈ। ਇਸਲਾਮੀ ਦੇਸ਼, ਹਿੰਦੂ ਹਿੰਦੁਸਤਾਨ ਅਤੇ ਚੀਨ ਦੇ ਚੁਰਾਹੇ ਤੇ ਇਸ ਦੀ ਬੇਮਿਸਾਲ ਭੂ-ਰਾਜਨੀਤਿਕ ਸਥਿਤੀ ਹੈ। ਸਦੀਆਂ ਤੋਂ ਬਾਹਰਲੇ ਹਮਲਾਵਰਾਂ ਦੀਆਂ ਲਹਿਰਾਂ ਨੇ ਇਸ ਨੂੰ ਜਿੱਤਣ, ਜ਼ਮੀਨ ਨੂੰ ਦਬਾਓਨ, ਇਸਦੀ ਦੌਲਤ ਚੋਰੀ ਕਰਨ, ਅਤੇ ਇਸਦੇ ਲੋਕਾਂ ਨੂੰ ਗੁਲਾਮ ਬਣਾਉਣ ਦੀ ਕੋਸ਼ਿਸ਼ ਕੀਤੀ ਹੈ।

ਇੰਨੇ ਕੁਦਰਤੀ ਧਨ ਅਤੇ ਇਸ ਦੇ ਭੂ-ਰਾਜਨੀਤਕ ਲਾਭ ਦੇ ਬਾਵਜੂਦ, ਗੁਰੂ ਨਾਨਕ ਤੋਂ ਪਹਿਲਾਂ ਸੰਸਾਰ ਦਾ ਇਹ ਹਿੱਸਾ ਘੱਟ ਪ੍ਰਾਪਤੀ ਵਾਲਾ ਹਿੱਸਾ ਸੀ। ਇਹ ਮਾੜੇ ਸੱਭਿਆਚਾਰ ਅਤੇ ਮਾੜੇ ਧਰਮ ਕਾਰਨ ਸੀ, ਜਿਵੇਂ ਕਿ ਜਾਤ ਪਾਤ ਦੀ ਪ੍ਰਣਾਲੀ (Caste System)।

ਜਾਤ ਪਾਤ ਦੀ ਪ੍ਰਣਾਲੀ (Caste System) ਜ਼ੁਲਮ ਤੇ ਸ਼ੋਸ਼ਣ ਦਾ ਇੱਕ ਧਾਰਮਿਕ ਢਾਂਚਾ ਹੈ। ਜਾਤ ਪਾਤ ਦੀ ਪ੍ਰਣਾਲੀ ਇਸ ਧਰਤੀ ਵਿੱਚ ਜੀਵਨ ਦਾ ਪ੍ਰਭਾਵੀ ਕਾਰਕ (dominating factor) ਹੈ। ਇਹ ਹਰ ਚੀਜ਼ ਵਿੱਚ ਹੈ। ਜਾਤ ਪਾਤ ਦੀ ਪ੍ਰਣਾਲੀ ਦਾ ਕੇਂਦਰੀ ਵਿਸ਼ਵਾਸ ਹੈ ਕਿ ਉੱਚ ਜਾਤੀ ਦੀ ਸੇਵਾ ਕਰਨ ਨਾਲ ***ਅਗਲੇ*** ਜੀਵਨ ਵਿੱਚ ਬਿਹਤਰ ਜੀਵਨ ਮਿਲੇਗਾ।

ਇਸ ਪ੍ਰਣਾਲੀ ਵਿੱਚ, ਜੀਵਨ ਵਿੱਚ ਇੱਕ ਵਿਅਕਤੀ ਦਾ ਮਾਰਗ ਪਰਿਵਾਰਕ ਵੰਸ਼ ਦੇ ਅਧਾਰ ਤੇ ਨਿਰਧਾਰਤ ਕੀਤਾ ਜਾਂਦਾ ਹੈ। "ਉੱਚੀਆਂ' ਜਾਤਾਂ ਸ਼ਾਸਨ, ਸਮਝਦਾਰੀ, ਸਿਆਣਪ, ਜਾਂ ਉੱਦਮ ਵਿੱਚ ਨਹੀਂ, ਸਗੋਂ ਹੇਰਾਫੇਰੀ, ਧੋਖੇ, ਅਤੇ ਚਲਾਕੀ ਵਿੱਚ ਮਾਹਰ ਹਨ।

ਉਹ ਅਜਿਹਾ ਸੱਤਾ ਜਾਂ ਪੈਸੇ ਲਈ ਨਹੀਂ, ਸਗੋਂ ਆਪਣੇ ਮਨ ਦੀ ਬੀਮਾਰੀ (mental sickness) ਅਤੇ ਮਾੜੀ ਮਾਨਸਿਕਤਾ ਕਾਰਨ ਕਰਦੇ ਹਨ। ਉਹਨਾਂ ਕੋਲ ਕੋਈ ਵਿਚਾਰਧਾਰਾ ਯਾਂ ਸਿਧਾਂਤ ਨਹੀਂ ਹਨ। ਉਹ ਪ੍ਰਚਲਿਤ ਤਾਕਤਾਂ ਅਤੇ ਵਿਚਾਰਧਾਰਾ ਦੇ ਧਾੜਵੀ ਬਣ ਕੇ ਤੇ ਪ੍ਰਚਲਿਤ ਤਾਕਤ ਦੀ ਹਿਮਾਅਤ ਕਰਕੇ ਅਪਨਾ ਬਚਾਅ ਕਰਦੇ ਹਨ।

ਇੱਕ ਹੋਰ ਪ੍ਰਚਲਿਤ ਸੱਭਿਆਚਾਰਕ ਬੁਰਾ ਗੁਣ ***ਕਿਸਮਤ ਜਾਂ ਕਰਮ*** ਵਿੱਚ ਵਿਸ਼ਵਾਸ ਹੈ। ਲੋਕ ਵਿਸ਼ਵਾਸ ਕਰਦੇ ਹਨ ਕਿ ਛੁਪਿਆਂ ਸ਼ਕਤੀਆਂ ਉਨ੍ਹਾਂ ਦੇ ਜੀਵਨ ਨੂੰ ਨਿਰਧਾਰਤ ਕਰਦੀਆਂ ਹਨ। ਇਸ ਜਨਮ ਵਿਚ ਉਹ ਅਗਲੇ ਜਨਮ ਵਿਚ ਬਿਹਤਰ ਜਿੰਦਗੀ ਦੀ ਉਮੀਦ ਕਰਨ ਅਤੇ ਪ੍ਰਾਰਥਨਾ ਕਰਨ। ਇਸ ਜਨਮ ਵਿਚ ਆਪਣੇ ਮੰਦੇ ਹਾਲਾਤਾਂ ਨੂੰ ਸਹਿ ਕਰਕੇ ਜੀਵਨ ਜੀਨ।

ਇਸ ਸਭ ਦਾ ਨਤੀਜਾ ਨਿਰਾਸ਼ ਅਤੇ ਦਬੀ ਜਨਤਾ, ਤੇ ਇੱਕ ਘੱਟ ਪ੍ਰਾਪਤੀ ਵਾਲਾ ਸੱਭਿਆਚਾਰ ਹੈ।

ਇਸ ਤੋਂ ਬਾਹਰ ਨਿਕਲਣ ਦੀ ਬਜਾਏ, ਅਜੋਕਾ ਭਾਰਤ (ਹਿੰਦ/ਹਿੰਦੁਸਤਾਨ) ਇਸ ਮੱਧਯੁਗੀ, ਪਛੜੀ, ਤੇ ਜਹਰੀਲੀ ਸੋਚ ਵਿੱਚ ਹੋਰ ਵੀ ਡੁਬ ਰਿਹਾ ਹੈ।

ਭਾਰਤ ਦੀ ਹਿੰਦੂ ਜਾਤ ਪਾਤ ਦੀ ਪ੍ਰਣਾਲੀ, ਤੇ ਕਿਸਮਤ ਜਾਂ ਕਰਮ ਵਿਚ ਵਿਸ਼ਵਾਸ ਨੇ ਆਪਣੇ ਆਪ ਨੂੰ ***ਹਿੰਦੂਤਵ*** ਨਾਮਕ ਰਾਸ਼ਟਰਵਾਦ ਵਿੱਚ *ਰੀਬ੍ਰਾਂਡ* (rebrand) ਕੀਤਾ ਹੈ। ਜਨਤਾ ਬਿਨਾਂ ਕਿਸੇ ਸਵਾਲ ਦੇ ਸਰਕਾਰ ਵਿੱਚ 'ਉੱਚ ਜਾਤੀਆਂ' ਦੀ ਸੇਵਾ ਕਰਦੀ ਹੈ। ਸਰਕਾਰ ਵਿੱਚ ਬੈਠੇ 'ਉੱਚ ਜਾਤੀਆਂ' ਨਾਲ ਕੋਈ ਵੀ ਮਤਭੇਦ ਦੇਸ਼ ਧ੍ਰੋਹ ਮੰਨਿਆ ਜਾਂਦਾ ਹੈ।

Chapter 3

ਸਤਿ ਗੁਰ ਨਾਨਕ ਪ੍ਰਗਟਿਆ ॥

ਗੁਰੂ ਨਾਨਕ ਨੇ ਆਪਣੇ ਲੋਕਾਂ ਦੀ ਤਰਸਯੋਗ ਹਾਲਤ ਦੇਖੀ। ਗੁਰੂ ਨਾਨਕ ਨੇ ਸਰਕਾਰ ਲਈ ਕੰਮ ਕੀਤਾ, ਅਤੇ ਹਰ ਪੱਧਰ ਤੇ ਪ੍ਰਸ਼ਾਸਕਾਂ ਅਤੇ ਰਾਜਪਾਲਾਂ ਦੀ ਲਾਲਚ ਅਤੇ ਬੇਰਹਿਮੀ ਦੇਖੀ।

ਗੁਰੂ ਨਾਨਕ ਦੀ ਸਿੱਖੀ ਪ੍ਰਗਟ ਹੋਨ ਤੋਂ ਬਾਦ ਮਨੁੱਖੀ ਪ੍ਰਾਪਤੀਆਂ ਦੀ ਸ਼ਾਨਦਾਰ ਪ੍ਰਫੁੱਲਤਾ ਹੋਈ। ਗੁਰੂ ਨਾਨਕ ਤੋਂ ਬਾਦ ਇਹ ਘਟ ਪ੍ਰਾਪਤੀਆਂ ਵਾਲਾ ਸੱਭਿਆਚਾਰ ਪੂਰੀ ਤਰਾਂ ਬਦਲ ਗਿਆ। ਇਹ ਯੋਗਤਾ ਅੱਜ ਵੀ ਜਾਰੀ ਹੈ। ਸਿੱਖ ਜਿੱਥੇ ਵੀ ਜਾਂਦੇ ਹਨ, ਆਪਣੇ ਭਾਰ ਤੋਂ ਵੱਧ ਖਿਚਦੇ ਹਨ। ਇੱਹ ਸਿਰਫ ਸਿੱਖਾਂ ਦੀ ਧਾਰਮਿਕ ਵਿਸ਼ੇਸ਼ਤਾ ਹੈ। ਹੋਰ ਪੰਜਾਬੀਆਂ ਦੀ ਨਹੀਂ।

ਗੁਰੂ ਨਾਨਕ ਨੇ ਜਾਤ ਪਾਤ ਦੀ ਪ੍ਰਣਾਲੀ (Caste System) ਦੇ ਨਾਲ-ਨਾਲ ਕਿਸਮਤ ਅਤੇ ਕਰਮ ਦੇ ਸੰਕਲਪ ਨੂੰ ਰੱਦ ਕੀਤਾ।

ਗੁਰੂ ਨਾਨਕ ਨੇ ਲੋਕਾਂ ਦੇ ਵਿਸ਼ਵਾਸਾਂ ਅਤੇ ਕਦਰਾਂ-ਕੀਮਤਾਂ ਨੂੰ ਉਨ੍ਹਾਂ ਦੀ ਦੁਖਦਾਈ ਅਤੇ ਤਰਸਯੋਗ ਸਥਿਤੀ ਲਈ ਜ਼ਿੰਮੇਵਾਰ ਠਹਿਰਾਇਆ। ਗੁਰੂ ਨਾਨਕ ਨੇ ਲੋਕਾਂ ਦੇ ਵਿਸ਼ਵਾਸਾਂ ਨੂੰ ਬਾਹਰੀ ਖਤਰਿਆਂ ਦੇ ਸਾਮ੍ਹਣੇ ਉਨ੍ਹਾਂ ਦੀ ਕਮਜ਼ੋਰੀ ਲਈ ਜ਼ਿੰਮੇਵਾਰ ਠਹਿਰਾਇਆ। ਅਫਗਾਨਿਸਤਾਨ ਦੇ ਬਾਦਸ਼ਾਹ ਅਹਿਮਦ ਸ਼ਾਹ ਅਬਦਾਲੀ ਵਰਗੇ ਹਮਲਾਵਰਾਂ ਨੇ ਅੱਠ ਵਾਰ ਇਨ੍ਹਾਂ ਜ਼ਮੀਨਾਂ ਤੇ ਹਮਲਾ ਕੀਤਾ, ਪਰ ਸਿੱਖਾਂ ਤੋਂ ਇਲਾਵਾ ਕਿਸੇ ਨੇ ਕੋਈ ਵਿਰੋਧ ਨਹੀਂ ਕੀਤਾ।

“ਉਦੋਂ ਦੇਸ਼ ਵਿੱਚ ਨਾ ਸਿਰਫ਼ ਰਾਜਨੀਤਿਕ ਸਗੋਂ ਧਾਰਮਿਕ ਜ਼ੁਲਮ ਹੋਇਆ। ਜੇ ਕੁਝ ਸ਼ਾਸਕਾਂ ਨੇ ਲੋਕਾਂ ਨੂੰ ਕੁਝ ਤੰਗੀਆਂ ਦੇ ਅਧੀਨ ਕੀਤਾ, ਤਾਂ ਬ੍ਰਾਹਮਣ ਅਤੇ ਮੁੱਲਾਂ, ਜਿੱਥੇ ਉਨ੍ਹਾਂ ਦਾ ਸੰਬੰਧ ਸੀ, ਆਪਣੇ ਲੱਖਾਂ ਦੇਸ਼ ਵਾਸੀਆਂ ਨੂੰ ਇੱਕ ਕਿਸਮ ਦੇ ਧਾਰਮਿਕ ਬੰਧਨ ਵਿੱਚ ਰੱਖਣ ਵਿੱਚ ਘੱਟ ਜ਼ਾਲਮ ਨਹੀਂ ਸਨ।" (ਪ੍ਰੋ. ਤੇਜਾ ਸਿੰਘ ਅਤੇ ਪ੍ਰੋ. ਗੰਡਾ ਸਿੰਘ, ‘ਸਿੱਖਾਂ ਦਾ ਸੰਖੇਪ ਇਤਿਹਾਸ’, ਪੰਨਾ 62)।

ਗੁਰੂ ਨਾਨਕ ਨੇ ਸਿੱਖ ਫਲਸਫੇ ਨੂੰ ਪ੍ਰਗਟ ਕੀਤਾ। ਗੁਰੂ ਨਾਨਕ ਦਾ ਸਿੱਖ ***ਫਲਸਫਾ ਪਿਆਰ ਅਤੇ ਬਿਬੇਕ ਤੇ ਅਧਾਰਤ*** ਸੀ। ਪਿਆਰ ਅਤੇ ਬਿਬੇਕ ਲੋਕਾਂ ਨੂੰ ਹਿੰਮਤ ਤੇ ਸਮਝ ਪ੍ਰਦਾਨ ਕਰਦਾ ਹੈ। ਉਹਨਾਂ ਨੂੰ ਉੱਚਾ ਚੁੱਕਦਾ ਹੈ। ਨਫ਼ਰਤ ਅਤੇ ਹੇਰਾਫੇਰੀ ਦੀ ਬਜਾਏ, ਗੁਰੂ ਨਾਨਕ ਨੇ ਪਿਆਰ ਅਤੇ ਬਿਬੇਕ ਦਾ ਪਰਚਾਰ ਕੀਤਾ।

ਗੁਰੂ ਨਾਨਕ ਦਾ ਫਲਸਫਾ ਕ੍ਰਾਂਤੀਕਾਰੀ ਸੀ ਤੇ ਅੱਜ ਵੀ ਹੈ। ਨਵੀਂ ਮਾਨਸਿਕਤਾ ਨੇ ਇਸ ਧਰਤੀ ਦੀ ਕਿਸਮਤ ਨੂੰ ਬਦਲ ਦਿੱਤਾ। ਅੱਜ ਵੀ, ਪੰਜਾਬ ਇਸ ਖੇਤਰ ਦਾ ਸਭ ਤੋਂ ਖੁਸ਼ਹਾਲ (prosperous), ਸਭ ਤੋਂ ਵੱਧ ਪਰਉਪਕਾਰੀ (philanthropic), ਸਭ ਤੋਂ ਸੁਰੱਖਿਅਤ (safe), ਸਭ ਤੋਂ ਵੱਧ ਸਮਾਵੇਸ਼ੀ (inclusive), ਅਤੇ ਸਭ ਤੋਂ ਜ਼ਿਆਦਾ ਪੜ੍ਹਿਆ-ਲਿਖਿਆ ਸੂਬਾ ਹੈ। ਇਹ ਗੁਰੂ ਨਾਨਕ ਦੇ ਫਲਸਫੇ ਦੀ ਦੇਨ ਹੈ।

ਸਿੱਖਾਂ ਦਾ ਨਿਸ਼ਾਨ ਸਾਹਿਬ ਇਹ ਸਿੱਖ ਜੀਵਨ ਢੰਗ ਦੀ ਰਾਖੀ ਕਰਦਾ ਹੈ।

ਇਸੇ ਕਰਕੇ ਨਿਸ਼ਾਨ ਸਾਹਿਬ ਨੂੰ ਇਸ ਧਰਤੀ ਦੇ ਮੂਲ ਨਿਵਾਸੀਆਂ ਦੁਆਰਾ ਬਹੁਤ ਡੂੰਘਾ ਸਤਿਕਾਰ ਦਿੱਤਾ ਜਾਂਦਾ ਹੈ। ਇਹ ਇੱਕ ਝੰਡੇ ਨਾਲੋਂ ਬਹੁਤ ਵੱਡਾ ਹੈ।

ਇਸੇ ਕਰਕੇ ਹਿੰਦੂ ਹਿੰਦੁਸਤਾਨ ਅਤੇ ਦਿੱਲੀ ਸਲਤਨਤ ਦੁਆਰਾ ਨਿਸ਼ਾਨ ਸਾਹਿਬ ਤੇ ਸਿਖ ਫਲਸਫੇ ਦੀ ਨਫ਼ਰਤ ਕੀਤੀ ਜਾਂਦੀ ਹੈ। ਹਿੰਦੂ ਹਿੰਦੁਸਤਾਨ ਅਤੇ ਦਿੱਲੀ ਸਲਤਨਤ ਦੇ ਬਿਮਾਰ ਦਿਮਾਗ ਨੂੰ ਆਪਣੇਆਂ ਤੇ ਹੇਰਾਫੇਰੀ, ਚਲਾਕੀ, ਤੇ ਜ਼ੁਲਮ ਕਰਕੇ ਸਕੂਨ ਮਿਲਦਾ ਹੈ।

ਨਿਸ਼ਾਨ ਸਾਹਿਬ
ਸਿੱਖ ਜੀਵਨ ਢੰਗ ਅਤੇ ਬਹੁਮੁਲੀ ਸੋਮਿਆਂ ਦੀ ਰਾਖੀ ਕਰਦਾ ਹੈ।

Chapter 4

ਪਹਿਲਾ ਸਿੱਖ ਰਾਜ:
ਬੰਦਾ ਸਿੰਘ ਬਹਾਦਰ

ਪਹਿਲਾ ਸਿੱਖ ਰਾਜ (1710-1715) ਵਿੱਚ ਪਹਿਲੀ ਵਾਰ ਹੋਇਆ ਜਦੋਂ ਇਸ ਧਰਤੀ ਦੇ ਮੂਲ ਨਿਵਾਸੀਆਂ ਨੇ 700 ਸਾਲਾਂ ਦੇ ਵਿਦੇਸ਼ੀ ਰਾਜ ਅਤੇ ਦਖਲਅੰਦਾਜ਼ੀ ਤੋਂ ਬਾਅਦ ਆਪਣਾ ਰਾਜ ਸਥਾਪਿਤ ਕੀਤਾ। ਸਿੱਖਾਂ ਕੋਲ ਕੋਈ ਗੁਪਤ ਹਥਿਆਰ ਨਹੀਂ ਸੀ, ਕੋਈ ਬਾਹਰੀ ਮਦਦ ਨਹੀਂ ਸੀ, ਅਤੇ ਲੜਾਈ ਵਿੱਚ ਦੁਸ਼ਮਨ ਅਕਸਰ 10 ਗੁਣਾਂ ਵੱਧ ਸਨ।

ਸਿੱਖ ਬੁੱਧੀਜੀਵੀ, ਲੇਖਕ ਅਤੇ ਸਾਬਕਾ ਸੰਸਦ ਮੈਂਬਰ ਅਤਿੰਦਰ ਪਾਲ ਸਿੰਘ ਨੇ ਆਪਣੀ ਪੁਸਤਕ 'ਸਰਕਾਰ-ਏ-ਖਾਲਸਾ ਬਾਬਾ ਬੰਦਾ ਸਿੰਘ ਬਹਾਦਰ' ਵਿੱਚ ਬੰਦਾ ਸਿੰਘ ਬਹਾਦਰ ਦੇ 1710-1715 ਤੱਕ ਪਹਿਲੇ ਸਿੱਖ ਰਾਜ ਦੇ ਪ੍ਰਸ਼ਾਸਨ, ਸ਼ਾਸਨ ਅਤੇ ਪ੍ਰਾਪਤੀਆਂ ਬਾਰੇ ਲਿਖਿਆ ਹੈ।

ਬੰਦਾ ਸਿੰਘ ਬਹਾਦਰ ਦੇ ਪਹਿਲੇ ਸਿੱਖ ਰਾਜ ਦੀ ਪ੍ਰਾਪਤੀਆਂ ਦਾ ਸੰਖੇਪ ਹੈ:
- 700 ਸਾਲਾਂ ਬਾਅਦ ਪਹਿਲੀ ਵਾਰ ਮੂਲ ਨਿਵਾਸੀਆਂ ਅਤੇ ਮੂਲ ਵਿਚਾਰਧਾਰਾ ਦਾ ਰਾਜ ਸਥਾਪਿਤ ਕੀਤਾ।
- ਲੋਹਗੜ੍ਹ ਵਿਖੇ ਪਹਿਲੀ ਖਾਲਸਾ ਰਾਜਧਾਨੀ ਦੀ ਸਥਾਪਨਾ ਕੀਤੀ।
- ਖਾਲਸਾ ਰਾਜ ਦੇ ਸਿੱਕੇ ਜਾਰੀ ਕੀਤੇ।
- ਵੂਟਜ਼ ਸਟੀਲ (Wootz Steel, ਫੁਲਾਦ) ਤੋਂ ਤਲਵਾਰਾਂ ਅਤੇ ਹਥਿਆਰ ਬਣਾਏ।
- ਸ਼ਾਹੀ ਮੋਹਰ 'ਅਕਾਲ ਸਹਾਏ' ਜਾਰੀ ਕੀਤੀ।
- ਸਰਬੱਤ ਖਾਲਸਾ ਦੇ ਆਧਾਰ ਤੇ ਲੋਕਤੰਤਰ ਦੀ ਸਥਾਪਨਾ ਕੀਤੀ।
- ਫੈਸਲਿਆਂ ਨੂੰ ਲਾਗੂ ਕਰਨ ਲਈ ਪੰਜ ਪਿਆਰਿਆਂ ਦੀ ਪਰਮਪਰਾ ਚਾਲੂ ਕੀਤੀ।
- ਜਗੀਰਦਾਰੀ ਖਤਮ ਕਰਕੇ ਜ਼ਮੀਨ ਦੀ ਵਾਹੀ ਕਰਨ ਵਾਲਿਆਂ ਨੂੰ ਜ਼ਮੀਨ ਦੀ ਮਲਕੀਅਤ ਦਿਤੀ।

ਇਤਿਹਾਸਕਾਰ ਬੰਦਾ ਸਿੰਘ ਬਹਾਦਰ ਦੇ 1710-1715 ਤੱਕ ਦੇ ਰਾਜ ਨੂੰ ਇੱਕ ਨਿਆਂਪੂਰਨ (just), ਪਰਉਪਕਾਰੀ (benevolent), ਅਤੇ ਪ੍ਰਗਤੀਸ਼ੀਲ (progressive) ਰਾਜ ਮੰਨਦੇ ਹਨ। ਉਸ ਦਾ ਰਾਜ ਆਪਣੇ ਸਮੇਂ ਤੋਂ ਬਹੁਤ ਅੱਗੇ ਸੀ।

ਮਹਾਨ ਸਿੱਖ ਜਰਨੈਲ ਅਤੇ ਪ੍ਰਸ਼ਾਸਕ ਬੰਦਾ ਸਿੰਘ ਬਹਾਦਰ ਬਾਰੇ ਕਲਾਸਿਕ ਰਚਨਾ ਪ੍ਰੋ. ਗੰਡਾ ਸਿੰਘ ਦੁਆਰਾ 1935 ਵਿੱਚ ਪ੍ਰਕਾਸ਼ਿਤ ਹੋਈ। ਪ੍ਰੋ. ਗੰਡਾ ਸਿੰਘ ਬੰਦਾ ਸਿੰਘ ਬਹਾਦਰ ਬਾਰੇ ਲਿਖਦੇ ਹਨ: "ਬੰਦੇ ਨੇ ਸਤਾਏ ਹੋਏ ਅਤੇ ਦੱਬੇ-

ਕੁਚਲੇ ਲੋਕਾਂ ਦੀ ਮੁਕਤੀ ਕਿਤੀ। ਉਸਨੇ ਗਰੀਬਾਂ ਅਤੇ ਬੇਸਹਾਰਾ ਲੋਕਾਂ ਦੀਆਂ ਅਸੀਸਾਂ ਪ੍ਰਾਪਤ ਕੀਤੀਆਂ ਜਿਨ੍ਹਾਂ ਦੀ ਸਦੀਆਂ ਤੋਂ ਕਿਸੇ ਨੇ ਨਹੀਂ ਸੀ ਸੁਣੀ।"

"ਉਸਨੇ ਮੁਗਲਾਂ ਦੀ ਜ਼ਮੀਂਦਾਰੀ ਪ੍ਰਣਾਲੀ ਨੂੰ ਖਤਮ ਕਰਕੇ ਵਾਹੀ ਕਰਨ ਵਾਲਿਆਂ ਨੂੰ ਗੁਲਾਮੀ ਤੋਂ ਘੱਢ ਜਮੀਨ ਦੀ ਮਲਕੀਅਤ ਦਿਤੀ।"

"ਉਸਦਾ ਨਿਆਂ ਤੇਜ਼ ਸੀ ਅਤੇ ਉਹ ਕਈ ਵਾਰ ਜ਼ਾਲਮ ਅਧਿਕਾਰੀਆਂ ਦੀ ਸਜ਼ਾ ਵਿੱਚ ਬੇਰਹਿਮੀ ਦੀ ਹੱਦ ਤੱਕ ਚਲਾ ਜਾਂਦਾ ਸੀ। ਅਪਰਾਧੀ ਦੇ ਦਰਜੇ ਅਤੇ ਸਥਿਤੀ ਨੇ ਕਦੇ ਵੀ ਉਸ ਦੀ ਨਿਆਂ ਦੀ ਭਾਵਨਾ ਨੂੰ ਪ੍ਰਭਾਵਤ ਨਹੀਂ ਕੀਤਾ। ਉਸ ਦੇ ਤਰੀਕੇ ਨੇ ਉਸ ਨੂੰ ਛੋਟੇ ਕਰਮਚਾਰੀਆਂ ਦੇ ਕਬੀਲੇ ਵਿਚ ਦਹਿਸ਼ਤ ਦਾ ਕਾਰਨ ਬਣਾਇਆ।" (ਪ੍ਰੋ. ਗੰਡਾ ਸਿੰਘ, 'ਬੰਦਾ ਸਿੰਘ ਬਹਾਦਰ ਦਾ ਜੀਵਨ, ਸਮਕਾਲੀ ਅਤੇ ਮੂਲ ਰਿਕਾਰਡਾਂ ਤੇ ਆਧਾਰਿਤ', ਪੰਨਾ 251)।

ਬੰਦਾ ਸਿੰਘ ਬਹਾਦਰ ਦਾ ਪਹਿਲਾ ਸਿੱਖ ਰਾਜ ਸਿੰਧੂ ਘਾਟੀ ਸਭਿਅਤਾ ਦੇ ਇਤਿਹਾਸ ਅਤੇ ਸਿੱਖਾਂ ਲਈ ਇੱਕ ਮੀਲ ਪੱਥਰ ਸੀ। ਇਸ ਨੇ ਗੁਰੂ ਨਾਨਕ ਦੇ ਫਲਸਫੇ ਨੂੰ ਭੌਤਿਕ ਅਤੇ ਰਾਜਨੀਤਿਕ ਰੂਪ ਦਿੱਤਾ। ਇਹ ਅੱਜ ਵੀ ਸਿੱਖਾਂ ਨੂੰ ਪ੍ਰੇਰਿਤ ਕਰਦਾ ਹੈ।

ਬੰਦਾ ਸਿੰਘ ਬਹਾਦਰ ਨੂੰ 35,000 ਤੋਂ ਵੱਧ ਮੁਗਲਾਂ ਦੀ ਫ਼ੌਜ ਨੇ 700 ਸਿੱਖਾਂ ਸਮੇਤ ਫੜ ਲਿਆ ਸੀ। ਉਸਨੂੰ ਅਤੇ ਉਸਦੇ ਸਾਥੀਆਂ ਨੂੰ ਦਿੱਲੀ ਲਿਜਾਇਆ ਗਿਆ। ਉਸ ਨੂੰ ਤਸੀਹੇ ਦੇ ਕੇ ਮੌਤ ਦੇ ਘਾਟ ਉਤਾਰ ਦਿੱਤਾ ਗਿਆ।

ਉਸ ਦੇ ਨਜ਼ਦੀਕੀ ਸਾਥੀਆਂ ਨੂੰ ਇਹ ਕਿਹਾ ਕਿ ਜੇ ਉਹ ਸਿੱਖ ਕਦਰਾਂ-ਕੀਮਤਾਂ ਨੂੰ ਤਿਆਗ ਕੇ ਇਸਲਾਮ ਧਾਰਨ ਕਰ ਲੈਂਦੇ ਹਨ ਤਾਂ ਉਨ੍ਹਾਂ ਦੀ ਜਾਨ ਬਚ ਜਾਵੇਗੀ। 700 ਤੋਂ ਵੱਧ ਸਿੱਖਾਂ ਵਿੱਚੋਂ ਇੱਕ ਵੀ ਥਰਮ ਪਰਿਵਰਤਿਤ ਨਹੀਂ ਹੋਇਆ।

ਬੰਦਾ ਸਿੰਘ ਬਹਾਦਰ ਦੇ ਪਹਿਲੇ ਸਿੱਖ ਰਾਜ (1710-1715) ਦੇ ਸ਼ੁੱਧ ਚਾਂਦੀ ਦੇ ਸਿੱਕੇ।
ਸਿੱਖ ਪ੍ਰਭੂਸੱਤਾ (sovereignty) ਦਾ ਪ੍ਰਤੀਕ।

ਬਨਾਸਰ ਕਿਲਾ, ਲੋਹਗੜ੍ਹ ਦਾ ਹਿੱਸਾ।
ਲੋਹਗੜ੍ਹ 7000 ਏਕੜ ਵਿੱਚ ਫੈਲਿਆ ਹੋਇਆ ਹੈ।

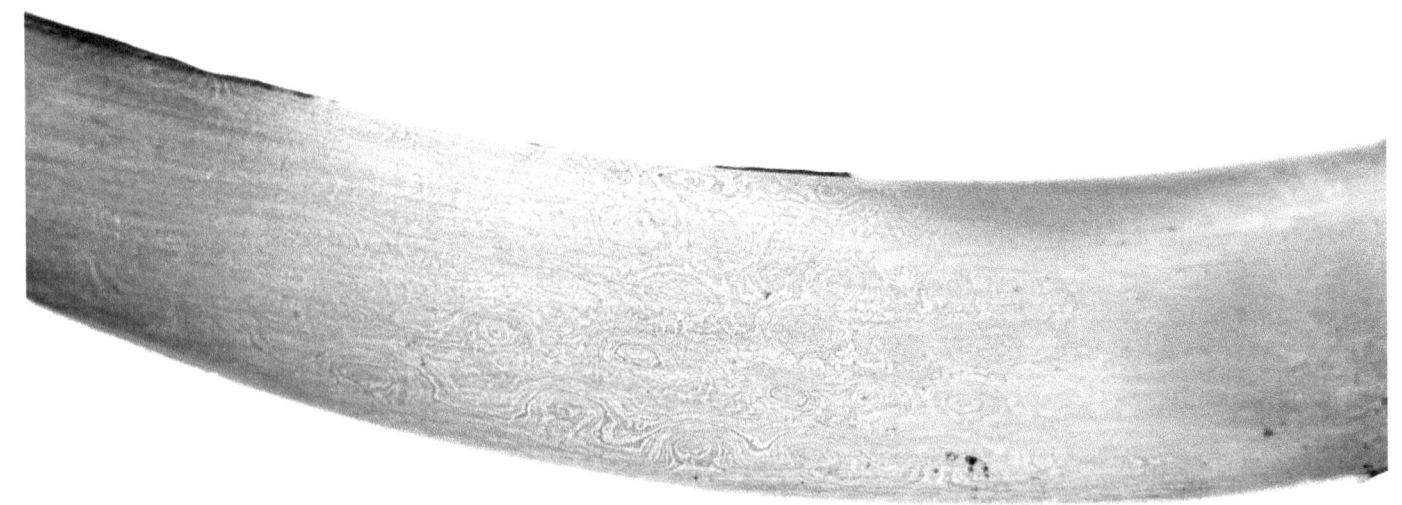

ਸਿਕਲੀਗਰ ਸਿੱਖਾਂ ਦੁਆਰਾ ਵੂਟਜ਼ (Wootz) ਸਟੀਲ ਦੀਆਂ ਬਣੀਆਂ ਤਲਵਾਰਾਂ।
ਵੂਟਜ਼ ਸਟੀਲ ਦਮਿਸ਼ਕ (Damascus) ਸਟੀਲ ਤੋਂ ਵੱਖਰਾ ਹੈ।

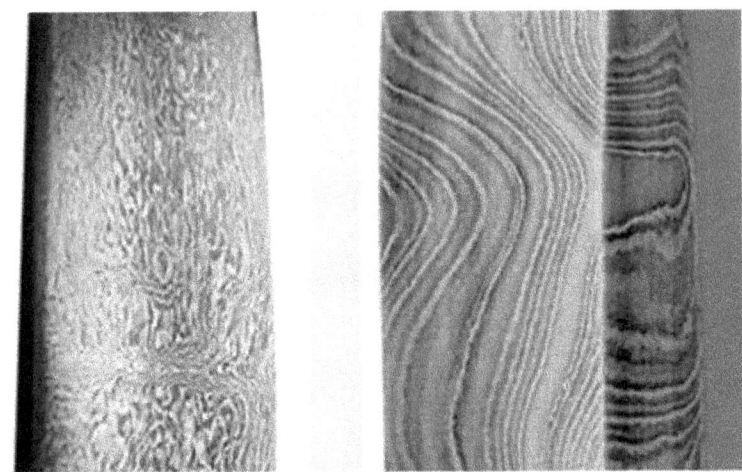

ਵੂਟਜ਼ (Wootz) ਸਟੀਲ ਢਮਸਕਸ (Damascus) ਯਾਂ ਪੈਟਰਨ (pattern) ਸਟੀਲ ਤੋਂ ਵੱਖਰਾ ਹੈ।

Chapter 5

ਮਿਸਲ ਕਾਲ:

ਔਖਾ ਸਮਾਂ ਤਕੜਾ ਕਰਦਾ ਹੈ

ਦੋ ਸਿੱਖ ਰਾਜ ਦੇ ਵਿੱਚ ਦਾ ਸਮਾਂ ਸਿੱਖ ਮਿਸਲਾਂ ਦਾ ਸਮਾਂ ਸੀ। ਸਿੱਖ ਇਕਜੁੱਟ ਅਤੇ ਸੰਗਠਿਤ ਨਹੀਂ ਸਨ ਪਰ ਲੋੜ ਪੈਣ ਤੇ ਇਕੱਠੇ ਹੋ ਜਾਂਦੇ ਸੀ। ਇਕੱਠੇ ਉਹ ਇੱਕ ਜ਼ਬਰਦਸਤ ਤਾਕਤ ਸਨ।

ਉਸ ਸਮੇਂ ਦੇ ਮੁਗਲ ਸਾਮਰਾਜ ਵਿਸ਼ਵ ਦੀ 25% ਆਰਥਿਕਤਾ ਨੂੰ ਨਿਯੰਤਰਿਤ ਕਰਦੇ ਸਨ। ਇਨੀ ਵਡੀ ਤਾਕਤ ਦੇ ਬਾਵਜੂਦ ਸਿੱਖਾਂ ਨੇ ਇਸ ਸਮੇਂ ਦੌਰਾਨ ਵਿਚਾਰਧਾਰਕ ਅਤੇ ਫੌਜੀ ਤੌਰ ਤੇ ਦਬਦਬਾ ਬਣਾਇਆ। ਤੁਲਨਾ ਲਈ, ਅੱਜ ਅਮਰੀਕਾ ਅਤੇ ਚੀਨ ਮਿਲ ਕੇ ਵਿਸ਼ਵ ਦੀ 30% ਆਰਥਿਕਤਾ ਨੂੰ ਨਿਯੰਤਰਿਤ ਕਰਦੇ ਹਨ।

ਅਫਗਾਨਿਸਤਾਨ ਦੇ ਬਾਦਸ਼ਾਹਾਂ ਅਹਿਮਦ ਸ਼ਾਹ ਅਬਦਾਲੀ ਅਤੇ ਨਾਦਿਰ ਸ਼ਾਹ ਨੇ ਇਸ ਸਮੇਂ ਵਿੱਚ ਕਈ ਵਾਰ ਹਮਲਾ ਕੀਤਾ। ਸਿੱਖ ਹੀ ਸਨ ਜਿਨ੍ਹਾਂ ਨੇ ਵਿਰੋਧ ਕੀਤਾ। ਹੋਰਾਂ ਨੇ ਲੁੱਟ ਅਤੇ ਗੁਲਾਮੀ ਨੂੰ ਸਵੀਕਾਰ ਕੀਤਾ।

ਜ਼ਾਲਮ ਮੁਗਲ ਸਾਮਰਾਜ ਅਤੇ ਵਿਦੇਸ਼ੀ ਹਮਲਾਵਰਾਂ ਦਾ ਵਿਰੋਧ ਕਰਨ ਲਈ ਸਿੱਖਾਂ ਦਾ ਬਦਲੇ ਵਿਚ ਸ਼ਿਕਾਰ ਕੀਤਾ ਗਿਆ ਅਤੇ ਬੇਰਹਿਮੀ ਨਾਲ ਕਤਲ ਕੀਤਾ ਗਿਆ। ਸਿੱਖਾਂ ਦੇ ਸਿਰਾਂ ਦੇ ਮੁਲ ਪਏ।

"ਉਨ੍ਹਾਂ ਦਾ ਜੰਗਲੀ ਜਾਨਵਰਾਂ ਵਾਂਗ ਸ਼ਿਕਾਰ ਕੀਤਾ ਜਾਂਦਾ ਸੀ, ਅਤੇ ਜਿਹੜਾ ਵੀ ਵਿਅਕਤੀ ਕਿਸੇ ਸਿੱਖ ਨੂੰ ਮਾਰਦਾ ਸੀ, ਉਹ ਲਾਹੌਰ ਦੇ ਰਾਜਪਾਲ ਤੋਂ ਇਨਾਮ ਪ੍ਰਾਪਤ ਕਰ ਸਕਦਾ ਸੀ। ਇਸ ਤਰ੍ਹਾਂ ਕਈ ਸਿੱਖਾਂ ਦੀ ਮੌਤ ਹੋ ਗਈ। ਜਿਹੜੇ ਬਚ ਗਏ ਉਹ ਪਹਾੜੀਆਂ ਅਤੇ ਜੰਗਲਾਂ ਵਿੱਚ ਚਲੇ ਗਏ। " (ਪ੍ਰੋ. ਗੰਡਾ ਸਿੰਘ ਅਤੇ ਪ੍ਰੋ. ਤੇਜਾ ਸਿੰਘ, 'ਮਹਾਰਾਜਾ ਰਣਜੀਤ ਸਿੰਘ', ਪੰਨਾ 9)।

"ਦੂਜੇ ਪਾਸੇ, ਸਰਕਾਰ ਨੇ ਹਲਕੀ ਘੋੜਸਵਾਰ (ਗਸ਼ਤ ਫੌਜ) ਦਾ ਆਯੋਜਨ ਕੀਤਾ ਅਤੇ ਉਹਨਾਂ ਨੂੰ ਸਿੱਖਾਂ ਦੇ ਪਿੱਛੇ ਲਾਇਆ। ਸਿੱਖ ਜਲਾਵਤਨੀ ਨੂੰ ਅਪਮਾਨਜਨਕ (offense) ਅਤੇ ਰੱਖਿਆਤਮਕ (defense) ਲੜਾਈ ਲਈ ਤਿਆਰ ਕਰਨ ਲਈ ਮਜਬੂਰ ਕੀਤਾ ਗਿਆ ਸੀ। (ਪ੍ਰੋ. ਗੰਡਾ ਸਿੰਘ ਅਤੇ ਪ੍ਰੋ. ਤੇਜਾ ਸਿੰਘ, 'ਮਹਾਰਾਜਾ ਰਣਜੀਤ ਸਿੰਘ', ਪੰਨਾ 60)।

ਹਰਬੰਸ ਸਿੰਘ ਦੀ ਕਿਤਾਬ 'ਦਿ ਹੈਰੀਟੇਜ ਆਫ਼ ਦਾ ਸਿੱਖਸ' ਵਿੱਚ ਇੱਕ ਅਧਿਆਇ (Chapter) ਹੈ '***ਓਖਾ ਸਮਾਂ ਤਕੜਾ ਕਰਦਾ ਹੈ***' ('Suffering creates Power')। ਇਹ ਅਧਿਆਇ ਸਿੱਖ ਮਿਸਲਾਂ ਦਾ ਵਰਣਨ ਕਰਦਾ ਹੈ।

"ਸਿੱਖਾਂ ਵਿਰੁੱਧ ਹੋਰ ਜੁਲਮ ਕਾਰਵਾਇਆ ਗਿਆ। ਪਰ ਉਹਨਾਂ ਉੱਤੇ ਥੋਪੀ ਗਈ ਹਰ ਨਵੀਂ ਮੁਸੀਬਤ ਨੇ ਉਹਨਾਂ ਦੀ ਜੀਉਂਦੇ ਰਹਿਣ ਦੀ ਇੱਛਾ ਅਤੇ ਸਵੈ-ਦਾਅਵੇ ਨੂੰ ਉਤੇਜਿਤ ਕੀਤਾ।" (ਹਰਬੰਸ ਸਿੰਘ, 'ਸਿੱਖਾਂ ਦੀ ਵਿਰਾਸਤ', ਪੰਨਾ 52)।

ਇਸ ਜਬਰ ਤੋਂ ਦੋ ਸਿੱਖ ਬੋਤਾ ਸਿੰਘ ਅਤੇ ਗਰਜਾ ਸਿੰਘ ਜੰਗਲ ਵਿੱਚ ਛੁਪੇ ਹੋਏ ਸਨ। ਉਨ੍ਹਾਂ ਨੇ ਸਿਪਾਹੀਆਂ ਨੂੰ ਇਹ ਸ਼ੇਖੀ ਮਾਰਦਿਆਂ ਸੁਣਿਆ ਕਿ ਸਾਰੇ ਸਿੱਖਾਂ ਨੂੰ ਖਤਮ ਕਰ ਦਿੱਤਾ ਗਿਆ ਹੈ। ਸਿੱਖਾਂ ਦੇ ਵਿਨਾਸ਼ ਦੀਆਂ ਖ਼ਬਰਾਂ ਤੋਂ ਡਰਨ ਦੀ ਬਜਾਏ, ਬੋਤਾ ਸਿੰਘ ਅਤੇ ਗਰਜਾ ਸਿੰਘ ਨੇ ਜ਼ਾਲਮ ਮੁਗਲ ਸਾਮਰਾਜ ਅਤੇ ਇਸਦੇ ਸਥਾਨਕ ਗਵਰਨਰ ਦਾ ਸਾਹਮਣਾ ਕਰਨ ਦਾ ਫੈਸਲਾ ਕੀਤਾ।

ਬੋਤਾ ਸਿੰਘ ਅਤੇ ਗਰਜਾ ਸਿੰਘ ਦੋਵਾਂ ਨੇ ਸਿੱਖ ਧਰਮ ਦੇ ਨਾਂ ਤੇ ਰਾਜ ਦਾ ਐਲਾਨ ਕੀਤਾ। ਰਾਹਗੀਰਾਂ ਤੇ ਸੜਕ ਟੈਕਸ ਲਗਾਇਆ। ਜ਼ਾਲਮ ਮੁਗਲ ਗਵਰਨਰ ਦਾ ਮਜ਼ਾਕ ਉਡਾਉਂਦੇ ਹੋਏ ਇਕ ਚਿਠੀ ਵਿਚ ਉਸ ਨੂੰ ਸੂਚਿਤ ਕੀਤਾ ਕਿ ਸਿੱਖ ਅਜੇ ਵੀ ਨਿਡਰਤਾ ਨਾਲ ਆਜ਼ਾਦ ਅਤੇ ਪ੍ਰਭੂਸੱਤਾ ਸੰਪੰਨ ਹਨ।

ਚਿਠੀ ਲਿਖੇ ਸਿੰਘ ਬੋਤਾ,
ਹਥ ਹੈ ਸੋਟਾ,
ਵਿਚ ਰਾਹ ਖਲੋਤਾ,
ਆਨਾ ਲਾਇਆ ਗੱਡੇ ਨੂੰ,
ਧੇਲਾ ਲਾਇਆ ਖੋਤਾ,
ਆਖਾਂ ਭਾਬੀ ਖਾਨੋ ਨੂੰ,
ਤੇਰਾ ਅਕਬਰੀ ਘਰ ਹੈ ਖੋਟਾ,
ਇੰਜ ਆਖੇ ਸਿੰਘ ਬੋਤਾ।

ਦੋ ਸਿੱਖਾਂ ਨੂੰ ਕੁਚਲਣ ਲਈ ਦਰਜਨਾਂ ਸਿਪਾਹੀ ਭੇਜੇ ਗਏ। ਲੱਕੜ ਦੇ ਡੰਡਿਆਂ ਨਾਲ ਬੋਤਾ ਸਿੰਘ ਅਤੇ ਗਰਜਾ ਸਿੰਘ ਨੇ ਕਈਆਂ ਨੂੰ ਮਾਰਿਆ। ਅਪਨੇ ਵਿਨਾਸ਼ ਦੇ ਸਾਮਨੇ ਵੀ ਅਪਨੀ ਕਦਰਾਂ-ਕੀਮਤਾਂ, ਸੁਤੰਤਰਤਾ ਅਤੇ ਪ੍ਰਭੂਸੱਤਾ ਦਾ ਦਾਅਵਾ ਕੀਤਾ। ਓਹ ਸਿੱਖਾਂ ਲਈ ਪ੍ਰੇਰਨਾ ਦਾ ਸਰੋਤ ਬਣੇ ਗਏ।

ਮੁਗਲ ਸਲਤਨਤ ਨੂੰ ਵਿਅਰਥ ਕਹਿਣ ਵਾਲੀ ਦੂਜੀ ਆਖਰੀ ਪੰਗਤੀ ਬਹੁਤੇ ਸਿੱਖ ਗ੍ਰੰਥਾਂ ਵਿੱਚੋਂ ਹਟਾ ਦਿੱਤੀ ਗਈ ਹੈ। ਅਜਿਹਾ ਇਸ ਲਈ ਕੀਤਾ ਗਿਆ ਹੈ ਤਾਂ ਜੋ ਇਹ ਜ਼ਾਲਮਾਂ ਵਿਰੁੱਧ ਸਿੱਖ ਮੁਹਿੰਮਾਂ ਦੀ ਵੰਗਾਰ ਨਾ ਬਣ ਜਾਵੇ। ਇਹ ਸਿੱਖ ਇਤਿਹਾਸ ਨੂੰ ਗੱਦਾਰਾਂ ਰਾਹੀਂ ਵਿਗਾੜਨ ਦੀ ਇੱਕ ਮਿਸਾਲ ਹੈ। ਇੱਕ ਲਾਈਨ ਨੂੰ ਹਟਾਉਣ ਨਾਲ ਸਿੱਖਾਂ ਨੂੰ ਜ਼ਾਲਮ ਰਾਜ ਨੂੰ ਲਲਕਾਰਨ ਤੋਂ ਘਟਾੱ ਕੇ ਸਿਰਫ਼ ਬਹਾਦਰ ਹੋਣ ਵਾਲੇ ਬੰਦਿਆਂ ਦਾ ਇੱਕ ਸਮੂਹ ਬਣਾ ਦਿੰਦਾ ਹੈ।

ਇਤਿਹਾਸ ਵਿੱਚ ਦਰਜ ਹੈ ਕਿ ਫਰਵਰੀ 1762 ਵਿੱਚ ਲਗਭਗ ਅੱਧੀ ਸਿੱਖ ਕੋਮ ਨੂੰ ਇੱਕ ਦਿਨ ਵਿੱਚ ਮਾਰ ਦਿੱਤਾ ਗਿਆ ਸੀ। ਇਸ ਨੂੰ ਵੱਡਾ ਘੱਲੂਘਾਰਾ ਕਿਹਾ ਜਾਂਦਾ ਹੈ।

ਉਸ ਦਿਨ ਹਰ ਸਿੱਖ ਦੇ ਸਰੀਰ ਤੇ ਘੱਟੋ-ਘੱਟ ਇਕ ਦਰਜਨ ਜ਼ਖ਼ਮ/ਫਟ ਸਨ, ਅਤੇ ਹਰ ਸਿੱਖ ਨੇ ਆਪਣੀ ਅੱਧੀ ਕੌਮ ਦਾ ਕਤਲੇਆਮ ਦੇਖਿਆ ਸੀ। ਫਿਰ ਵੀ, ਸਿੱਖਾਂ ਨੇ ਉਸ ਰਾਤ ਗੁਰੂ ਦਾ ਧੰਨਵਾਦ ਕੀਤਾ ਕਿ ਉਹਨਾਂ ਨੂੰ ਅਜਿਹਾ ਕੁਝ ਸਹਿਣ ਦੀ ਤਾਕਤ ਦਿੱਤੀ। ਬਚੇ ਸਿੱਖਾਂ ਨੇ ਕਮਜ਼ੋਰਾਂ ਨੂੰ ਦੂਰ ਕਰਨ ਲਈ ਗੁਰੂ ਦਾ ਦੁਬਾਰਾ ਧੰਨਵਾਦ ਕੀਤਾ। ਅਗਲੇ ਦਿਨ, ਉਹ ਫਿਰ ਤੋਂ ਲੜੇ।

ਅਜਿਹਾ ਸਿੱਖਾਂ ਦਾ ਚਰਿੱਤਰ ਹੈ: ਵਿਨਾਸ਼ ਦੇ ਬਾਵਜੂਦ ਵੀ ਡਟੇ ਰਿਹਨਾ; ਭਾਰੀ ਔਕੜਾਂ ਦੇ ਵਿਰੁੱਧ ਉਹਨਾਂ ਦੀਆਂ ਕਦਰਾਂ-ਕੀਮਤਾਂ, ਸੁਤੰਤਰਤਾ ਅਤੇ ਪ੍ਰਭੂਸੱਤਾ ਦਾ ਦਾਅਵਾ ਕਰਨਾ; ਜ਼ਾਲਮ ਦਾ ਮਜ਼ਾਕ ਉਡਾਉਣਾ; ਅਤੇ ਇੱਕ ਬਿਹਤਰ ਕੱਲ ਦੀ ਕਲਪਨਾ ਕਰਨਾ। ਇਹ ਪਾਤਰ ਸੈਂਕੜੇ ਸਾਲਾਂ ਦੇ ਨਿਰੰਤਰ ਜ਼ੁਲਮ ਦੇ ਜ਼ਰੀਏ ਘੜਿਆ ਗਿਆ ਹੈ।

ਸਿੱਖਾਂ ਨੇ ਕਦੇ ਵੀ ਵਿਦੇਸ਼ੀ ਧਾੜਵੀਆਂ ਜਾਂ ਦਿੱਲੀ ਸਲਤਨਤ ਦੇ ਅੱਗੇ ਲਗਾਤਾਰ ਜ਼ੁਲਮ ਦੇ ਬਾਵਜੂਦ ਸਿਰ ਨਹੀਂ ਝੁਕਾਇਆ। ਵੱਡੇ ਘੱਲੂਘਾਰਾ ਤੋਂ ਸਿਰਫ਼ ਦੋ ਸਾਲ ਬਾਅਦ, ਸਿੱਖ ਜਰਨੈਲਾਂ ਨੇ ਦਿੱਲੀ ਸਲਤਨਤ ਵਿਰੁੱਧ ਹਮਲੇ ਕੀਤੇ, ਅਤੇ ਨਿਸ਼ਾਨ ਸਾਹਿਬ ਨੂੰ ਦਿੱਲੀ ਉੱਤੇ ਕਈ ਵਾਰ ਲਗਾਇਆ।

ਮਿਸਲ ਕਾਲ ਵਿਚ ਸਿੱਖਾਂ ਨੇ ਦਿੱਲੀ ਦੇ ਬਾਦਸ਼ਾਹ ਤੋਂ ਜ਼ਮੀਨ ਅਤੇ ਸ਼ਰਧਾਂਜਲੀ ਦੇ ਰੂਪ ਵਿੱਚ ਰਿਆਇਤਾਂ ਕੱਢੀਆਂ। ਇਹ ਲਖਾਂ ਦੀਆਂ ਫੌਜਾਂ ਵਾਲੀ ਦਿਲੀ ਸਲਤਨਤ ਸੀ ਜਿਸ ਨੇ ਦੁਨੀਆ ਦੀ 25% ਆਰਥਿਕਤਾ ਨੂੰ ਨਿਯੰਤਰਿਤ ਕੀਤਾ।

ਲਗਾਤਾਰ ਜਬਰ ਤੇ ਜ਼ੁਲਮ ਦੇ ਇਸ ਦੌਰ ਨੂੰ ਸਿੱਖਾਂ ਦੁਆਰਾ ***ਸੁਨਹਿਰੀ ਯੁੱਗ*** ਮੰਨਿਆ ਜਾਂਦਾ ਹੈ ਕਿਉਂਕਿ ਇਸ ਪਰਖ ਦੇ ਸਮੇਂ ਵਿੱਚ ਸਿੱਖਾਂ ਦੇ ਚਰਿੱਤਰ ਨੂੰ ਸਜਾਇਆ ਅਤੇ ਉਹਨਾਂ ਨੇਂ ਸ਼ਾਨਦਾਰ ਪ੍ਰਾਪਤੀਆਂ ਕੀਤੀਆਂ।

ਜ਼ਾਲਮ ਦਿੱਲੀ ਸਲਤਨਤ ਦਾ ਵਿਰੋਧ ਕਰਨ ਲਈ ਸਿੱਖਾਂ ਨੂੰ ਬੇਰਹਿਮੀ ਨਾਲ ਕਤਲ ਕੀਤਾ ਗਿਆ।
(ਗੁਰਦੁਆਰਾ ਮੇਹਦੀਆਣਾ ਸਾਹਿਬ ਵਿਖੇ ਸਿੱਖ ਇਤਿਹਾਸ ਦਾ ਅਜਾਇਬ ਘਰ)

ਸਿੱਖ ਜਰਨੈਲਾਂ ਨੇ ਦਿੱਲੀ ਸਲਤਨਤ ਵਿਰੁੱਧ ਹਮਲੇ ਕੀਤੇ, ਅਤੇ ਨਿਸ਼ਾਨ ਸਾਹਿਬ ਨੂੰ ਦਿੱਲੀ ਉੱਤੇ ਕਈ ਵਾਰ ਲਗਾਇਆ।

Chapter 6

ਦੂਜਾ ਸਿੱਖ ਰਾਜ:
ਮਹਾਰਾਜਾ ਰਣਜੀਤ ਸਿੰਘ

ਮਹਾਰਾਜਾ ਰਣਜੀਤ ਸਿੰਘ ਦਾ ਸਿੱਖ ਰਾਜ (1799-1849) ਵਿਸ਼ਵ ਪੱਧਰ ਤੇ ਇੱਕ ਨਿਆਂਪੂਰਨ (just), ਪਰਉਪਕਾਰੀ (benevolent) ਅਤੇ ਪ੍ਰਗਤੀਸ਼ੀਲ (progressive) ਰਾਜ ਮੰਨਿਆ ਜਾਂਦਾ ਹੈ।

ਖੇਵੜਾ, ਪਾਕਿਸਤਾਨ, ਵਿੱਚ ਮਸ਼ਹੂਰ ਪਾਕਿਸਤਾਨੀ ਲੂਣ (ਹਿਮਾਲੀਅਨ ਪਿੰਕ ਸਾਲਟ, Himalayan Pink Salt) ਖਾਣਾਂ ਵੀ ਮਹਾਰਾਜਾ ਰਣਜੀਤ ਸਿੰਘ ਦੇ ਰਾਜ ਦਾ ਹਿੱਸਾ ਸਨ। ਇਹ ਦੁਨੀਆ ਵਿੱਚ ਪਾਕਿਸਤਾਨੀ ਲੂਣ ਦਾ ਇੱਕੋ ਇੱਕ ਸਰੋਤ ਹਨ ਤੇ ਸਿੱਖ ਰਾਜ ਲਈ ਆਮਦਨ ਦਾ ਵੱਡਾ ਸਰੋਤ ਸਨ।

ਡਾ: ਗੁਰਦੀਪ ਕੌਰ ਨੇ ਮਹਾਰਾਜਾ ਰਣਜੀਤ ਸਿੰਘ ਦੇ ਗਵਰਨੈਂਸ ਮਾਡਲ ਬਾਰੇ ਲਿਖਿਆ ਹੈ। [4]

- **ਗਲੋਬਲ ਸੁਭਾਅ (Cosmopolitan nature):** ਵੱਖ-ਵੱਖ ਪਿਛੋਕੜਾਂ ਅਤੇ ਧਰਮਾਂ ਦੇ ਲੋਕ ਸਰਕਾਰ ਵਿੱਚ ਸੇਵਾ ਕਰਦੇ ਸਨ। ਫੌਜ ਵਿੱਚ ਯੂਰਪੀ ਜਰਨੈਲ ਸ਼ਾਮਲ ਸਨ। ਸਿੱਖ ਅਤੇ ਗੈਰ-ਸਿੱਖ ਸਲਾਹਕਾਰਾਂ ਨਾਲ ਸਲਾਹ-ਮਸ਼ਵਰਾ ਕਰਨ ਤੋਂ ਬਾਅਦ ਧਰਮ ਨਿਰਪੱਖ-ਫੈਸਲਾ ਲਿਆ ਜਾਂਦਾ ਸੀ। ਸਿੱਖ ਧਾਰਮਿਕ ਸੰਸਥਾਵਾਂ ਦੀ ਭੂਮਿਕਾ ਨੂੰ ਘਟਾਇਆ ਗਿਆ। ਇਹ ਜ਼ਰੂਰੀ ਸੀ ਕਿਉਂਕਿ ਸਿੱਖ ਰਾਜ ਵਿੱਚ ਸਿਖਾਂ ਦੀ ਆਬਾਦੀ ਸਿਰਫ 12% ਸੀ। ਸ਼ਾਸਨ ਲਈ ਲੋੜੀਂਦੇ ਕਈ ਮਾਹਰ ਦੂਜੇ ਪਿਛੋਕੜ ਵਾਲੇ ਸਨ।
- **ਵਪਾਰ ਅਤੇ ਵਣਜ ਨੂੰ ਉਤਸ਼ਾਹਿਤ ਕਰਨਾ:** "ਵਪਾਰ ਅਤੇ ਵਣਜ ਨੂੰ ਮਹਾਰਾਜਾ ਰਣਜੀਤ ਸਿੰਘ ਦੁਆਰਾ ਉਤਸ਼ਾਹਿਤ ਕੀਤਾ ਗਿਆ ਸੀ। ਸ਼ਹਿਰਾਂ ਅਤੇ ਕਸਬਿਆਂ ਦੇ ਵਿਕਾਸ ਵੱਲ ਧਿਆਨ ਦੇ ਕੇ, ਕਾਰੀਗਰਾਂ, ਵਪਾਰੀਆਂ, ਨਿਰਮਾਤਾਵਾਂ ਅਤੇ ਵਪਾਰੀਆਂ ਯੋਗ ਵਾਤਾਵਰਣ ਪ੍ਰਦਾਨ ਕੀਤਾ ਗਿਆ।
- **ਸੰਘਵਾਦ (federalism):** ਸੂਬਿਆਂ ਨੂੰ ਸੱਤਾ ਸੌਂਪੀ ਗਈ ਸੀ।
- **ਮਨੁੱਖਤਾ:** ਮਹਾਰਾਜਾ ਰਣਜੀਤ ਸਿੰਘ ਨੇ "ਆਪਣੀਆਂ ਸਮਾਜਿਕ ਜ਼ਿੰਮੇਵਾਰੀਆਂ ਨੂੰ ਦੂਰ ਨਹੀਂ ਕੀਤਾ। ਦਿਲਚਸਪ ਗੱਲ ਇਹ ਹੈ ਕਿ ਉਹ ਸਿਰ [ਬਿਬੇਕ] ਅਤੇ ਦਿਲ ਦੋਵਾਂ ਦੇ ਗੁਣਾਂ ਨੂੰ ਵਧਾਉਣ ਲਈ ਜੀਉਂਦਾ ਸੀ।"

ਪ੍ਰੋ: ਗੰਡਾ ਸਿੰਘ ਅਤੇ ਪ੍ਰੋ: ਤੇਜਾ ਸਿੰਘ ਨੇ 'ਮਹਾਰਾਜਾ ਰਣਜੀਤ ਸਿੰਘ' ਪੁਸਤਕ ਵਿੱਚ ਸਿੱਖ ਰਾਜ ਦੀਆਂ ਪ੍ਰਾਪਤੀਆਂ ਦਾ ਵੇਰਵਾ ਦਿੱਤਾ ਹੈ:

- **ਮਹਾਰਾਜਾ ਦਾ ਪਾਤਰ (character):** "ਵਿਜੇਤਾ ਅਤੇ ਪ੍ਰਸ਼ਾਸਕ ਦੋ ਵੱਖ-ਵੱਖ ਸੁਭਾਅ ਤੇ ਵੱਖੋ-ਵੱਖਰੇ ਗੁਣਾਂ ਵਾਲੇ ਹੁੰਦੇ ਹਨ। ਇੱਕ ਆਦਮੀ ਵਿੱਚ ਦੋਨੋਂ ਗੁਣ ਬਹੁਤ ਘੱਟ ਮਿਲਦੇ ਹਨ। ਮਹਾਰਾਜਾ ਰਣਜੀਤ ਸਿੰਘ ਵਿੱਚ ਦੋਵੇਂ ਗੁਣ ਬਰਾਬਰ ਸਨ।"
- **ਮੈਰੀਟੋਕਰੇਸੀ:** "ਸਹੀ ਵਿਅਕਤੀ ਦੀ ਚੋਣ ਕੌਮੀਅਤ ਅਤੇ ਭਾਈਚਾਰੇ ਦੀ ਪਰਵਾਹ ਕੀਤੇ ਬਿਨਾਂ ਸੀ।"
- **ਨਿਰਪੱਖ ਅਤੇ ਤੇਜ਼ ਨਿਆਂ:** "ਨਿਆਂ ਦੇ ਪ੍ਰਸ਼ਾਸਨ ਦੀ ਪ੍ਰਣਾਲੀ ਸਧਾਰਨ ਸੀ ਪਰ ਸਮੇਂ ਦੀਆਂ ਲੋੜਾਂ ਦੇ ਅਨੁਕੂਲ ਸੀ, ਜਿਸ ਨੇ ਲੋਕਾਂ ਨੂੰ ਤੇਜ਼ੀ ਨਾਲ ਨਿਆਂ ਦਿੱਤਾ"।
- **ਸੰਘਵਾਦ (federalism):** "...ਉਸਨੇ ਆਪਣੇ ਪ੍ਰਸ਼ਾਸਨ ਵਿੱਚ ਅਧਿਕਾਰ ਸੌਂਪਣ ਦੀ ਨੀਤੀ ਦੀ ਪਾਲਣਾ ਕੀਤੀ। ਉਸ ਦਾ ਰਾਜ ਜ਼ਿਲ੍ਹਿਆਂ ਵਿੱਚ ਵੰਡਿਆ ਗਿਆ ਸੀ, ਜਿਨ੍ਹਾਂ ਵਿੱਚੋਂ ਗਵਰਨਰ ਨਿਯੁਕਤ ਕੀਤਾ, ਤੇ ਉੱਚਿਤ ਅਧਿਕਾਰ ਸੌਂਪਿਆ।"
- **ਡਾਕਟਰੀ ਦੇਖਭਾਲ:** "...ਹਸਪਤਾਲਾਂ ਦੀ ਸਥਾਪਨਾ ਕੀਤੀ, ਅਤੇ ਉਹਨਾਂ ਦੀ ਦੇਖਭਾਲ ਰਾਜ ਦੁਆਰਾ ਕੀਤੀ ਗਈ। ਮਰੀਜ਼ਾਂ ਦਾ ਮੁਫ਼ਤ ਇਲਾਜ ਕੀਤਾ ਗਿਆ। ਇਨ੍ਹਾਂ ਹਸਪਤਾਲਾਂ ਦਾ ਪ੍ਰਬੰਧ ਹਕੀਮ ਨੂਰਦੀਨ ਅਤੇ ਡਾਕਟਰ ਹਨੀਬਰਗਰ ਵਰਗੇ ਯੋਗ ਡਾਕਟਰਾਂ ਦੁਆਰਾ ਕੀਤਾ ਗਿਆ ਸੀ। "
- **ਸਜ਼ਾਵਾਂ ਅਤੇ ਕੈਦ:** "ਜੁਰਮਾਨਾ ਸਜ਼ਾ ਦਾ ਮੁੱਖ ਰੂਪ ਸੀ। ਕੈਦ ਅਤੇ ਮੌਤ ਦੀ ਸਜ਼ਾ ਬਹੁਤ ਘੱਟ ਸੀ। [ਬੈਰਨ ਚਾਰਲਸ] ਹਿਊਗਲ ਦੀ ਗਵਾਹੀ ਤੇ ਅਸੀਂ ਦਾਅਵਾ ਕਰ ਸਕਦੇ ਹਾਂ ਕਿ ਪੰਜਾਬ ਬ੍ਰਿਟਿਸ਼ ਪ੍ਰਭੂਸੱਤਾ ਵਾਲੇ ਹਿੰਦੁਸਤਾਨ ਨਾਲੋਂ ਸੁਰੱਖਿਅਤ ਸੀ।"

ਇੱਕ ਰਾਜ ਕਿਵੇਂ ਧਾਰਮਿਕ ਅਤੇ ਸਿੱਖ ਕਦਰਾਂ-ਕੀਮਤਾਂ ਤੇ ਅਧਾਰਤ ਹੋ ਸਕਦਾ ਹੈ ਜਦੋਂ ਕਿ ਫੌਜ ਵਿੱਚ ਯੂਰਪੀਅਨ ਜਨਰਲ, ਮੁਸਲਮਾਨ ਸੀਨੀਅਰ ਮੰਤਰੀ, ਅਤੇ ਹਿੰਦੂ ਸਲਾਹਕਾਰ ਸ਼ਾਮਲ ਸੀ।

ਰਾਜ ਦੀਆਂ ਕਦਰਾਂ-ਕੀਮਤਾਂ ਸਿੱਖ ਧਰਮ ਤੋਂ ਆਈਆਂ ਹਨ। ਉਨ੍ਹਾਂ ਨੇ ਰਣਨੀਤੀ, ਦਿਸ਼ਾ ਅਤੇ ਨਿਗਰਾਨੀ ਪ੍ਰਦਾਨ ਕੀਤੀ।

ਰਾਜ ਨੇ ਗੈਰ-ਜ਼ਬਰਦਸਤੀ ਦਾ ਪਾਲਣ ਕੀਤਾ। ਜਾਇਦਾਦ ਦੇ ਅਧਿਕਾਰਾਂ ਦਾ ਸਨਮਾਨ ਕੀਤਾ। ਕੋਈ ਵਿੱਤੀ ਦਮਨ ਨਹੀਂ ਸੀ। ਲੋਕਾਂ ਨੂੰ ਜੁਰਮਾਨੇ ਕੀਤੇ ਗਏ, ਪਰ ਕਿਸੇ ਨੂੰ ਜੇਲ੍ਹ ਨਹੀਂ ਭੇਜਿਆ ਗਿਆ। ਗੰਭੀਰ ਅਪਰਾਧ ਅਣਸੁਣਿਆ ਸੀ। ਔਰਤਾਂ, ਅਤੇ ਸਾਰੇ ਧਰਮਾਂ ਵਾਲੇ ਲੋਕਾਂ ਲਈ ਬਰਾਬਰ ਦਾ ਦਰਜਾ ਸੀ।

ਜਦੋਂ ਵੀ ਰਾਜ ਸਿੱਖ ਕਦਰਾਂ-ਕੀਮਤਾਂ ਤੋਂ ਭਟਕ ਜਾਂਦਾ ਹੈ, ਖਾਲਸਾ ਫੌਜਾਂ ਨੇ ਇਲਜ਼ਾਮਾਂ ਦਾ ਜਵਾਬ ਦੇਣ ਲਈ ਖੁਦ ਮਹਾਰਾਜਾ ਰਣਜੀਤ ਸਿੰਘ ਨੂੰ ਵੀ ਅਕਾਲ ਤਖ਼ਤ ਘਸੀਟਿਆ।

ਜਦੋਂ ਰਾਜਨੀਤੀ ਅਤੇ ਪ੍ਰਸ਼ਾਸਨ ਠੱਗ ਹੁੰਦੇ ਹਨ ਤਾਂ ਨਿਆਂ ਪ੍ਰਣਾਲੀ ਵੀ ਠੱਗ ਹੋ ਜਾਂਦੀ ਹੈ। ਧਰਮ ਦੇ ਪਰਉਪਕਾਰੀ ਪੁਰਸ਼ ਜੋ ਸਰਕਾਰ ਤੋਂ ਅਲਗ, ਸੁਤੰਤਰ, ਗੁਣਵਾਨ, ਚੰਗੇ ਸ਼ਾਸਨ, ਧਾਰਮਿਕ ਕਦਰਾਂ-ਕੀਮਤਾਂ ਵਾਲੇ, ਪਰਉਪਕਾਰੀ, ਅਤੇ ਯੁੱਧ ਵਿਚ ਸਿਖਲਾਈ ਪ੍ਰਾਪਤ; ਸੰਤੁਲਨ ਨੂੰ ਬਹਾਲ ਕਰਦੇ ਹਨ। ਇਹ ਖਾਲਸਾ ਸੰਤ-ਸਿਪਾਹੀ ਸਨ।

ਰੋਜ਼ਾਨਾ ਸ਼ਾਸਨ ਗੁਣਵਾਦੀ (meritocratic) ਅਤੇ ਧਰਮ ਨਿਰਪੱਖ ਪ੍ਰਸ਼ਾਸਨ ਵਿੱਚ ਸਿੱਖ, ਯੂਰਪੀ ਜਰਨੈਲ, ਮੁਸਲਮਾਨ ਅਤੇ ਹਿੰਦੂ ਨੇ ਚਲਾਇਆ।

ਮਹਾਰਾਜਾ ਰਣਜੀਤ ਸਿੰਘ ਦੇ ਦਰਬਾਰਾਂ ਵਿਚ ਸਭ ਤੋਂ ਉੱਚੇ ਦਰਜੇ ਦੇ ਪ੍ਰਬੰਧਕ ਮੁਸਲਮਾਨ ਸਨ। ਫਕੀਰ ਸਈਅਦ ਐਜਾਜ਼ੂਦੀਨ ਮਹਾਰਾਜਾ ਰਣਜੀਤ ਸਿੰਘ ਦੇ ਦਰਬਾਰਾਂ ਵਿੱਚ ਉੱਚ-ਦਰਜੇ ਦੇ ਪ੍ਰਬੰਧਕਾਂ ਵਿੱਚੋਂ ਇੱਕ ਵੰਸ਼ਜ ਹੈ। ਉਹ ਮਹਾਰਾਜੇ ਦੇ ਦਰਬਾਰ ਅਤੇ ਪ੍ਰਸ਼ਾਸਨ ਬਾਰੇ ਆਪਣੀ ਬੇਮਿਸਾਲ ਪੁਸਤਕ 'ਦ ਰਿਸੋਰਸਫੁੱਲ ਫਕੀਰਜ਼' (The Resourceful Fakirs) ਵਿੱਚ ਲਿਖਦਾ ਹੈ: "ਅਤੇ ਇਹ ਯਾਦ ਰੱਖਣਾ ਚਾਹੀਦਾ ਹੈ ਕਿ ਇਹ ਸਭ ਕੁਝ ਆਬਾਦੀ ਨੂੰ ਹਥਿਆਰਬੰਦ ਕੀਤੇ ਬਿਨਾਂ ਕੀਤਾ ਗਿਆ ਸੀ, ਜਿਵੇਂ ਕਿ ਬ੍ਰਿਟਿਸ਼ ਸਰਕਾਰ ਨੇ ਬਾਅਦ ਵਿੱਚ ਕੀਤਾ ਸੀ।"

ਇਕ ਹੋਰ ਸ਼ਾਨਦਾਰ ਪ੍ਰਾਪਤੀ ਪੰਜਾਬ ਦੇ ਪੱਛਮ ਵੱਲ ਖੇਤਰਾਂ ਦੀ ਫੌਜੀ ਜਿੱਤ ਸੀ। ਸਿੱਖ ਰਾਜ ਦੀ ਖੈਬਰ ਦੱਰੇ ਅਤੇ ਬਾਲਾ ਹਿਸਾਰ ਦੇ ਕਿਲ੍ਹੇ ਤੱਕ ਦੀਆਂ ਸਾਰੀਆਂ ਜ਼ਮੀਨਾਂ ਦੀ ਜਿੱਤ ਨੇ ਖੁਰਾਸਾਨ (ਅਜੋਕੇ ਅਫਗਾਨਿਸਤਾਨ ਅਤੇ ਮੱਧ ਏਸ਼ੀਆ) ਤੋਂ ਪੰਜਾਬ ਤੇ ਹਮਲੇ ਰੋਕ ਦਿੱਤੇ।

ਬੈਰਨ ਚਾਰਲਸ ਹਿਊਗਲ ਇੱਕ ਯੂਰਪੀ ਯਾਤਰੀ ਸੀ ਜਿਸਨੇ ਮਹਾਰਾਜਾ ਰਣਜੀਤ ਸਿੰਘ ਦੇ ਸਮੇਂ ਦੱਖਣੀ ਏਸ਼ੀਆ ਦਾ ਦੌਰਾ ਕੀਤਾ। ਉਸਨੇ ਲਿਖਿਆ, "ਸ਼ਾਇਦ ਕਦੇ ਵੀ ਇੰਨਾ ਵੱਡਾ ਸਾਮਰਾਜ ਨਹੀਂ ਸੀ ਜਿਸਦੀ ਸਥਾਪਨਾ ਇੱਕ ਆਦਮੀ ਦੁਆਰਾ **ਇੰਨੀ ਘੱਟ ਅਪਰਾਧਿਕਤਾ** [criminality] **ਨਾਲ ਕੀਤੀ ਗਈ ਹੋਵੇ**; ਅਤੇ ਜਦੋਂ ਅਸੀਂ ਦੇਸ਼ ਅਤੇ ਗੈਰ-ਸਭਿਆਚਾਰੀ ਲੋਕਾਂ ਤੇ ਵਿਚਾਰ ਕਰਦੇ ਹਾਂ ਜਿਨ੍ਹਾਂ ਨਾਲ ਉਸਨੂੰ ਨਜਿੱਠਣਾ ਪਿਆ ਹੈ, ਤਾਂ ਉਸਦੀ **ਨਰਮ ਅਤੇ ਸਮਝਦਾਰ ਸਰਕਾਰ** ਨੂੰ ਹੈਰਾਨੀ ਦੀ ਭਾਵਨਾ ਨਾਲ ਸਮਝਣਾ ਚਾਹੀਦਾ ਹੈ" (ਬੈਰਨ ਚਾਰਲਸ ਹਿਊਗਲ, 'ਕਸ਼ਮੀਰ ਅਤੇ ਪੰਜਾਬ ਵਿੱਚ ਯਾਤਰਾਵਾਂ', ਪੰਨਾ 382)।

ਡਾ: ਗੁਰਦੀਪ ਕੌਰ ਲਿਖਦੀ ਹੈ ਕਿ ਰਾਜ "ਆਦਰਸ਼ਵਾਦੀ (idealism) ਅਤੇ ਯਥਾਰਥਵਾਦੀ (realism) ਦਾ ਇੱਕ ਵਿਲੱਖਣ ਮਿਸ਼ਰਣ" ਸੀ ਅਤੇ "ਉਹ ਸਿਰ ਅਤੇ ਦਿਲ ਦੋਵਾਂ ਦੇ ਗੁਣਾਂ ਨੂੰ ਵਧਾਉਣ ਲਈ ਰਹਿੰਦਾ ਸੀ।"

"ਮਹਾਰਾਜਾ ਰਣਜੀਤ ਸਿੰਘ ਨੇ ਆਪਣੇ ਵਿਲੱਖਣ ਗੁਣਾਂ ਨਾਲ ਵਿਸ਼ਵ ਇਤਿਹਾਸ ਦੇ ਪੰਨਿਆਂ ਵਿੱਚ ਆਪਣਾ ਨਾਮ ਸੁਨਹਿਰੀ ਅੱਖਰਾਂ ਵਿੱਚ ਲਿਖਿਆ ਹੈ।

ਇਤਿਹਾਸ ਵਿੱਚ ਉਸਦੀ ਕਮਾਲ ਦੀ ਫੌਜੀ ਪ੍ਰਤਿਭਾ, ਯੋਗ ਪ੍ਰਸ਼ਾਸਨ ਅਤੇ ਚੁਸਤ ਰਾਜਨੀਤਿਕਤਾ ਲਈ ਕੋਈ ਸਮਾਨਤਾ ਨਹੀਂ ਮਿਲਦੀ।" [4]

ਸਿੱਖ ਰਾਜ ਇਤਿਹਾਸ ਵਿੱਚ ਕੋਈ ਚਮਤਕਾਰ ਨਹੀਂ ਸੀ। ਇਹ ਸਿਆਸੀ ਸੱਤਾ ਤੇ ਕਾਬਜ਼ ਹੋਣ ਲਈ ਲੰਮੇ ਸਿੱਖ ਸੰਘਰਸ਼ ਦਾ ਨਤੀਜਾ ਸੀ।

ਪਤਨ (Downfall)

ਰਾਜ ਕਦੇ-ਕਦਾਈਂ ਆਪਣੀਆਂ ਸਰਹੱਦਾਂ ਤੋਂ ਬਾਹਰ ਭੂ-ਰਾਜਨੀਤਿਕ ਘਟਨਾਵਾਂ ਨੂੰ ਨਜ਼ਰਅੰਦਾਜ਼ ਕਰ ਦਿੰਦੇ ਹਨ।

ਸਿੱਖ ਰਾਜ ਦਾ ਸਿਖਰ ਪਹਿਲੀ ਉਦਯੋਗਿਕ ਕ੍ਰਾਂਤੀ (First Industrial Revolution) ਅਤੇ ਬਸਤੀਵਾਦ (colonialism) ਦੇ ਯੁੱਗ ਦੇ ਸਿਖਰ ਨਾਲ ਮੇਲ ਖਾਂਦਾ ਸੀ। ਯੂਰਪੀਅਨਾਂ ਦੀਆਂ ਲਹਿਰਾਂ ਸ਼ੁਰੂ ਵਿੱਚ ਇਸ ਖੇਤਰ ਵਿੱਚ ਪਹਿਲਾਂ ਖੋਜੀਆਂ ਵਜੋਂ, ਫਿਰ ਵਪਾਰੀਆਂ ਵਜੋਂ, ਅਤੇ ਅੰਤ ਵਿੱਚ ਹਮਲਾਵਰਾਂ ਵਜੋਂ ਆਈਆਂ।

ਸਿੱਖ ਰਾਜ ਨੂੰ ਬਸਤੀਵਾਦ ਦੇ ਵੱਡੇ ਭੂ-ਰਾਜਨੀਤਕ ਲਹਿਰਾਂ ਅਤੇ ਪਹਿਲੀ ਉਦਯੋਗਿਕ ਕ੍ਰਾਂਤੀ ਲਈ ਸਰੋਤਾਂ ਦੀ ਭੁੱਖ ਨੇ ਨਿਗਲ ਲਿਆ।

ਬ੍ਰਿਟਿਸ਼ ਸਾਮਰਾਜ ਨੇ ਜਾਣ ਬੁੱਝ ਕੇ ਰਿਵਾਇਤੀ ਸਿੱਖ ਜੀਵਨ ਢੰਗ ਨੂੰ ਕੁਚਲ ਦਿੱਤਾ। ਇਸ ਦੀ ਥਾਂ ਇੱਕ ਸ਼ੋਸ਼ਣਕਾਰੀ ਪ੍ਰਣਾਲੀ ਸਥਾਪਿਤ ਕੀਤੀ ਜਿਸ ਨੇ ਲੋਕਾਂ ਨੂੰ ਦਬਾਇਆ।

ਬਰਤਾਨਵੀ ਸਾਮਰਾਜ ਦੀਆਂ ਰਿਪੋਰਟਾਂ ਨੇ ਸਿੱਖ ਸਿੱਖਿਆ ਪ੍ਰਣਾਲੀ ਦੀ ਉੱਤਮਤਾ ਨੂੰ ਸਵੀਕਾਰ ਕੀਤਾ। ਨਾਲ ਹੀ ਨਾਲ ਸਿੱਖ ਸਿੱਖਿਆ ਪ੍ਰਣਾਲੀ ਨੂੰ ਖਤਮ ਕੀਤਾ ਤੇ ਮਾੜੀ ਸਿੱਖਿਆ ਪ੍ਰਣਾਲੀ ਨਾਲ ਬਦਲਿਆ।

ਬ੍ਰਿਟਿਸ਼ ਸਾਮਰਾਜ ਦੀ ਥੋਪੀ ਪਰਨਾਲੀ ਮੂਲ ਨਿਵਾਸੀਆਂ ਨੂੰ ਸਿਰਫ ਹੇਠਲੇ ਪੱਧਰ ਦੀਆਂ ਪ੍ਰਬੰਧਕੀ ਨੌਕਰੀਆਂ, ਫੈਕਟਰੀ ਉਤਪਾਦਨ ਲਾਈਨਾਂ, ਦੇ ਪਹਿਲੇ ਉਦਯੋਗਿਕ ਖੇਤਰ ਜੋਗਾ ਬਨਾ ਦੇਂਦੀ ਸੀ।

ਬ੍ਰਿਟਿਸ਼ ਪ੍ਰੋਫ਼ੈਸਰ ਲੀਟਨਰ ਨੇ ਸਿੱਖਾਂ ਦੁਆਰਾ ਪੰਜਾਬ ਦੀ ਸਵਦੇਸ਼ੀ ਸਿੱਖਿਆ ਪ੍ਰਣਾਲੀ ਦਾ ਵੇਰਵਾ ਕੀਤਾ।

"ਸਿੱਖਿਆ ਦਾ ਸਤਿਕਾਰ ਹਮੇਸ਼ਾ 'ਪੂਰਬ' ਦੀ ਵਿਸ਼ੇਸ਼ਤਾ ਰਹੀ ਹੈ। ਇਸ ਵਿੱਚ ਪੰਜਾਬ ਕੋਈ ਘਟ ਨਹੀਂ ਹੈ।" [5]

"ਪੰਜਾਬ ਦੀ ਅਸਲ ਸਿੱਖਿਆ ਨੂੰ ਅਪਾਹਜ ਅਤੇ ਲਗਭਗ ਤਬਾਹ ਕੀਤਾ ਗਿਆ ਹੈ; ... ਸਾਡੀ [ਬ੍ਰਿਟਿਸ਼] ਪ੍ਰਣਾਲੀ ਨੂੰ ਭੈੜਾ ਦੋਸ਼ੀ ਠਹਿਰਾਇਆ ਗਿਆ ਹੈ। " [5]

ਰਵਾਇਤੀ ਕਦਰਾਂ-ਕੀਮਤਾਂ ਅਤੇ ਸਿੱਖਿਆ "ਅਨੁਸ਼ਾਸਨ, ਸਵੈ-ਵਿਸ਼ਵਾਸ, ਅਤੇ ਨੈਤਿਕ ਅਤੇ ਸਮਾਜਿਕ ਕਦਰਾਂ-ਕੀਮਤਾਂ" ਪੈਦਾ ਕਰਦੀਆਂ ਹਨ। ਉਹ ਆਧੁਨਿਕ ਨਜ਼ਰੀਏ ਰਾਹੀਂ ਦਿਖਾਈ ਨਹੀਂ ਦਿੰਦੇ, ਪਰ ਸਹੀ ਦ੍ਰਿਸ਼ਟੀਕੋਣ ਨਾਲ ਦਿਖਾਈ ਦਿੰਦੇ ਹਨ। ਰਵਾਇਤੀ ਕਦਰਾਂ-ਕੀਮਤਾਂ ਨੂੰ ਸਿੰਗਾਪੁਰ ਦੇ ਪ੍ਰਧਾਨ ਮੰਤਰੀ ਲੀ ਕੁਆਨ ਯੂ ਨੇ ਵੀ ਸਮਝਿਆ ਸੀ, ਤੇ ਰਵਾਇਤੀ ਕਦਰਾਂ-ਕੀਮਤਾਂ ਅਤੇ ਸਿੱਖਿਆ ਨੂੰ ਸਿੰਗਾਪੁਰ ਦੀ ਆਧੁਨਿਕ ਸਿੱਖਿਆ ਵਿਚ ਜਗਹ ਦਿਤੀ ਸੀ।

ਲੋਕਾਂ ਦੀ ਰਵਾਇਤੀ ਸਿੱਖਿਆ ਪ੍ਰਣਾਲੀ, ਫਲਸਫੇ, ਜੀਵਨ ਢੰਗ ਅਤੇ ਇਤਿਹਾਸ ਨੂੰ ਤੋੜ-ਮਰੋੜ ਕੇ ਪੇਸ਼ ਇਸ ਲਈ ਕੀਤਾ ਜਾਂਦਾ ਹੈ ਕਿਉਂਕਿ ਜਦੋਂ ਰਵਾਇਤੀ ਕਦਰਾਂ-ਕੀਮਤਾਂ ਅਤੇ ਸਿੱਖਿਆ ਤਬਾਹ ਹੋ ਜਾਂਦੇ ਹਨ, ਤਾਂ ਲੋਕ ਵਢੀ ਤਾਕਤਾਂ ਦੇ ਅਧੀਨ ਰਹਿੰਦੇ ਹਨ। ਫੇਰ ਉਨ੍ਹਾਂ ਦੀ ਜ਼ਮੀਨ ਅਤੇ ਸਰੋਤ ਆਸਾਨੀ ਨਾਲ ਲੁੱਟੇ ਜਾ ਸਕਦੇ ਹਨ।

ਕਾਓ ਯਿਨ ਇਤਿਹਾਸ ਵਿਭਾਗ, ਸਿੰਗਹੁਆ (Tsinghua) ਯੂਨੀਵਰਸਿਟੀ, ਬੀਜਿੰਗ, ਚੀਨ, ਵਿੱਚ ਐਸੋਸੀਏਟ ਪ੍ਰੋਫੈਸਰ ਅਤੇ ਸਕਾਲਰ ਹੈ। ਕਾਓ ਯਿਨ ਨੇ ਆਪਣੀ ਕਿਤਾਬ 'ਫਰੌਮ ਪੁਲਿਸਮੈਨ ਟੂ ਰਿਵੋਲਿਊਸ਼ਨਰੀਜ਼: ਏ ਸਿੱਖ ਡਾਇਸਪੋਰਾ ਇਨ ਗਲੋਬਲ ਸ਼ੰਘਾਈ, 1885-1945' ('From Policemen to Revolutionaries: A Sikh Diaspora in Global Shanghai, 1885–1945') ਵਿੱਚ ਬ੍ਰਿਟਿਸ਼ ਸਾਮਰਾਜ ਦੇ ਸਮੇਂ ਸਿੱਖਾਂ ਦੇ ਸ਼ੰਘਾਈ, ਹਾਂਗਕਾਂਗ ਅਤੇ ਸਿੰਗਾਪੁਰ ਵਿੱਚ ਪਰਵਾਸ ਦੇ ਮੂਲ ਕਾਰਨਾਂ ਦੀ ਖੋਜ ਕੀਤੀ ਹੈ।

ਸਿੱਖਾਂ ਦੇ ਉਜੜਨ ਤੇ ਪਰਵਾਸ ਦਾ ਮੂਲ ਕਾਰਨ ਬ੍ਰਿਟਿਸ਼ ਦੀਆਂ ਖੋਖਲੀਆਂ ਆਰਥਿਕ ਨੀਤੀਆਂ ਸੀ।

"ਪੰਜਾਬ ਵਿੱਚ ਬ੍ਰਿਟਿਸ਼ ਅਧਿਕਾਰੀਆਂ ਨੇ ਸਿੱਖਾਂ ਤੇ ਇਸ ਤਰ੍ਹਾਂ ਦਾ ਟੈਕਸ ਨਹੀਂ ਲਗਾਇਆ ਜਿਵੇਂ ਕਿ ਸਿੱਖ ਰਾਜ ਕਰਦਾ ਸੀ। ਬ੍ਰਿਟਿਸ਼ ਅਧਿਕਾਰੀਆਂ ਨੇ ਨਕਦੀ ਦੇ ਰੂਪ ਵਿੱਚ ਟੈਕਸ ਲਗਾਇਆ। ਇਸ ਨਾਲ ਫਸਲਾਂ ਦੇ ਭਾਅ ਵਿੱਚ ਤੇਜ਼ੀ ਨਾਲ ਗਿਰਾਵਟ ਆਉਣ ਨਾਲ ਬਹੁਤ ਸਾਰੇ ਕਿਸਾਨਾਂ ਦਾ ਦਿਵਾਲੀਆ ਹੋ ਗਿਆ। ਕਿਸਾਨ ਆਪਣੇ ਉਤਪਾਦ ਮੰਡੀਆਂ ਵਿੱਚ ਚੰਗੀ ਕੀਮਤ ਤੇ ਵੇਚਣ ਵਿੱਚ ਅਸਫਲ ਰਹੇ। " (ਕਾਓ ਯਿਨ, 'ਫਰੌਮ ਪੁਲਿਸਮੈਨ ਟੂ ਰਿਵੋਲਿਊਸ਼ਨਰੀਜ਼: ਏ ਸਿੱਖ ਡਾਇਸਪੋਰਾ ਇਨ ਗਲੋਬਲ ਸ਼ੰਘਾਈ', 1885-1945', ਪੰਨਾ 63).

ਸਿੱਖਾਂ ਨੂੰ ਸ਼ੰਘਾਈ, ਹਾਂਗਕਾਂਗ ਅਤੇ ਸਿੰਗਾਪੁਰ ਵਲ ਪਰਵਾਸ ਕਰਨਾ ਪਿਆ। ਸਿੱਖ ਕਿਸਾਨ ਪੂਰਬੀ ਅਫਰੀਕਾ ਅਤੇ ਅਮਰੀਕਾ ਗਏ ਅਤੇ ਸਿੱਖ ਜੰਗਲਾਤਕਾਰ ਕੈਨੇਡਾ ਗਏ।

ਬ੍ਰਿਟਿਸ਼ ਸਾਮਰਾਜ ਨੇ ਸਿੱਖਾਂ ਨੂੰ ਇਸ ਤਰ੍ਹਾਂ ਤਬਾਹ ਕੀਤਾ:

- **ਸਿੱਖਿਆ ਪ੍ਰਣਾਲੀ ਨੂੰ ਤਬਾਹ** ਕਰਕੇ ਉਹਨਾਂ ਦੀ ਭਾਸ਼ਾ ਅਤੇ ਸੱਭਿਆਚਾਰ ਨੂੰ ਤਬਾਹ ਕੀਤਾ
- **ਖੇਤੀ ਨੂੰ ਤਬਾਹ** ਕਰ ਦਿੱਤਾ ਤੇ ਇਸ ਨਾਲ ਆਰਥਿਕਤਾ ਤਬਾਹ ਹੋ ਗਈ
- **ਉਦਯੋਗ ਨੂੰ ਤਬਾਹ** ਕਰ ਦਿੱਤਾ (ਵੂਟਜ਼ Wootz ਸਟੀਲ ਉਦਯੋਗ, ਬਾਅਦ ਵਿੱਚ ਚਰਚਾ ਕੀਤੀ ਗਈ)
- ਵਣਜਾਰਾ ਸਿੱਖਾਂ ਦੀ **ਵਣਜ ਅਤੇ ਵਪਾਰ ਬੰਦ ਕਰ ਦਿੱਤਾ**

ਇਸ ਤੋਂ ਇਲਾਵਾ ਸਿੱਖ ਮਹਾਰਾਜਾ ਦਲੀਪ ਸਿੰਘ ਨੂੰ ਇਸਾਈ ਬਨਾ ਕੇ ਪੰਜਾਬ ਤੋ ਦੂਰ ਲਜਾਇਆ ਗਿਆ।

ਢੋਗਰੇ ਗਦਾਰ, ਤੇ ਅੰਦਰੂਨੀ ਤਾਕਤਾਂ ਵੀ ਕੰਮ ਕਰ ਰਹੀਆਂ ਸਨ ਜਿਸ ਕਾਰਨ 1849 ਵਿੱਚ ਸਿੱਖ ਰਾਜ ਦਾ ਪਤਨ ਹੋਇਆ। ਸਰਹੱਦ ਤੇ ਵੱਡੀ ਫੌਂਜ ਅਫਗਾਨੀ ਤੇ ਅੰਗਰੇਜਾ ਦੇ ਖਤਰੇ ਕਰਕੇ ਜਰੂਰੀ ਸੀ। 2-3 ਪਾਸੇ ਤੇ ਲਗੀ ਫੋਜ ਦਾ ਖਰਚਾ ਬਹੁਤ ਸੀ।

"ਸਿੱਖ ਸਾਮਰਾਜ ਦਾ ਉਭਾਰ ਅਤੇ ਪਤਨ ਅਸਲ ਵਿੱਚ ਕਦੇ ਵੀ ਇੱਕ ਸਵੈ-ਨਿਰਭਰ ਜਾਂ ਅਲੱਗ-ਥਲੱਗ ਮਾਮਲਾ ਨਹੀਂ ਸੀ। ਅਸੀਂ ਇਸ ਤੱਥ ਨੂੰ ਨਜ਼ਰਅੰਦਾਜ਼ ਨਹੀਂ ਕਰ ਸਕਦੇ ਕਿ ਇਸਦੀ ਕਹਾਣੀ ਉਨ੍ਹੀਵੀਂ ਸਦੀ ਦੇ ਸਮਾਂ ਜਦੋਂ ਵਿਸ਼ਵ ਭਰ ਵਿੱਚ ਸ਼ਾਹੀ ਕੁਲੀਨ ਵਰਗ ਦੀਆਂ ਸ਼ਕਤੀਆਂ ਅਤੇ ਵਿਸ਼ੇਸ਼ ਅਧਿਕਾਰਾਂ ਨੂੰ ਵੱਡੀ ਚੁਣੌਤੀ ਅਤੇ ਤਬਦੀਲੀ ਦੇ ਅਧੀਨ ਕੀਤਾ ਗਿਆ ਸੀ। " (ਡਾ. ਪ੍ਰਿਆ ਅਟਵਾਲ, 'ਰਾਇਲਜ਼ ਐਂਡ ਰਿਬੇਲਸ: ਸਿੱਖ ਸਾਮਰਾਜ ਦਾ ਉਭਾਰ ਅਤੇ ਪਤਨ', ਪੰਨਾ 209)।

ਬ੍ਰਿਟਿਸ਼ ਸਾਮਰਾਜ ਸਿੱਖਾਂ ਲਈ ਤਬਾਹੀ ਸੀ। ਪਰ ਭਾਰਤ ਵਿੱਚ ਸਿੱਖਾਂ ਲਈ ਸਭ ਤੋਂ ਮਾੜਾ ਸਮਾਂ ਆਉਣਾ ਬਾਕੀ ਸੀ।

ਕੋਈ ਗੁੱਸਾ ਯਾਂ ਨਫਰਤ ਨਹੀਂ (No grudges)

ਇਹ ਨੋਟ ਕਰਨਾ ਮਹੱਤਵਪੂਰਨ ਹੈ ਕਿ ਸਿੱਖਾਂ ਨੇ ਪੂਰੀ ਜਾਣਕਾਰੀ ਦੇ ਬਾਵਜੂਦ ਵੀ ਅੰਗਰੇਜ਼ਾਂ ਪ੍ਰਤੀ ਕਦੇ ਵੀ ਕੋਈ ਗੁੱਸਾ ਜਾਂ ਨਫ਼ਰਤ ਨਹੀਂ ਰੱਖੀ।

ਅੰਗਰੇਜ਼ਾਂ ਨੇ ਉਨ੍ਹਾਂ ਦੇ ਸਾਮਰਾਜ, ਉਨ੍ਹਾਂ ਦੀ ਸਿੱਖਿਆ ਪ੍ਰਣਾਲੀ, ਉਨ੍ਹਾਂ ਦੇ ਸੱਭਿਆਚਾਰ, ਉਨ੍ਹਾਂ ਦੀ ਖੇਤੀਬਾੜੀ, ਉਨ੍ਹਾਂ ਦੇ ਉਦਯੋਗ ਨੂੰ ਯੋਜਨਾਬੱਧ ਅਤੇ ਜਾਣਬੁੱਝ ਕੇ ਤਬਾਹ ਕਰ ਦਿੱਤਾ।

1000 ਤੋਂ ਵੱਧ ਨਿਹੱਥੇ ਸ਼ਾਂਤਮਈ ਢੰਗ ਨਾਲ ਜਲ੍ਹਿਆਂਵਾਲਾ ਬਾਗ ਵਿਚ ਇਕਠ ਕਰ ਰਹੇ ਸਿੱਖਾਂ ਦਾ ਮਸ਼ੀਨ ਗੰਨਾਂ ਨਾਲ ਕਤਲੇਆਮ ਕੀਤਾ ਜਦ ਤਕ ਅਸਲਾ ਖਤਮ ਨਹੀਂ ਹੋ ਗਿਆ।

ਮਹਾਰਾਜਾ ਰਣਜੀਤ ਸਿੰਘ ਦੇ ਵਾਰਸ ਮਹਾਰਾਜਾ ਦਲੀਪ ਸਿੰਘ ਨੂੰ ਇੰਗਲੈਂਡ ਅਗਵਾ ਕੀਤਾ।

ਸਿੱਖ ਅੱਜ ਪਛਮੀ ਦੇਸ਼ਾਂ ਵਿੱਚ ਕਾਨੂੰਨ ਪ੍ਰਸ਼ਾਸਨ, ਅਕਾਦਮਿਕ, ਵਿੱਤੀ ਸੰਸਥਾਵਾਂ ਆਦਿ ਵਿੱਚ ਸੇਵਾ ਕਰਦੇ ਹਨ।

ਸਿੱਖ ਬ੍ਰਿਟਿਸ਼, ਅਮਰੀਕਨ ਅਤੇ ਕੈਨੇਡੀਅਨ ਫੌਜਾਂ ਵਿੱਚ ਵਫ਼ਾਦਾਰੀ, ਬਹਾਦਰੀ, ਅਤੇ ਸਨਮਾਨ ਨਾਲ ਸੇਵਾ ਕਰਦੇ ਹਨ। ਬ੍ਰਿਟਿਸ਼ ਸਾਮਰਾਜ ਲਈ ਸਿੱਖਾਂ ਦੀ ਕੁਰਬਾਨੀ 1897 ਵਿਚ ਸਾਰਾਗੜ੍ਹੀ ਦੀ ਜੰਗ ਅਤੇ ਦੋ ਵਿਸ਼ਵ ਯੁੱਧਾਂ ਵਿਚ ਜਾਣੀ ਜਾਂਦੀ ਹੈ।

ਬ੍ਰਿਟਿਸ਼ ਪ੍ਰਧਾਨ ਮੰਤਰੀ ਵਿੰਸਟਨ ਚਰਚਿਲ ਨੇ ਕਿਹਾ, "ਬ੍ਰਿਟਿਸ਼ ਲੋਕ ਲੰਬੇ ਸਮੇਂ ਤੋਂ ਸਿੱਖਾਂ ਦੇ ਬਹੁਤ ਰਿਣੀ ਅਤੇ ਕਰਜ਼ਦਾਰ ਹਨ। ਮੈਂ ਜਾਣਦਾ ਹਾਂ ਕਿ ਇਸ ਸਦੀ ਦੇ ਅੰਦਰ ਸਾਨੂੰ ਦੋ ਵਾਰ ਉਨ੍ਹਾਂ ਦੀ ਮਦਦ ਦੀ ਲੋੜ ਸੀ ਅਤੇ ਉਨ੍ਹਾਂ ਨੇ ਸਾਡੀ ਬਹੁਤ ਚੰਗੀ ਮਦਦ ਕੀਤੀ। ਉਨ੍ਹਾਂ ਦੀ ਸਮੇਂ ਸਿਰ ਮਦਦ ਦੇ ਨਤੀਜੇ ਵਜੋਂ ਅਸੀਂ ਇੱਜ਼ਤ ਅਤੇ ਆਜ਼ਾਦੀ ਨਾਲ ਜੀਣ ਦੇ ਯੋਗ ਹੋ ਗਏ ਹਾਂ।"

ਇੱਕ ਹੋਰ ਪੱਛਮੀ ਪ੍ਰਕਾਸ਼ਨ ਨੇ ਕਿਹਾ: "ਆਪਣਾ ਇਤਿਹਾਸ ਪੜ੍ਹੋ। ਸਿੱਖ ਪੱਛਮੀ ਸਭਿਅਤਾ ਦੇ ਰਖਿਅਕ ਹਨ - ਵਿਨਾਸ਼ਕਾਰੀ ਨਹੀਂ'। [1]

ਰਾਜ ਭੂ-ਰਾਜਨੀਤਿਕ ਅਤੇ ਆਰਥਿਕ ਉਤਰਾਅ-ਚੜ੍ਹਾਅ ਤੋਂ ਆਉਂਦੇ ਅਤੇ ਜਾਂਦੇ ਹਨ। ਲੋਕਾਂ ਦਾ ਚਰਿੱਤਰ, ਉਨ੍ਹਾਂ ਦੀਆਂ ਕਦਰਾਂ-ਕੀਮਤਾਂ, ਅਤੇ ਆਪਸੀ ਸਬੰਧ ਜਿਆਦਾ ਜਰੂਰੀ ਹਨ। ਇਹ ਉਹ ਹੈ ਜੋ ਲੰਬੇ ਸਮੇਂ ਦੀ ਖੁਸ਼ਹਾਲੀ ਲਿਆਉਂਦਾ ਹੈ।

ਸਿੰਧੂ ਘਾਟੀ ਵਰਗੀ ਸਭਿਅਤਾਵਾਂ ਕਦੇ ਨਹੀਂ ਮਰਦੀਆਂ। ਉਹਨਾਂ ਦੇ ਅੰਦਰ ਉਹਨਾਂ ਦੇ ਆਪਣੇ ਪੁਨਰ-ਸੁਰਜੀਤ ਦੇ ਬੀਜ ਹਨ।

ਹਾਰ ਨਹੀਂ ਹੁੰਦੀ ਜਦੋਂ ਤੱਕ ਲੜਨ ਲਈ ਇੱਕ ਵੀ ਆਦਮੀ ਬਚਿਆ ਹੈ।

ਹਰ ਸਿੱਖ ਆਪਣੀ ਅਰਦਾਸ ਵਿੱਚ ਉਨ੍ਹਾਂ ਸਮਿਆਂ ਨੂੰ ਯਾਦ ਕਰਦਾ ਹੈ ਜਦੋਂ ਸਿੱਖ ਫਲਸਫੇ ਦੀ ਜਿੱਤ ਹੋਈ ਸੀ, ਅਤੇ ਗੁਰੂ ਨਾਨਕ ਦੇ ਫਲਸਫੇ ਨੇ ਅਜੋਕੇ ਪੰਜਾਬ ਵਿੱਚ ਸਿੰਧੂ ਘਾਟੀ ਦੀ ਸਭਿਅਤਾ ਦੇ ਨਿਵਾਸੀਆਂ ਲਈ ਇੱਕ ਸੁਨਹਿਰੀ ਯੁੱਗ ਆਇਆ ਸੀ।

ਹਰ ਸਿੱਖ ਆਪਣੀ ਅਰਦਾਸ ਵਿੱਚ ਉਸ ਦਿਨ ਦੀ ਉੜੀਕ ਕਰਦਾ ਹੈ ਜਦੋਂ ਇੱਕ ਵਾਰ ਫਿਰ ਸਿੱਖਾਂ ਦੀ ਜਿੱਤ ਦੇ ਜੈਕਾਰੇ ਉਨ੍ਹਾਂ ਦੇ ਨਸਲੀ ਵਤਨ ਵਿੱਚ ਫੇਰ ਗੂੰਜਨ ਗੇ।

ਮਹਾਰਾਜਾ ਰਣਜੀਤ ਸਿੰਘ ਦੇ ਸਿੱਖ ਰਾਜ ਦਾ ਸਾਰ

ਆਧੁਨਿਕ, ਗੁਣਵਾਨ, ਧਰਮ ਨਿਰਪੱਖ, ਨੇਸ਼ਨ-ਸਟੇਟ: ਸਿੱਖ ਰਾਜ ਸਿੱਖ ਕਦਰਾਂ-ਕੀਮਤਾਂ ਤੇ ਅਧਾਰਤ ਸੀ, ਪਰ ਪ੍ਰਸ਼ਾਸਨ ਮੁਸਲਮਾਨ ਮੰਤਰੀਆਂ, ਯੂਰਪੀਅਨ ਜਰਨੈਲਾਂ, ਅਤੇ ਇੱਥੋਂ ਤੱਕ ਕਿ ਹਿੰਦੂਆਂ ਦੇ ਨਾਲ ਧਰਮ ਨਿਰਪੱਖ (secular), ਵਿਸ਼ਵ-ਵਿਆਪੀ (cosmopolitan) ਅਤੇ ਗੁਣਵਾਨ (meritocratic) ਸੀ। ਸਿਰਫ਼ ਯੋਗਤਾ ਦੇ ਆਧਾਰ ਤੇ ਲੋਕਾਂ ਨੂੰ ਨਿਯੁਕਤ ਕੀਤਾ ਗਿਆ ਅਤੇ ਤਰੱਕੀ ਦਿੱਤੀ ਗਈ।

ਲੋਕਤੰਤਰ (Direct Democracy): ਪਾਰਟੀ ਅਤੇ ਸ਼ਖਸੀਅਤ-ਆਧਾਰਿਤ ਲੋਕਤੰਤਰ ਦੀ ਬਜਾਏ ਮੁੱਦਿਆਂ-ਅਧਾਰਿਤ ਲੋਕਤੰਤਰ। ਕੋਈ ਸਿਆਸੀ ਪਾਰਟੀਆਂ ਨਹੀਂ ਸਨ। ਹਰ ਕੰਮ ਲਈ ਪੰਜ ਲੋਕਾਂ ਦਾ ਗਰੁੱਪ ਚੁਣਿਆ ਗਿਆ। ਇਹ ਪੰਜ ਨੁਮਾਇੰਦਿਆਂ ਨੂੰ ਵਾਪਸ ਬੁਲਾਇਆ ਜਾ ਸਕਦਾ ਸੀ।

ਮਾਹਿਰਾਂ ਦੁਆਰਾ ਸ਼ਾਸਨ (epistocracy): ਵਿਦੇਸ਼ੀ ਸਬੰਧ, ਅਤੇ ਸਰਹੱਦ ਅਤੇ ਗੁਆਂਢੀ ਖੇਤਰ ਵਿੱਚ ਵਿਕਾਸ ਨਾਲ ਕਿਵੇਂ ਨਜਿੱਠਣਾ ਵਰਗੇ ਫੈਸਲੇ ਗੁਣਕਾਰੀ ਪ੍ਰਸ਼ਾਸਨ ਦੁਆਰਾ ਲਏ ਜਾਂਦੇ ਸਨ।

ਸੰਘਵਾਦ (Federalism): ਪ੍ਰਾਂਤਾਂ ਨਾਲ ਅਧਿਕਾਰਾਂ ਦੀ ਵੰਡ ਸੀ। ਮਹਾਰਾਜਾ ਰਣਜੀਤ ਸਿੰਘ ਗਲਤ ਸ਼ਾਸਨ ਜਾਂ ਬੇਇਨਸਾਫੀ ਦੇ ਮਾਮਲੇ ਵਿਚ ਦਖਲ ਦੇਂਦੇ ਸੀ।

ਲਿਬਰਟੇਰੀਅਨ ਪੂੰਜੀਵਾਦ (Libertarian capitalism): ਸਿੱਖ ਰਾਜ ਨੇ ਸਿਰਫ ਇੱਕ 'ਯੋਗ ਪ੍ਰਣਾਲੀ' ਪ੍ਰਦਾਨ ਕੀਤੀ। ਬਾਕੀ ਵਪਾਰੀਆਂ ਤੇ ਛੱਡ ਦਿੱਤਾ। ਸਿੱਖ ਰਾਜ ਵਪਾਰ ਵਿੱਚ ਨਿਰਪਖ ਸੀ। ਕੋਈ Welfare ***State*** ਨਹੀਂ ਸੀ। ਗੁਰਦੁਆਰਿਆਂ ਦੁਆਰਾ ਸਮਾਜਿਕ ਸੁਰੱਖਿਆ ਪ੍ਰਦਾਨ ਕੀਤੀ।

ਸਰਵਉੱਚ ਸੰਸਥਾਵਾਂ: ਸਿੱਖ ਸੰਸਥਾਵਾਂ ਸਰਕਾਰ ਦੇ ਅਧੀਨ ਨਹੀਂ ਸਨ। ਸਿੱਖ ਸੰਸਥਾਵਾਂ ਸਰਕਾਰ ਉੱਤੇ ਹਾਵੀ ਹੁੰਦੀਆਂ ਸਨ। ਖਾਲਸੇ ਪ੍ਰਸ਼ਾਸਨ ਉੱਤੇ ਸੂਝਵਾਨ ਸਲਾਹਕਾਰ ਅਤੇ ਪਹਿਰਾ ਦੀ ਭੂਮਿਕਾ ਵਿੱਚ ਸਨ।

ਗੈਰ-ਜ਼ਬਰਦਸਤੀ ਅਤੇ ਮਨੁੱਖੀ ਅਧਿਕਾਰਾਂ ਦਾ ਸਤਿਕਾਰ: ਕਿਸੇ ਨੂੰ ਵੀ ਉਨ੍ਹਾਂ ਦੇ ਵਿਚਾਰਾਂ ਜਾਂ ਧਾਰਮਿਕ ਵਿਸ਼ਵਾਸਾਂ ਲਈ ਦਮਨ ਨਹੀਂ ਦਿੱਤਾ ਗਿਆ ਸੀ।

ਜਾਇਦਾਦ ਦੇ ਅਧਿਕਾਰ: ਲੋਕਾਂ ਦੀ ਜਾਇਦਾਦ ਜ਼ਬਤ ਨਹੀਂ ਕੀਤੀ।

ਨਿਰਪੱਖ ਨਿਆਂ ਪ੍ਰਣਾਲੀ: ਗੰਭੀਰ ਅਪਰਾਧ ਬਹੁਤ ਘਟ ਸੀ। ਕਿਸੇ ਨੂੰ ਜੇਲ੍ਹ ਨਹੀਂ ਭੇਜਿਆ ਗਿਆ। ਨਿਯਮਾਂ ਦੀ ਉਲੰਘਣਾ ਕਰਨ ਤੇ ਜੁਰਮਾਨੇ ਸਨ। ਸਿੱਖ ਰਾਜ ਅਧੀਨ ਪੰਜਾਬ ਬਰਤਾਨਵੀ ਸਾਮਰਾਜ ਤੋਂ ਵੱਧ ਸੁਰੱਖਿਅਤ ਸੀ।

ਵਿਸ਼ਵ ਪੱਧਰੀ ਸਿੱਖਿਆ ਪ੍ਰਣਾਲੀ: ਕਾਨੂੰਨ, ਤਰਕ, ਫਿਲਾਸਫੀ ਅਤੇ ਇਲਾਜ ਨੂੰ ਉੱਚੇ ਮਿਆਰਾਂ ਤੱਕ ਸਿਖਾਇਆ ਜਾਂਦਾ ਸੀ। ਸਿੱਖਿਆ ਪਰੰਪਰਾਵਾਂ, ਕਦਰਾਂ-ਕੀਮਤਾਂ ਅਤੇ ਸੱਭਿਆਚਾਰ ਤੇ ਆਧਾਰਿਤ ਸੀ। ਬੱਚਿਆਂ ਨੂੰ ਚਰਿੱਤਰ ਵਿਕਾਸ ਲਈ ਜਾਗਰੂਕ ਕੀਤਾ ਗਿਆ। ਸਿੱਖਿਆ ਸਿਰਫ਼ ਨੌਕਰੀਆਂ ਲੈਣ ਲਈ ਨਹੀਂ ਸੀ।

ਫੌਜ: ਨਿਹੰਗ, ਖਾਲਸੇ, ਯੂਰਪੀਅਨ ਅਫਸਰਾਂ, ਅਤੇ ਵਿਸ਼ਵ ਪੱਧਰ ਦੇ ਜਰਨੈਲ ਸਨ।

ਹਰੀ ਸਿੰਘ ਨਲਵਾ - ਮਹਾਰਾਜਾ ਰਣਜੀਤ ਸਿੰਘ ਦੇ ਸਮੇਂ ਦੇ ਮਹਾਨ ਜਰਨੈਲ – ਦੇ ਫੌਜੀ ਹੁਨਰ, ਨਿੱਜੀ ਬਹਾਦਰੀ, ਚਰਿੱਤਰ ਅਤੇ ਬੁੱਧੀ ਨੇ ਅਫਗਾਨਾਂ ਦੇ ਨਾਲ-ਨਾਲ ਬ੍ਰਿਟਿਸ਼ ਵਿੱਚ ਡਰ ਅਤੇ ਸਤਿਕਾਰ ਪੈਦਾ ਕੀਤਾ।

ਇਹ ਫੌਜੀ ਕਾਰਨਾਮੇ ਦੱਖਣੀ ਏਸ਼ੀਆ ਸੱਭਿਆਚਾਰ ਵਿੱਚ ਕਦੇ ਨਹੀਂ ਸੁਣੇ ਗਏ ਸਨ ਕਿਓਕਿ ਲੋਕਾਂ ਵਿੱਚ ਕਦੇ ਵੀ ਵਿਦੇਸ਼ੀ ਹਮਲਾਵਰਾਂ ਦਾ ਵਿਰੋਧ ਕਰਨ ਦੀ ਤਾਕਤ ਨਹੀਂ ਸੀ।

ਮੁਦਰਾ ਪ੍ਰਣਾਲੀ (Monetary System): ਸਾਰੇ ਰਾਜ ਨੋਟ ਛਾਪ ਕੇ ਤੇ ਮਹਿੰਗਾਈ ਕਰ ਕੇ ਲੋਕਾਂ ਤੋਂ ਚੋਰੀ ਕਰਦੇ ਹਨ। ਪਰ ਸਿੱਖ ਰਾਜ ਨੇ ਲਾਲਚ ਨਾਲ ਆਪਣੇ ਲੋਕਾਂ ਤੇ ਬੋਝ ਪਾਉਣ ਲਈ ਮਹਿੰਗਾਈ ਨਹੀਂ ਕੀਤੀ।

ਮਹਾਰਾਜਾ ਰਣਜੀਤ ਸਿੰਘ ਦਾ ਸਿੱਖ ਰਾਜ ਅੰਤ ਤੱਕ ਇੱਕ ਸ਼ਾਨਦਾਰ ਰਾਜ ਸੀ।

BBC ਹਿਸਟਰੀ ਮੈਗਜ਼ੀਨ ਨੇ 5000 ਪਾਠਕ ਦੇ ਸਰਵੇਖਣ ਤੋਂ ਬਾਦ ਮਹਾਰਾਜਾ ਰਣਜੀਤ ਸਿੰਘ ਨੂੰ "ਵਿਸ਼ਵ ਇਤਿਹਾਸ ਵਿੱਚ ਸਭ ਤੋਂ ਮਹਾਨ ਆਗੂ" ਵਜੋਂ ਮਾਨਤਾ ਦਿੱਤੀ। [6]

ਭਾਗ 2
ਮਾਰੂ ਗਣਰਾਜ

ਮਾਰੂ ਗਣਰਾਜ ਭਾਰਤ ਵਿੱਚ ਸਿੱਖਾਂ ਦੀ ਹਾਲਤ।

Chapter 7

ਭਾਰਤ ਇੱਕ ਹਾਦਸਾ/ਦੁਰਘਟਨਾ ਹੈ

ਸ਼ਾਸਨ ਤੇ ਰਾਜ ਲਈ ਨਾ ਚਰਿੱਤਰ ਨਾ ਕੋਈ ਦ੍ਰਿਸ਼ਟੀਕੋਣ

ਭਾਰਤ ਇੱਕ ਹਾਦਸਾ/ਦੁਰਘਟਨਾ ਹੈ। ਇਹ ਇਕ ਦਮ ਬਿਨਾ ਕਿਸੇ ਯੋਜਨਾਬੱਧ ਹੋ ਗਿਆ।

ਹਿੰਦ/ਹਿੰਦੁਸਤਾਨ ਤੋਂ ਭਾਰਤ

1947 ਤੋਂ ਪਹਿਲਾਂ ਰਾਸ਼ਟਰ, ਜਾਂ ਸੱਭਿਆਚਾਰ, ਜਾਂ ਰਾਜਨੀਤਿਕ ਹਸਤੀ ਵਜੋਂ ਭਾਰਤ (India) ਦੀ ਕੋਈ ਵਜੂਦ ਨਹੀਂ ਸੀ। ਅੱਜ ਦੇ ਭਾਰਤ ਨੂੰ ਹਿੰਦ/ਹਿੰਦੁਸਤਾਨ ਵਜੋਂ ਜਾਣਿਆ ਜਾਂਦਾ ਸੀ ਕਿਉਂਕਿ ਇਹ ਮੁੱਖ ਤੌਰ ਤੇ ਹਿੰਦੂਆਂ ਦੀ ਧਰਤੀ ਸੀ। ਪਰ ਸਿੰਧੂ ਘਾਟੀ ਦੇ ਖੇਤਰ ਵਿੱਚ ਪੂਰੀ ਤਰ੍ਹਾਂ ਸੁਤੰਤਰ ਅਤੇ ਵੱਖਰਾ ਸਿੱਖ ਰਾਜ ਸੀ। ਦੱਖਣ ਏਸ਼ੀਆ ਵਿੱਚ 500 ਤੋਂ ਵੱਧ ਛੋਟੀਆਂ ਸੁਤੰਤਰ ਪ੍ਰਭੂਸੱਤਾ ਰਿਆਸਤਾਂ ਸਨ, ਜੋ ਕਿ ਬੈਲਜੀਅਮ, ਲਕਸਮਬਰਗ, ਸਵਿਟਜ਼ਰਲੈਂਡ ਅਤੇ ਆਸਟ੍ਰੀਆ ਵਾਂਗ ਵੱਖਰੀਆਂ ਤੇ ਸੁਤੰਤਰ ਸਨ।

ਬ੍ਰਿਟਿਸ਼ ਸਾਮਰਾਜ ਨੇ ਦੱਖਣੀ ਏਸ਼ੀਆ ਨੂੰ ਜਿੱਤ ਲਿਆ। ਉਹ ਇਸ ਦੇ ਸਰੋਤਾਂ ਦੀ ਲੁਟ ਕਰਨ ਅਤੇ ਉਦਯੋਗਿਕ ਕ੍ਰਾਂਤੀ ਦੀਆਂ ਵਸਤਾਂ ਲਈ ਇੱਕ ਮੰਡੀ ਬਣਾਉਣ ਲਈ ਆਏ ਸਨ। ਉਨ੍ਹਾਂ ਨੇ ਬ੍ਰਿਟਿਸ਼ ਸਾਮਰਾਜ ਵਿੱਚ ਵਿਭਿੰਨ ਸਮੂਹਾਂ ਨੂੰ ਇਕੱਠਾ ਕੀਤਾ। ਬ੍ਰਿਟਿਸ਼ ਲਈ ਨਸਲ, ਸਭਿਆਚਾਰ, ਧਰਮ ਘੱਟ ਮਾਇਨੇ ਰੱਖਦੇ ਸਨ ਕਿਉਂ ਕੀ ਓਹ ਸਿਰਫ਼ ਸਰੋਤਾਂ ਦੀ ਲੁਟ ਅਤੇ ਆਪਣੇ ਮਾਲ ਦੀ ਮੰਡੀ ਵਿੱਚ ਦਿਲਚਸਪੀ ਰੱਖਦੇ ਸਨ।

ਬ੍ਰਿਟਿਸ਼ ਸਾਮਰਾਜ ਦੇ ਅੰਤ ਤੋਂ ਬਾਅਦ ਅੰਗਰੇਜ਼ ਦੱਖਣੀ ਏਸ਼ੀਆ ਛੱਡ ਗਏ। ਉਹਨਾਂ ਨੇ ਵਿਭਿੰਨ ਸਮੂਹਾਂ ਨੂੰ ਇੱਕ ਰਾਜਨੀਤਿਕ ਹਸਤੀ ਭਾਰਤ ਦੇ ਰੂਪ ਵਿੱਚ ਛੱਡ ਦਿੱਤਾ। ਇਹ ਇੱਕ *ਚਾਈਮੇਰਾ* (Chimera) ਰਾਖਸ਼ ਹੈ। ਭਾਰਤ *ਚਾਈਮੇਰਾ* ਰਾਖਸ਼ ਵਾਂਗ ਵੱਖ-ਵੱਖ ਜਾਨਵਰਾਂ ਦੇ ਅੰਗਾਂ ਨਾਲ ਬਨਇ ਇੱਕ ਗੈਰ-ਕੁਦਰਤੀ ਪ੍ਰਾਣੀ ਹੈ। ਭਾਰਤ ਦੇਸ਼ ਬ੍ਰਿਟਿਸ਼ ਦੀ 1947 ਦੀ ਰਚਨਾ ਹੈ।

ਦੱਖਣ ਏਸ਼ੀਆ ਨੂੰ ਛੱਡਣ ਵੇਲੇ ਬ੍ਰਿਟਿਸ਼ ਨੂੰ ਦੱਖਣੀ ਏਸ਼ੀਆ ਨੂੰ ਦਰਜਨਾਂ ਦੇਸ਼ਾਂ ਵਿੱਚ ਵੰਡਣਾ ਚਾਹੀਦਾ ਸੀ। ਕਿਸੇ ਚੀਜ਼ ਨੂੰ ਜਿਵੇਂ ਤੁਸੀਂ ਲੱਭੋ ਉਵੇਂ ਹੀ ਛੱਡੋ। ਪਰ ਬ੍ਰਿਟਿਸ਼ ਨੇ ਅਜਿਹਾ ਨਹੀਂ ਕੀਤਾ। ਇਸ ਦੀ ਬਜਾਏ ਉਹਨਾਂ ਨੇ ਇੱਕ *ਚਾਈਮੇਰਾ* ਰਾਖਸ਼ ਨੂੰ ਪਿੱਛੇ ਛੱਡ ਦਿੱਤਾ ਜਿਸ ਦੀ ਹੋਂਦ ਦਾ ਕੋਈ ਕੁਦਰਤੀ ਕਾਰਨ ਨਹੀਂ ਸੀ। ਇਸ ਰਾਖਸ਼ ਦੀਆਂ ਲੱਤਾਂ ਤੇ ਬਾਹਾਂ ਦਾ ਕੋਈ ਤਾਲਮੇਲ ਨਹੀਂ ਹੈ। ਇਹ ਇੱਕ ਇਤਿਹਾਸਕ ਅਤੇ ਭੂਗੋਲਿਕ ਵਿਗਾੜ ਹੈ।

ਬ੍ਰਿਟਿਸ਼ ਨੇ ਅਪਨੇ ਰਾਜ ਸਮੇਂ ਦੱਖਣੀ ਏਸ਼ੀਆ ਵਿੱਚ ਰਾਜਨੀਤਿਕ ਅੰਦੋਲਨਾਂ ਨੂੰ ਦਬਾਇਆ। ਸਭ ਤੋਂ ਭੈੜਾ ਤੇ ਜਿਆਦਾ ਜਬਰ ਸਿੱਖਾਂ ਤੇ ਕੀਤਾ ਕਿਉਂਕਿ ਅੰਗਰੇਜ਼ਾਂ ਨੂੰ ਸਿੱਖਾਂ ਤੋਂ ਸਭ ਤੋਂ ਜਿਆਦਾ ਡਰ ਸੀ।

ਉਹ ਹਿੰਦੂਆਂ ਤੋਂ ਨਹੀਂ ਡਰਦੇ ਸਨ ਕਿਉਂਕਿ ਹਿੰਦੂਆਂ ਨੇ ਪਿਛਲੇ 700 ਸਾਲਾਂ ਵਿਚ ਰਾਜ ਨਹੀਂ ਕੀਤਾ ਸੀ ਅਤੇ ਹਿੰਦੂ ਅੰਗਰੇਜ਼ਾਂ ਦੇ ਪਿਠੂ, ਮਾਨਸਿਕ ਗੁਲਾਮ, ਤੇ ਡਰਪੋਕ **ਚਾਰਪਰੂਸ** ਚਮਚੇ ਸਨ।

ਇਸ ਬ੍ਰਿਟਿਸ਼ ਦੇ ਜਬਰ ਦੇ ਸਿੱਟੇ ਵਜੋਂ, ਦੱਖਣੀ ਏਸ਼ੀਆ ਦੇ ਅੰਦਰ ਸਿੱਖ ਤੇ ਹੋਰ ਕੌਮਾਂ ਆਪਣੇ ਰਾਸ਼ਟਰ-ਰਾਜ ਬਣਾਉਣ ਲਈ ਲਾਮਬੰਦ ਨਹੀਂ ਹੋ ਸਕੇ। ਬ੍ਰਿਟਿਸ਼ ਨੇ ਵੱਖ-ਵੱਖ ਰਾਸ਼ਟਰਾਂ ਨੂੰ ਹਿੰਦ/ਹਿੰਦੁਸਤਾਨ ਦੇ ਨਾਲ ਇਕੱਠਾ ਕਰ ਕੇ ਭਾਰਤ ਦੇ ਬਸਤੇ ਵਿਚ ਸੁਟਿਆ। ਹਿੰਦੂ ਜਨਤਾ ਨੂੰ ਨਿਯੰਤਰਿਤ ਕਰਨ ਵਾਲੇ ਸਵੈ-ਨਿਯੁਕਤ 'ਉੱਚ ਜਾਤੀਆਂ' ਨਵੇਂ ਦੇਸ਼ ਭਾਰਤ ਦੇ ਰਾਜਪਾਲ ਬਣ ਗਏ।

ਭਾਰਤ ਦੀਆਂ 'ਉੱਚ ਜਾਤੀਆਂ': ਸ਼ਾਸਨ ਤੇ ਰਾਜ ਲਈ ਨਾ ਚਰਿੱਤਰ ਨਾ ਕੋਈ ਦ੍ਰਿਸ਼ਟੀਕੋਣ

ਭਾਰਤ ਵਿੱਚ ਸਵੈ-ਨਿਯੁਕਤ 'ਉੱਚ ਜਾਤੀਆਂ' ਕੋਲ ਸ਼ਾਸਨ ਦੀ ਕੋਈ ਧਾਰਨਾ ਜਾਂ ਦ੍ਰਿਸ਼ਟੀਕੋਣ ਜਾਂ ਵਿਚਾਰਧਾਰਾ ਨਹੀਂ ਹੈ। ਪਿਛਲੇ 700 ਸਾਲਾਂ ਵਿੱਚ ਹਿੰਦੂਆਂ ਅਤੇ 'ਉੱਚ ਜਾਤੀਆਂ' ਨੇ ਕਦੇ ਵੀ ਦੱਖਣੀ ਏਸ਼ੀਆ ਉੱਤੇ ਰਾਜ ਨਹੀਂ ਕੀਤਾ। ਉਨ੍ਹਾਂ ਨੇ ਰਾਜ-ਪ੍ਰਬੰਧ ਦੀ ਕਦੇ ਕਲਪਨਾ ਵੀ ਨਹੀਂ ਸੀ ਕੀਤੀ। ਹਿੰਦ/ਹਿੰਦੁਸਤਾਨ ਉੱਤੇ ਮੁਸਲਮਾਨ ਮੁਗ਼ਲ ਸ਼ਾਸਕਾਂ ਤੇ ਸਿਖਾਂ ਦਾ ਰਾਜ ਰਿਹਾ ਸੀ।

700 ਸਾਲ ਹਿੰਦੂ 'ਉੱਚ ਜਾਤੀਆਂ' ਨੇ ਸੱਤਾ ਵਿਚ ਰਹਿਣ ਵਾਲਿਆਂ ਦੇ ਪਿਠੂ ਤੇ **ਚਾਰਪਰੂਸ** ਚਮਚੇ ਬਣ ਕੇ ਅਪਨੇ ਆਪ ਨੂੰ ਬਚਾਇਆ। ਉਨ੍ਹਾਂ ਦਾ ਇਤਿਹਾਸ ਤੇ ਸੱਭਿਆਚਾਰ ਝੂਠ, ਧੋਖਾ, ਹੇਰਾਫੇਰੀ, ਅਤੇ ਚਲਾਕੀ ਦਾ ਹੈ। ਉਨ੍ਹਾਂ ਲਈ ਇਹ ਘੱਟ ਮਾਇਨੇ ਰੱਖਦਾ ਹੈ ਕਿ ਹਿੰਦ/ਹਿੰਦੁਸਤਾਨ ਦੇ ਰਾਜੇ ਕੌਣ ਸਨ ਜਿੰਨਾ ਚਿਰ ਉਹ ਸੱਤਾ ਵਿਚ ਰਹਿਣ ਵਾਲਿਆਂ ਲਈ ਪਿਠੂ, ਚਾਰਪਰੂਸ, ਚਮਚੇ ਰਿਹ ਸਕਨ।

ਇਸ ਕਰਕੇ ਹੀ ਮੁਗਲ *ਖੋਰਾਸਾਨ* (ਅਜੋਕੇ ਅਫਗਾਨਿਸਤਾਨ ਅਤੇ ਮੱਧ ਏਸ਼ੀਆ) ਤੋਂ ਦਿੱਲੀ ਘੋੜਿਆਂ ਤੇ ਸਵਾਰ ਹੋ ਕੇ ਲੁੱਟਣ ਆ ਸਕਦੇ ਸਨ। ਸਿਰਫ ਸਿੱਖਾਂ ਨੇ ਵਿਦੇਸ਼ੀ ਮੁਗਲ ਹਮਲਿਆਂ ਨੂੰ ਲਗਾਤਾਰ ਚੁਣੌਤੀ ਦਿੱਤੀ ਅਤੇ ਫਿਰ ਇਸ ਲੁਟ ਤੇ ਹਮਲਿਆਂ ਨੂੰ ਬੰਦ ਕੀਤਾ।

ਹਿੰਦੂ 'ਉੱਚ ਜਾਤੀਆਂ' ਦਾ ਹਮਲਾਵਰਾਂ ਨੂੰ ਜਵਾਬ ਆਪਣੀਆਂ ਧੀਆਂ ਦੇ ਵਿਆਹ ਦੀ ਪੇਸ਼ਕਸ਼ ਸੀ। ਇਹ ਇਕ ਕਾਨੂੰਨੀ ਬਲਾਤਕਾਰ ਸੀ। 'ਉੱਚ ਜਾਤੀਆਂ' ਹਮਲਾਵਰਾਂ ਨੂੰ ਉਨ੍ਹਾਂ ਦੇ ਆਪਣੇ ਦੇਸ਼ ਨੂੰ ਲੁੱਟਣ ਅਤੇ ਆਪਣੇ ਹੀ ਲੋਕਾਂ ਨੂੰ ਗੁਲਾਮ ਬਣਾਉਣ ਵਿੱਚ ਮਦਦ ਕਰਨ ਲਈ ਆਪਣੀਆਂ ਸੇਵਾਵਾਂ ਦੀ ਪੇਸ਼ਕਸ਼ ਕਰਦੇ ਸੀ।

ਆਧੁਨਿਕ ਭਾਰਤ ਇਸ ਵਿਵਹਾਰ ਨੂੰ ਗਲੇਮਰਾਈਜ਼ ਕਰਦਾ ਹੈ ਜਿਵੇਂ ਕਿ ਫਿਲਮ 'ਜੋਧਾ ਅਕਬਰ'। ਇਹ ਫ਼ਿਲਮ ਹਿੰਦੂ ਰਾਜਪੂਤ ਰਾਜਕੁਮਾਰੀ ਦੀ ਕਹਾਣੀ ਹੈ ਜਿਸਨੂੰ ਉਸਦੇ ਮਾਪਿਆਂ ਦੁਆਰਾ ਮੁਸਲਮਾਨ ਮੁਗਲ ਸਮਰਾਟ ਅਕਬਰ ਨਾਲ ਜ਼ਬਰਦਸਤੀ ਵਿਆਹ ਕੀਤਾ ਗਿਆ ਸੀ। ਇਸ ਫਿਲਮ ਲਈ IMDB ਸੂਚੀ ਵਿੱਚ ਕਿਹਾ ਗਿਆ ਹੈ, "16 ਵੀਂ ਸਦੀ ਦੀ ਇੱਕ ਰਾਜਪੂਤ ਰਾਜਕੁਮਾਰੀ ਆਪਣੇ ਆਪ ਨੂੰ ਸੱਚੇ ਪਿਆਰ ਦੀ ਯਾਤਰਾ ਤੇ ਪਾਉਂਦੀ ਹੈ ਜਦੋਂ *ਉਸਨੂੰ ਆਪਣੇ ਪਿਤਾ ਦੇ ਰਾਜ ਨੂੰ ਜਿੱਤਣ ਵਾਲੇ ਕਠੋਰ ਦਿਲ ਵਾਲੇ ਮੁਗਲ ਬਾਦਸ਼ਾਹ ਨਾਲ ਸਹੂਲਤ ਦੇ ਵਿਆਹ ਲਈ ਮਜਬੂਰ ਕੀਤਾ ਜਾਂਦਾ ਹੈ*" [7]

ਜੋ ਦੁਨਿਆ ਭਰ ਵਿਚ ਘਿਣਾਉਣਾ ਤੇ ਸ਼ਰਮ ਲਾ ਵਿਵਹਾਰ ਮੰਨਿਆ ਜਾਂਦਾ ਹੈ, ਭਾਰਤ ਵਿੱਚ ਵੱਡੇ ਪਰਦੇ ਤੇ ਮਾਣ ਨਾਲ ਗਲੈਮਰਾਈਜ਼ ਕੀਤਾ ਜਾਂਦਾ ਹੈ।

'ਉੱਚ ਜਾਤੀ' ਹਿੰਦੂਆਂ ਦੀ ਵਿਚਾਰਧਾਰਾ ਮੰਦਰਾਂ ਅਤੇ ਧਾਰਮਿਕ ਸਮਾਰੋਹਾਂ ਵਿਚ ਡਰ ਦੀ ਵਰਤੋਂ ਕਰਕੇ ਜਨਤਾ ਨੂੰ ਨਿਯੰਤਰਣ (control) ਕਰਨ ਵਾਲੀ ਵਿਚਾਰਧਾਰਾ ਹੈ। ਇਹ ਵਿਚਾਰਧਾਰਾ ਇਕ ਆਧੁਨਿਕ ਰਾਸ਼ਟਰ-ਰਾਜ ਨੂੰ ਚਲਾਉਣ ਦੇ ਅਨੁਕੂਲ ਨਹੀਂ ਹੈ।

ਮੱਧਯੁਗੀ ਤੇ ਪਛੜੀ ਜਾਤ ਪ੍ਰਣਾਲੀ ਨੇ ਆਪਣੇ ਆਪ ਨੂੰ ***ਹਿੰਦੂਤਵ*** ਦੇ ਭਿਆਨਕ ਰਾਸ਼ਟਰਵਾਦ ਵਿੱਚ ਬਦਲ ਦਿੱਤਾ ਹੈ।

ਭਾਰਤ ਦੀ ਬਣਤਰ ਸਿਰਫ਼ ਉੱਚ ਜਾਤੀ ਦੇ ਲਾਭ ਲਈ ਕੀਤੀ ਗਈ ਹੈ। ਉੱਚ ਜਾਤੀਆਂ ਦੀ ਸੇਵਾ ਕਰਨ ਲਈ ਜਨਤਾ ਦਾ ਦਿਮਾਗ਼ ਪ੍ਰਚਾਰ ਰਾਹੀਂ ਬਦਲਿਆ ਜਾਂਦਾ ਹੈ। ਜਾਤੀ ਵਿਵਸਥਾ ਵਾਲੀ ਸਰਕਾਰ ਸਾਰਿਆਂ ਲਈ ਬੁਨਿਆਦੀ ਸੇਵਾਵਾਂ ਦੀ ਪਰਵਾਹ ਨਹੀਂ ਕਰਦੀ, ਤੇ ਨਾਂ ਜਨਤਾ ਲਈ ਇੱਕ ਯੋਗ ਪੂੰਜੀਵਾਦੀ ਦਾ ਮਾਹੌਲ ਸਿਰਜਦੀ ਹੈ।

"ਲੋਕ ਨੀਤੀ ਨੇ ਆਮ ਭਲਾਈ ਲਈ ਕੰਮ ਨਹੀਂ ਕੀਤਾ। ਆਧੁਨਿਕ ਭਾਰਤ ਦੀ ਪ੍ਰੇਰਕ ਸ਼ਕਤੀ ਇਸਦੀ ਡੂੰਘੀ ਅਸਮਾਨ ਵਿਕਾਸ ਪ੍ਰਕਿਰਿਆ (deeply unequal development) ਰਹੀ ਹੈ।" (ਅਸ਼ੋਕਾ ਮੋਡੀ, 'ਇੰਡੀਆ ਇਜ਼ ਬ੍ਰੋਕਨ: ਏ ਪੀਪਲ ਬੇਟਰੇਡ, ਇੰਡੀਪੈਂਡੈਂਸ ਟੂ ਟੂਡੇ', ਪੰਨਾ 24)।

"1959 ਵਿੱਚ ਸ਼ਿਕਾਗੋ ਯੂਨੀਵਰਸਿਟੀ ਦੇ ਅਰਥ ਸ਼ਾਸਤਰੀ ਅਤੇ ਸਮਾਜ ਸ਼ਾਸਤਰੀ ਬਰਟ ਹੋਸੇਲਿਟਜ਼ ਨੇ ਭਾਰਤੀ ਸ਼ਹਿਰਾਂ ਨੂੰ "ਉਤਪਾਦਕ" (productive) ਦੀ ਬਜਾਏ "ਪਰਜੀਵੀ" (predatory) ਦੱਸਿਆ। (ਅਸ਼ੋਕਾ ਮੋਡੀ, 'ਇੰਡੀਆ ਇਜ਼ ਬ੍ਰੋਕਨ: ਏ ਪੀਪਲ ਬੇਟਰੇਡ, ਇੰਡੀਪੈਂਡੈਂਸ ਟੂ ਟੂਡੇ', ਪੰਨਾ 68)।

ਭਾਰਤ ਦਾ ਕਾਰੋਬਾਰੀ ਵਰਗ ਵੀ ਵਪਾਰਕ ਮੁੱਲ ਨਹੀਂ ਦੇਂਦਾ। ਉਨ੍ਹਾਂ ਦੀ ਕਾਰੋਬਾਰੀ ਸਫਲਤਾ ਸਰਕਾਰਾਂ ਅਤੇ ਸੰਸਥਾਵਾਂ ਵਿੱਚ ਆਪਣੇ ਉੱਚ ਜਾਤੀਆਂ ਦੇ ਸਾਥੀਆਂ ਕਰਕੇ ਹੈ। ਸੰਸਥਾਵਾਂ ਤੇ ਬੈਂਕਾਂ ਵਿੱਚ ਉੱਚ ਜਾਤੀ ਦੇ ਨੌਕਰਸ਼ਾਹ ਸੌਖੇ ਕਰਜ਼ਿਆਂ ਦਾ ਪ੍ਰਬੰਧ ਕਰਦੇ ਹਨ। ਵਪਾਰਕ ਲਾਭ ਵਜੋਂ ਉਨ੍ਹਾਂ ਲਈ ਢਿੱਲੇ ਨਿਯਮਾਂ, ਜਨਤਕ ਬੁਨਿਆਦੀ ਢਾਂਚੇ, ਸੇਵਾਵਾਂ ਵਿੱਚ ਮੁਨਾਫ਼ੇ, ਅਤੇ ਹੈਂਡਆਉਟਸ ਮਿਲਦੇ ਹਨ। ਇਸ ਨੂੰ ਹੁਣ ਹਿੰਡਨਬਰਗ ਰਿਪੋਰਟ ਵਰਗੀਆਂ ਰਿਪੋਰਟਾਂ ਦੁਆਰਾ ਵਿਸ਼ਵ ਪੱਧਰ ਤੇ ਮੰਨਿਆ ਗਿਆ ਹੈ। [8]

ਮਾਰੂ ਗਣਰਾਜ

ਕੇ. ਐਸ. ਕੋਮੀਰੇਦੀ ਆਪਣੀ ਇਸੇ ਨਾਮ ਦੀ ਕਿਤਾਬ ਵਿੱਚ ਲਿਖਦੇ ਹਨ ਕਿ ਭਾਰਤ ਇੱਕ ਮਾਰੂ ਗਣਰਾਜ (Malevolent Republic) ਹੈ।

ਭਾਰਤ ਦੇ ਮਾੜੇ ਸ਼ਾਸਨ ਦਾ ਨਤੀਜਾ ਹਰ ਖੇਤਰ ਵਿੱਚ ਇੱਕ ਘੱਟ ਪ੍ਰਾਪਤੀ ਸੱਭਿਆਚਾਰ ਅਤੇ ਰਾਸ਼ਟਰ-ਰਾਜ ਹੈ। ਚਾਹੇ ਮਨੁੱਖੀ ਵਿਕਾਸ, ਸਿੱਖਿਆ, ਬੋਲਣ ਦੀ ਆਜ਼ਾਦੀ, ਮਨੁੱਖੀ ਅਧਿਕਾਰ, ਵਾਤਾਵਰਣ ਸੁਰੱਖਿਆ; ਹਰ ਪਰਿਪ੍ਰੇਖ ਤੋਂ ਭਾਰਤ ਫੇਲ ਹੈ।

ਦੱਖਣੀ ਏਸ਼ੀਆ ਵਿੱਚ 150 ਕਰੋੜ (1.5 billion) ਲੋਕ ਇਸ ਮੰਦੇ ਚਰਿੱਤਰ, ਵਿਚਾਰਧਾਰਾ ਤੇ ਦ੍ਰਿਸ਼ਟੀਕੋਣ ਤੋਂ ਪੀੜਤ ਹਨ। ਇਸ ਤੋਂ ਇਲਾਵਾ, ਬਲੂਮਬਰਗ ਅਖਬਾਰ ਵਿੱਚ ਲਿਖਿਆ ਹੈ, "ਭਾਰਤ ਨੇ 800 ਮਿਲੀਅਨ (80 ਕਰੋੜ) ਲੋਕਾਂ ਨੂੰ ਇੱਕ ਮਹੀਨੇ ਵਿੱਚ 5 ਕਿਲੋ ਕਣਕ ਜਾਂ ਚਾਵਲ ਮੁਫਤ ਅਨਾਜ ਲਈ $14,200 ਕਰੋੜ ($142 billion) ਅਲਾਟ ਕੀਤੇ ਹਨ।" [9]

ਜੇ ਭਾਰਤ ਕਿਸੇ ਕਾਬਲ ਹੁੰਦਾ ਤਾ ਕਿਉਂ 80 ਕਰੋੜ ਲੋਕਾਂ ਨੂੰ ਜੀਣ ਲਈ ਸਰਕਾਰੀ ਰਾਸ਼ਨ ਦਿਤੇ ਜਾਂਦੇ।

ਭਾਰਤ ਦੀ ਡੂੰਘੀ ਅਯੋਗਤਾ ਅਤੇ ਹੀਣਤਾ ਆਪਣੇ ਗੁਆਂਢੀਆਂ ਨੂੰ ਚਿੰਤਿਤ ਕਰਦੀ ਹੈ। ਭਾਰਤ ਦੇ ਗੁਆਂਢੀ ਦੇਸ਼ ਸੁਰੱਖਿਆ (defense) ਤੇ ਲੋੜ ਨਾਲੋਂ ਜਿਆਦਾ ਖਰਚ ਕਰਦੇ ਨੇ।

"ਪਾਕਿਸਤਾਨ ਵਿੱਚ ਆਧੁਨਿਕ ਰਾਸ਼ਟਰ ਬਣਾਉਣ ਲਈ ਕਾਫ਼ੀ ਪ੍ਰਤਿਭਾਸ਼ਾਲੀ ਅਤੇ ਪੜ੍ਹੇ ਲਿਖੇ ਲੋਕ ਹਨ। ਪਰ ਭਾਰਤ ਨਾਲ ਸੰਘਰਸ਼ ਨੇ ਪਾਕਿਸਤਾਨ ਦੀ ਤਰੱਕੀ ਨੂੰ ਰੋਕ ਦਿੱਤਾ ਹੈ। (ਲੀ ਕੁਆਨ ਯੂ, 'From Third World to the First': 1965-2000', ਪੰਨਾ 422)।

ਅੰਨ੍ਹੇ ਗਿਆਨਵਾਨਾਂ ਤੇ ਰਾਜ ਕਰਦੇ ਹਨ

'ਉੱਚ ਜਾਤੀ' ਹਿੰਦੂਆਂ ਦੀ ਵਿਚਾਰਧਾਰਾ ਮੰਦਰਾਂ ਅਤੇ ਧਾਰਮਿਕ ਸਮਾਰੋਹਾਂ ਵਿਚ ਡਰ ਦੀ ਵਰਤੋਂ ਕਰਕੇ ਜਨਤਾ ਨੂੰ ਨਿਯੰਤਰਣ ਕਰਨ ਵਾਲੀ ਵਿਚਾਰਧਾਰਾ ਹੈ। ਇਹ ਵਿਚਾਰਧਾਰਾ ਇਕ ਆਧੁਨਿਕ ਰਾਸ਼ਟਰ-ਰਾਜ ਨੂੰ ਚਲਾਉਣ ਦੇ ਅਨੁਕੂਲ ਨਹੀਂ ਹੈ।

ਸਿੱਖਾਂ ਕੋਲ ਗੁਰੂ ਗ੍ਰੰਥ ਸਾਹਿਬ ਵਿੱਚ ਦਰਜ ਸ਼ਾਸਨ ਲਈ ਸ਼ਾਨਦਾਰ ਵਿਚਾਰਧਾਰਾ ਤੇ ਦ੍ਰਿਸ਼ਟੀਕੋਣ ਹੈ। ਹਰ ਸਿੱਖ ਬੱਚਾ ਇਨ੍ਹਾਂ ਸਿੱਖਿਆਵਾਂ ਨੂੰ ਆਪਣੀ ਪਰਵਰਿਸ਼ ਵਜੋਂ ਗ੍ਰਹਿਣ ਕਰਦਾ ਹੈ। ਉਹ ਚੰਗੇ ਸ਼ਾਸਨ ਦੀਆਂ ਬੁਨਿਆਦੀ ਗੱਲਾਂ ਬਾਰੇ ਸਿੱਖਦੇ ਹਨ।

ਸਿੱਖ ਮਾਪੇ ਬੱਚਿਆਂ ਨੂੰ 'Ba ba black sheep' ਨਹੀਂ ਸਿਖਾਉਂਦੇ।

ਸਿੱਖ ਮਾਪੇ ਬੱਚਿਆਂ ਨੂੰ 'ਕਿਰਤ ਕਰੋ, ਨਾਮ ਜਪੋ, ਵੰਡ ਛਕੋ' ਸਿਖਾਉਂਦੇ ਹਨ।

ਇਸੇ ਲਈ ਸਿੱਖ ਸਰਕਾਰ ਜਾਂ ਕਿਸੇ ਹੋਰ ਦੇ ਭਿਖਾਰੀ ਨਹੀਂ ਹਨ। ਸਿੱਖਾਂ ਕੋਲ ਗੁਰਦੁਆਰੇ ਵਿੱਚ ਸਰਗਰਮ ਅਤੇ ਪ੍ਰਫੁੱਲਤ 'ਵੰਡ ਛਕੋ' ਦੀ ਸਮਾਜਿਕ ਸੁਰੱਖਿਆ (social security) ਹੈ।

ਸਿੱਖਾਂ ਕੋਲ ਆਪਣੇ ਸੱਭਿਆਚਾਰ, ਇਤਿਹਾਸ, ਅਤੇ ਮਾਨਸਿਕਤਾ ਵਿੱਚ ਪਰਉਪਕਾਰੀ ਸ਼ਾਸਨ ਦਾ ਦ੍ਰਿਸ਼ਟੀਕੋਣ ਹੈ। ਇਹ ਹਰ ਸਿੱਖ ਬੱਚੇ ਨੂੰ ਮਾਤਾ-ਪਿਤਾ ਅਤੇ ਭਾਈਚਾਰੇ ਦੁਆਰਾ ਉਨ੍ਹਾਂ ਦੇ ਪਾਲਣ-ਪੋਸ਼ਣ ਵਜੋਂ ਸਿਖਾਇਆ ਜਾਂਦਾ ਹੈ।

ਪਰ 1947 ਦੇ ਦੁਖਦਾਈ ਇਤਿਹਾਸਕ ਹਾਦਸਾ/ਦੁਰਘਟਨਾ ਦੇ ਕਾਰਨ, ਚਰਿੱਤਰ ਤੇ ਦ੍ਰਿਸ਼ਟੀਕੋਣ ਤੋਂ ਅੰਨ੍ਹੇ ਹਿੰਦੂ 'ਉੱਚ ਜਾਤੀਆਂ' ਗਿਆਨਵਾਨ ਸਿੱਖਾਂ ਤੇ ਰਾਜ ਕਰਦੇ ਹਨ।

Chapter 8

1947 ਵਿੱਚ ਸਿੱਖ ਅਸਫਲਤਾ

ਸਿੱਖਾਂ ਦੀ **ਸਭ ਤੋਂ ਵੱਡੀ ਅਤੇ ਇਤਿਹਾਸਕ ਗਲਤੀ** 1947 ਵਿੱਚ ਭਾਰਤ ਦਾ ਹਿੱਸਾ ਬਣਨਾ ਸੀ।

ਸਭ ਤੋਂ ਵੱਡੀ ਅਤੇ ਇਤਿਹਾਸਕ ਗਲਤੀ ਸੀ ਜਦੋਂ ਸਿੰਧੂ ਘਾਟੀ ਦੀ ਸਭਿਅਤਾ ਦੇ ਨਸਲੀ ਵਤਨ ਦੀ ਵੰਡ ਕੀਤੀ ਗਈ ਸੀ, ਪਰ ਸਿੱਖ ਆਪਣੇ ਲਈ ਇੱਕ ਪ੍ਰਭੂਸੱਤਾ ਸੰਪੰਨ ਰਾਜ ਬਣਾ ਨਹੀਂ ਸਕੇ।

ਪਾਕਿਸਤਾਨ ਦੇ ਅਖਤਰ ਹੁਸੈਨ ਸੰਧੂ ਨੇ ਅਕਾਦਮਿਕ ਪੇਪਰ '1947 ਵਿੱਚ ਪੰਜਾਬ ਦੀ ਵੰਡ ਤੇ ਸਿੱਖ ਅਸਫਲਤਾ' (Sikh Failure on the Partition of Punjab in 1947') ਵਿੱਚ ਲਿਖਿਆ, "ਆਲ-ਇੰਡੀਆ ਮੁਸਲਿਮ ਲੀਗ ਨੇ ਪਾਕਿਸਤਾਨ ਹਾਸਿਲ ਕੀਤਾ, ਇੰਡੀਅਨ ਨੈਸ਼ਨਲ ਕਾਂਗਰਸ ਨੇ ਭਾਰਤ ਹਾਸਲ ਕੀਤਾ। ਸ਼੍ਰੋਮਣੀ ਅਕਾਲੀ ਦਲ ਨੂੰ 1947 ਵਿਚ ਕੁਝ ਨਹੀਂ ਮਿਲਿਆ ਹਾਲਾਂਕਿ ਸਿੱਖ ਕੌਮ ਨੇ ਬਸਤੀਵਾਦੀ (colonialism) ਸ਼ਕਤੀਆਂ ਨਾਲ ਨੇੜਿਓਂ ਸਹਿਯੋਗ ਕੀਤਾ ਸੀ।"

ਸਿੱਖਾਂ ਦੀ ਸਭ ਤੋਂ ਵੱਡੀ ਅਤੇ ਇਤਿਹਾਸਕ ਗਲਤੀ ਦਾ ਕਾਰਨ ਸੀ:

- ਗਲੋਬਲ ਘਟਨਾਵਾਂ ਬਾਰੇ ਜਾਗਰੂਕਤਾ ਨਾ ਹੋਣਾ
- ਗੁਰਦੁਆਰੇ ਦੀ ਗੋਲਕ ਦੇ ਪੈਸੇ ਦਾ ਲਾਲਚ
- ਆਗੂਆਂ ਦੀ ਸਤਾੱ ਦੀ ਭੁਖ
- ਆਪਸੀ ਸਹਿਯੋਗ ਕਰਨ ਦੀ ਬਜਾਏ ਝਗੜੇ ਕਰਨੇ
- ਲੋੜ ਤੋਂ ਜ਼ਿਆਦਾ ਭਾਵੁਕ ਹੋ ਜਾਣਾ
- ਵਿਰੋਧੀਆਂ ਦੀ ਚੰਗੀ ਇੱਛਾ ਤੇ ਭਰੋਸਾ ਕਰਨਾ (ਸੋਚਨਾ ਕੇ **ਸਿੱਖਾਂ ਨੂੰ ਕੁਝ ਦੇਣਗੇ)**

(ਅਖਤਰ ਹੁਸੈਨ ਸੰਧੂ, 'Sikh Failure On The Partition Of Punjab In 1947'). [10]

ਆਖਰੀ ਗਲਤੀ ਖਾਸ ਤੌਰ ਤੇ ਦੁਖ ਦਾਇਕ ਹੈ। ਸਿੱਖਾਂ ਦਾ ਇਹ ਗਲਤ ਵਿਸ਼ਵਾਸ ਹੈ ਕਿ ਚੀਜ਼ਾਂ ਉਹਨਾਂ ਦੀ ਝੋਲੀ ਵਿੱਚ ਆ ਡਿਗਣ ਗੀਆਂ ਕਿਉਂਕਿ ਉਹਨਾਂ ਦੇ ਗੁਰੂ ਉਹਨਾਂ ਤੇ ਮਿਹਰ ਕਰਨਗੇ, ਜਾਂ ਸਰਕਾਰ ਉਹਨਾਂ ਦੇ 'ਅਧਿਕਾਰ' ਦੇਵੇਗੀ, ਜਾਂ ਮਹਾਨ ਸ਼ਕਤੀਆਂ ਦੁਆਰਾ ਬਣਾਏ ਗਏ ਹਾਲਾਤ ਉਹਨਾਂ ਨੂੰ ਉਪਰ ਚੁਕਣ ਗੇ।

ਜੋ ਕੋਈ ਇਸ ਵਿਸ਼ਵਾਸ ਤੇ ਸਵਾਲ ਕਰਦਾ ਹੈ, ਤਾਂ ਉਸ ਨੂੰ ਗੈਰ-ਵਿਸ਼ਵਾਸੀ ਜਾਂ 'negative' ਵਿਅਕਤੀ ਮੰਨਿਆ ਜਾਂਦਾ ਹੈ ਤੇ ਹਮਲਾ ਕੀਤਾ ਜਾਂਦਾ ਹੈ।

ਸਿੱਖ ਬੁੱਧੀਜੀਵੀ, ਅਧਿਕਾਰੀ ਅਤੇ ਲੇਖਕ ਸਿਰਦਾਰ ਕਪੂਰ ਸਿੰਘ ਨੇ ਆਪਣੀ ਕਿਤਾਬ 'ਸੱਚੀ ਸਾਖੀ' ਵਿੱਚ ਇੱਕ ਮਸ਼ਹੂਰ ਕਿੱਸਾ ਸ਼ਾਮਲ ਕੀਤਾ ਹੈ।

"ਸਰਦਾਰ ਕਪੂਰ ਸਿੰਘ ਨੇ ਆਪਣੀ ਕਿਤਾਬ ਵਿੱਚ ਆਪਣੇ ਦੂਜੇ ਦੋਸਤਾਂ ਨਾਲ ਚਾਹ ਦੇ ਕੱਪ ਉੱਤੇ ਹਲਕੀ ਜਿਹੀ ਚਰਚਾ ਸਾਂਝੀ ਕੀਤੀ ਹੈ। 1932 ਵਿੱਚ, ਸਰਦਾਰ ਕਪੂਰ, ਚੌਧਰੀ ਬਰਕਤ ਅਲੀ, ਅਬਦੁਲ ਰਹੀਮ (ICS) ਅਤੇ ਸ਼੍ਰੀ ਸ਼ਾਂਤੀ ਸਰੂਪ ਨੇ ਕੈਮਬ੍ਰਿਜ ਵਿਖੇ ਪਾਕਿਸਤਾਨ ਦੀ ਸਿਰਜਣਾ ਦੀ ਸੰਭਾਵਨਾ ਤੇ ਚਰਚਾ ਸ਼ੁਰੂ ਕੀਤੀ। ਚੌਂ. ਬਰਕਤ ਅਲੀ ਨੇ ਕਿਹਾ ਕਿ ਮੁਸਲਮਾਨਾਂ ਦਾ ਦ੍ਰਿੜ ਇਰਾਦਾ ਪਾਕਿਸਤਾਨ ਨੂੰ ਬਣਾਏਗਾ।

ਸ਼ਾਂਤੀ ਸਰੂਪ ਨੇ ਜਵਾਬ ਦਿੱਤਾ ਕਿ ਹਿੰਦੂ ਹੋਰ ਕੁਝ ਨਹੀਂ ਕਰਨਗੇ ਪਰ ਸਿੱਖਾਂ ਰਾਹੀਂ ਮੁਸਲਮਾਨਾਂ ਦੇ ਵਿਰੁੱਧ ਇੱਕ ਪ੍ਰਭਾਵਸ਼ਾਲੀ ਹਥਿਆਰ ਦੀ ਵਰਤੋਂ ਕਰਨਗੇ।

ਸਾਰੇ ਹੱਸਣ ਲੱਗੇ। ਸਰਦਾਰ ਕਪੂਰ ਯਾਦ ਕਰਦੇ ਹਨ ਕਿ ਉਨ੍ਹਾਂ ਨੇ ਵਿਰੋਧ ਕੀਤਾ ਅਤੇ ਐਲਾਨ ਕੀਤਾ ਕਿ ਸਿੱਖ ਅਜਿਹੇ '**ਲੋਲੇ ਅਤੇ ਖੋਤੇ**' ਨਹੀਂ ਹਨ ਜਿਵੇਂ ਕਿ ਸਾਰੀਆਂ ਦੁਆਰਾ ਸਮਝਿਆ ਜਾਂਦਾ ਹੈ। ਫਿਰ ਵੀ, ਲਾਲਾ ਜੀ ਨੇ ਜ਼ੋਰ ਦੇ ਕੇ ਕਿਹਾ ਕਿ ਸਮਾਂ ਹੀ ਫੈਸਲਾ ਕਰੇਗਾ ਕਿ ਉਹ ਬੇਵਕੂਫ ਸਨ ਜਾਂ ਨਹੀਂ।

ਸਿਰਦਾਰ ਕਪੂਰ ਸਿੰਘ ਲਿਖਦੇ ਹਨ ਕਿ ਆਖਰਕਾਰ ਸਿੱਖਾਂ ਨੇ 1940 ਦੇ ਦਹਾਕੇ ਦੇ ਅਖੀਰ ਵਿੱਚ ਇਹ ਸਾਬਤ ਕਰ ਦਿੱਤਾ ਜਿਸ ਨੂੰ ਉਸਨੇ ਇਨਕਾਰ ਕਰਨ ਦੀ ਕੋਸ਼ਿਸ਼ ਕੀਤੀ ਸੀ।" (ਅਖਤਰ ਹੁਸੈਨ ਸੰਧੂ, 'Sikh Failure On The Partition Of Punjab In 1947'). [10]

ਸਿੱਖਾਂ ਨੂੰ ਉਨ੍ਹਾਂ ਦੇ ਮੂੰਹ ਤੇ ਕਿਹਾ ਜਾਂਦਾ ਹੈ ਕਿ ਉਹ 'ਲੋਲੇ ਅਤੇ ਖੋਤੇ' ਹਨ, ਤੇ 'ਲਾਭਦਾਇਕ ਬੇਵਕੂਫ਼' (useful idiots) ਵਜੋਂ ਵਰਤੇ ਜਾਣਗੇ। ਪਰ ਉਨ੍ਹਾਂ ਦੇ ਹੰਕਾਰ ਤੇ ਹੋਮੇ ਉਨ੍ਹਾਂ ਨੂੰ ਇਸ ਨੂੰ ਸਵੀਕਾਰ ਕਰਨ ਨਹੀਂ ਦਿੰਦਾ।

ਮੇਰਾ ਮੰਨਣਾ ਹੈ ਕਿ 1947 ਅਤੇ ਭਵਿੱਖ ਵਿੱਚ ਸਿੱਖਾਂ ਦੀ ਅਸਫਲਤਾ ਦਾ ਮੂਲ ਕਾਰਨ ਹੰਕਾਰ ਤੇ ਹੋਮੇ ਹੈ।

ਸਿੱਖਾਂ ਦੇ ਲਗਭਗ ਸਾਰੇ ਮੌਜੂਦਾ ਮੰਦੇ ਹਾਲਾਤਾਂ ਦਾ ਕਾਰਨ 1947 ਦੀ ਇਹ ਗੰਭੀਰ ਗਲਤੀ ਹੈ।

Chapter 9

ਸਿੱਖ ਤੇ ਜਬਰ ਅਤੇ ਉਨ੍ਹਾਂ ਦੀ ਸ਼ਿਕਾਇਤਾਂ

ਲੋਕਤੰਤਰ ਵਿੱਚ ਸਿੱਖ 2% ਅਬਾਦੀ ਵਾਲੇ ਘੱਟ ਗਿਣਤੀ ਵਜੋਂ ਰਹਿਣ ਲਈ ਮਜਬੂਰ ਹਨ। ਉਹ ਘੱਟ ਪ੍ਰਾਪਤੀ ਵਾਲੀ ਭਾਰਤੀ ਸੰਸਕ੍ਰਿਤੀ ਦੇ ਅਧੀਨ ਹਨ। ਭਾਰਤੀ ਸ਼ਾਸਨ ਦੇ ਕੋਲ ਰਾਜ ਦਾ ਨਾ ਚਰਿੱਤਰ ਹੈ ਤੇ ਨਾ ਕੋਈ ਦ੍ਰਿਸ਼ਟੀਕੋਣ।

ਸਿੱਖਾਂ ਨੂੰ ਸੱਭਿਆਚਾਰਕ, ਆਰਥਿਕ, ਜਨਸੰਖਿਆ ਅਤੇ ਰਾਜਨੀਤਿਕ ਤੌਰ ਤੇ ਦਬਾਇਆ ਜਾਂਦਾ ਹੈ।

ਸਿੱਖ ਆਗੂਆਂ ਨੇ ਸੰਵਿਧਾਨ ਦੀ ਧਾਰਾ 25 ਦੀ ਧਾਰਮਿਕ ਆਜ਼ਾਦੀ ਤੇ ਅਸਹਿਮਤੀ ਕਰਕੇ ਭਾਰਤੀ ਸੰਵਿਧਾਨ ਨੂੰ ਮਾਨਤਾ ਨਹੀਂ ਦਿੱਤੀ, ਅਤੇ ਉਸ ਤੇ ਦਸਤਖਤ ਕਰਨ ਤੋਂ ਇਨਕਾਰ ਕਰ ਦਿੱਤਾ।

ਰਿਪੇਰੀਅਨ ਕਾਨੂੰਨਾਂ (Riparian laws) ਦੀ ਉਲੰਘਣਾ ਕਰਕੇ ਪੰਜਾਬ ਦਾ ਪਾਣੀ ਲੁਟਿਆ ਜਾ ਰਿਹਾ ਹੈ। [11]

1984-98 ਸਿੱਖ ਘੱਲੂਘਾਰਾ ਦੀ ਵਿਸ਼ਵ ਪੱਧਰ ਤੇ ਮਾਨਤਾ ਹੈ ਜਿੱਥੇ ਭਾਰਤ ਸਰਕਾਰ ਨੇ ਭਾਰਤ ਵਿੱਚ 10 ਲੱਖ ਤੋਂ ਵੱਧ ਸਿੱਖਾਂ ਦਾ ਕਤਲੇਆਮ ਕੀਤਾ ਸੀ। [12] [13]

ਭਾਰਤ ਸਰਕਾਰ ਨੇ 1985 ਵਿੱਚ 'ਫਾਲਸ ਫਲੈਗ ਆਪ੍ਰੇਸ਼ਨ' ਕੀਤਾ ਅਤੇ ਏਅਰ ਇੰਡੀਆ ਬੋਇੰਗ 747 ਫਲਾਈਟ AI 182 ਨੂੰ ਉਡਾ ਦਿੱਤਾ। ਫੇਰ ਇਸ ਦਾ ਦੋਸ਼ ਸਿੱਖਾਂ ਤੇ ਲਗਾਨ ਦੀ ਕੋਸ਼ਿਸ਼ ਕੀਤੀ। [14]

ਗੈਰ-ਸਿੱਖਾਂ ਦੀ ਪੰਜਾਬ ਵਿੱਚ ਪਰਵਾਸ ਤੇ ਸਿੱਖਾਂ ਜਨਸੰਖਿਆ ਦਾ ਘਟਣਾ ਮੌਜੂਦਾ ਸਭ ਤੋਂ ਵੱਡਾ ਖ਼ਤਰਾ ਹੈ। ਸਿੱਖ ਜਨਸੰਖਿਆ ਦੀ ਕਮੀ ਨੂੰ ਛੁਪਾਉਣ ਲਈ ਪੰਜਾਬ ਵਿੱਚ ਪਿਛਲੇ 14 ਸਾਲਾਂ ਤੋਂ ਜਨਗਣਨਾ ਨਹੀਂ ਕੀਤੀ ਗਈ।

ਪੰਜਾਬ ਦੇ ਸਕੂਲਾਂ ਵਿੱਚ ਮਾਂ ਬੋਲੀ ਪੰਜਾਬੀ ਵਿੱਚ ਬੋਲਣ ਤੇ ਜੁਰਮਾਨਾ ਕੀਤਾ ਜਾਂਦਾ ਹੈ। [15]

ਪੰਜਾਬ ਵਿੱਚ ਬਿਨਾਂ ਕਿਸੇ ਵਿਕਾਸ ਜਾਂ ਉਦਯੋਗੀਕਰਨ ਦੇ ਦੁਨੀਆ ਦਾ ਸਭ ਤੋਂ ਭੈੜਾ ਪ੍ਰਦੂਸ਼ਣ ਹੈ। [16]

ਸਿੱਖਾਂ ਨੂੰ ਪੱਛਮ ਦੀ ਪ੍ਰਭੂਸੱਤਾ ਅਤੇ ਪੱਛਮ ਦੇ ਕਾਨੂੰਨਾਂ ਦੀ ਉਲੰਘਣਾ ਕਰਕੇ ਪੱਛਮ ਵਿੱਚ ਟਰਾਂਸ ਨੈਸ਼ਨਲ ਦਮਨ (Trans National Repression) ਦਾ ਸਾਹਮਣਾ ਕਰਨਾ ਪੈਂਦਾ ਹੈ। [17]

ਪ੍ਰੋ: ਗੁਰਦਰਸ਼ਨ ਸਿੰਘ ਢਿੱਲੋਂ ਨੇ "ਸਿੱਖ ਹੋਮਲੈਂਡ ਦੀ ਮੰਗ ਦੇ ਵਿਕਾਸ" ਬਾਰੇ ਲਿਖਿਆ ਹੈ। [18] ਉਹ ਸਿੱਖਾਂ ਨਾਲ ਭਾਰਤ ਦੇ ਟੁੱਟੇ ਹੋਏ ਰਾਜਨੀਤਿਕ ਵਾਅਦਿਆਂ ਅਤੇ ਬੇਈਮਾਨੀ ਦਾ ਵਰਣਨ ਕਰਦੇ ਹਨ।

ਉਹਨਾਂ ਨੇ ਆਪਣੀ ਕਿਤਾਬ "ਇੰਡੀਆ ਕਮਿਟਸ ਸੁਸਾਈਡ" (India Commits Suicide) ਵਿੱਚ ਵੀ ਸਿੱਖ ਸ਼ਿਕਾਇਤਾਂ ਅਤੇ ਜਬਰ ਦਾ ਦਸਤਾਵੇਜ਼ੀਕਰਨ ਕੀਤਾ ਹੈ।

ਮਾਰੂ ਗਣਰਾਜ ਭਾਰਤ ਵਿੱਚ ਸਿੱਖਾਂ ਦੀ ਹਾਲਤ।

Chapter 10

ਵਿਚਾਰਧਾਰਕ ਵਿਰੋਧ:

ਕੋਈ ਵਿਚਲਾ ਰਾਹ ਜਾਂ ਸਮਝੌਤਾ ਨਹੀਂ

ਸਿੱਖ ਅਤੇ ਭਾਰਤ ਵਿਚਕਾਰ ਬੁਨਿਆਦੀ ਵਿਚਾਰਧਾਰਕ ਵਿਰੋਧ ਦਾ ਨਤੀਜਾ ਇਹ ਹੈ ਕਿ ਕੋਈ ਵਿਚਲਾ ਰਾਹ ਜਾਂ ਸਮਝੌਤਾ ਨਹੀਂ ਹੋ ਸਕਦਾ।

ਇਸਦਾ ਇੱਕ ਉਦਾਹਰਣ ਕਿਸਾਨ ਮੋਰਚੇ ਵੇਲੇ ਕਿਸਾਨ ਪ੍ਰਤੀਨਿਧੀਆਂ ਅਤੇ ਭਾਰਤ ਦੇ ਖੇਤੀਬਾੜੀ ਵਿਭਾਗ ਵਿਚ ਮੁਲਾਕਾਤਾਂ ਦੀ ਲੜੀ ਸੀ। ਸਾਰੀਆਂ ਮੁਲਾਕਾਤਾਂ ਬੇਸਿਟਾ ਖ਼ਤਮ ਹੋ ਗਈਆਂ।

ਭਾਰਤੀ ਖੇਤੀਬਾੜੀ ਵਿਭਾਗ ਦੇ ਨੁਮਾਇੰਦੇ ਆਪਣੇ ਕਾਰਪੋਰੇਟ ਮਾਲਕਾਂ ਦੀ ਸੇਵਾ ਕਰਦੇ ਹਨ। ਸਿੱਖ ਕਿਸਾਨ ਆਗੂ ਆਪਣੇ ਕਿਸਾਨਾਂ ਤੇ ਲੋਕਾਂ ਦੀ ਸੇਵਾ ਕਰਦੇ ਹਨ।

ਭਾਰਤੀ ਨੁਮਾਇੰਦਿਆਂ ਨੇ ਦਮਨ, ਜਬਰ, ਅਤੇ ਧਮਕੀਆਂ ਦੀ ਵਰਤੋਂ ਕੀਤੀ। ਸਿੱਖ ਕਿਸਾਨਾਂ ਨੇ ਸ਼ਾਂਤੀ ਤੇ ਸਮਝਦਾਰੀ ਨਾਲ ਜ਼ੁਲਮ ਦਾ ਟਾਕਰਾ ਕੀਤਾ।

ਭਾਰਤੀਆਂ ਨੇ ਜਾਤ ਪ੍ਰਣਾਲੀ ਨੂੰ ਹਿੰਦੂਤਵ ਨਾਮੀ ਰਾਸ਼ਟਰਵਾਦ ਵਿੱਚ ਰੀ-ਬ੍ਰਾਂਡ ਕੀਤਾ। ਸਿੱਖ ਕਿਸਾਨਾਂ ਨੇ ਸੰਘਵਾਦ (federalism) ਤੇ ਨਿੱਜੀ ਪ੍ਰਭੂਸੱਤਾ (personal sovereignty) ਦੀ ਪ੍ਰਤੀਨਿਧਤਾ ਕੀਤੀ।

ਭਾਰਤੀਆਂ ਨੇ ਚਾਣਕਯ-ਨੀਤੀ ਰਣਨੀਤੀਆਂ ਦੀ ਵਰਤੋਂ ਕੀਤੀ। ਸਿੱਖ ਕਿਸਾਨਾਂ ਨੇ ਨੈਤਿਕ ਤੇ ਉੱਚ ਪੱਧਰ ਤੇ ਜਿੱਤ ਪ੍ਰਾਪਤ ਕੀਤੀ।

CNN ਦੀ ਰਿਪੋਰਟ ਦੇ ਅਨੁਸਾਰ, "ਮਹੀਨਿਆਂ ਦੀ ਗੱਲਬਾਤ ਦੇ ਬਾਵਜੂਦ ਸਰਕਾਰੀ ਨੇਤਾ 30 ਤੋਂ ਵੱਧ ਕਿਸਾਨ ਯੂਨੀਅਨਾਂ ਦੇ ਨੇਤਾਵਾਂ ਨਾਲ ਕਿਸੇ ਸਮਝੌਤੇ ਵਿੱਚ ਅਸਫਲ ਰਹੇ ਹਨ।"

"ਅਧਿਕਾਰੀਆਂ ਨੇ ਦਸੰਬਰ ਵਿੱਚ ਤਿੰਨ ਕਾਨੂੰਨਾਂ ਵਿੱਚ ਸੋਧਾਂ ਦਾ ਸੁਝਾਅ ਦਿੱਤਾ, ਜਿਸ ਵਿੱਚ ਇੱਕ ਪ੍ਰਸਤਾਵ ਵੀ ਸ਼ਾਮਲ ਹੈ ਕਿ ਰਾਜ ਸਰਕਾਰਾਂ ਪ੍ਰਾਈਵੇਟ ਫਰਮਾਂ ਤੇ ਫ਼ੀਸ ਲਗਾਉਣ ਦੇ ਯੋਗ ਹੋਣਗੀਆਂ - ਪਰ ਕਿਸਾਨਾਂ ਨੇ ਸਰਕਾਰ ਤੇ ਇਸ ਦੀਆਂ ਕੋਸ਼ਿਸ਼ਾਂ ਵਿੱਚ "ਬੇਈਮਾਨ" (insincere) ਹੋਣ ਦਾ ਦੋਸ਼ ਲਗਾਉਂਦੇ ਹੋਏ ਇਨ੍ਹਾਂ ਉਪਰਾਲਿਆਂ ਨੂੰ ਰੱਦ ਕਰ ਦਿੱਤਾ।" [19]

"ਅਤੇ ਫਿਰ ਵੀ, ਕਿਸਾਨਾਂ ਨੇ ਜਮਹੂਰੀਅਤ ਦਾ ਇੱਕ ਵਿਕਲਪਿਕ ਦ੍ਰਿਸ਼ਟੀਕੋਣ ਪ੍ਰਦਾਨ ਕੀਤਾ ਹੈ, ਜਿਸਦੀ ਜੜ੍ਹ ਇੱਕ ਸਮਾਨਤਾਵਾਦ ਵਿੱਚ ਹੈ... ਪ੍ਰਦਰਸ਼ਨਕਾਰੀਆਂ ਨੇ ਲੋਕਤੰਤਰ ਦੇ ਵਧੇਰੇ ਬਰਾਬਰੀ ਵਾਲੇ ਰੂਪਾਂ ਦੀ ਸੰਭਾਵਨਾ ਦਾ ਪ੍ਰਦਰਸ਼ਨ ਕਰਦੇ ਹੋਏ ਏਕਤਾ ਅਤੇ ਵਫ਼ਾਦਾਰੀ ਦੇ ਨਵੇਂ ਅਤੇ ਸੰਮਿਲਿਤ ਰੂਪ ਵੀ ਵਿਕਸਤ ਕੀਤੇ ਹਨ।" [20]

ਸਿੱਖਾਂ ਲਈ ਕਿਸੇ "insincere" (ਬੇਈਮਾਨ) ਨਾਲ ਕੰਮ ਕਰਨਾ ਜਾਂ ਸਮਝੌਤਾ ਕਰਨਾ ਅਸੰਭਵ ਹੈ, ਖਾਸ ਕਰਕੇ ਜਦੋਂ ਉਹਨਾਂ ਕੋਲ "ਜਮਹੂਰੀਅਤ" (democratic) ਅਤੇ "ਸਮਾਨਤਾਵਾਦ" (egalitarianism) ਦੇ ਬਦਲਵੇਂ ਆਪਣਾ "ਸਮੇਤ" (inclusive) ਮਾਡਲ ਹੋਣ।

ਸਿੱਖ ਜਿੱਥੇ ਵੀ ਜਾਂਦੇ ਹਨ ਸਭ ਲਈ ਬਹੁਤਾਤ ਪੈਦਾ ਕਰਦੇ ਹਨ। ਭਾਰਤੀ ਸੰਸਕ੍ਰਿਤੀ ਕਮੀ ਪੈਦਾ ਕਰਦੀ ਹੈ। ਫੇਰ ਜਾਤ ਦੇ ਅਧਾਰ ਤੇ ਹਰ ਚੀਜ਼ ਵੰਡੀ ਜਾਂਦੀ ਹੈ।

ਸਿੱਖ ਅਤੇ ਭਾਰਤੀ ਕਈ ਬੁਨਿਆਦੀ ਵਿਚਾਰਧਾਰਕ ਪਹਿਲੂਆਂ ਵਿੱਚ ਵਿਰੋਧ ਕਾਰਨ ਇਕੱਠੇ ਕੰਮ ਨਹੀਂ ਕਰ ਸਕਦੇ। ਕਿਹਾ ਜਾਂਦਾ ਹੈ ਕਿ ਸਿੱਖ ਅਤੇ ਭਾਰਤੀ ਅੱਗ ਅਤੇ ਪਾਣੀ ਵਰਗੇ ਹਨ।

ਸਿੱਖ ਅਤੇ ਭਾਰਤ ਦੀ ਆਪਸੀ ਗਲ ਤਾਂ ਕੀਤੀ ਜਾ ਸਕਦੀ ਹੈ ਪਰ ਕੋਈ ਸਮਝੌਤਾ ਜਾਂ ਸਾਂਝ ਨਹੀਂ ਹੋ ਸਕਦੀ। ਕਿਸ ਵਿਚਾਰ ਤੇ ਤੁਸੀਂ ਭਾਰਤੀਆਂ ਨਾਲ ਸਮਝੋਤਾ ਕਰੋਗੇ?

ਸਿੱਖਾਂ ਅਤੇ ਭਾਰਤੀਆਂ ਨੂੰ ਅਪਨੇ ਅਪਨੇ ਦੇਸ਼ਾਂ ਵਿੱਚ ਵੱਖਰਾ ਰਿਹਨਾ ਹੀ ਇੱਕੋ ਇੱਕ ਹੱਲ ਹੈ।

ਸਿੱਖ ਸਿਰਫ ਆਪਣੇ ਖਿਤੇ ਵਿੱਚ ਆਪਣੇ ਖੁਦ ਦੇ ਰਾਜ ਲੈਣਗੇ। ਸਿੱਖ ਉਹ ਚੀਜ਼ ਨਹੀਂ ਲੈਣਗੇ ਜੋ ਉਨ੍ਹਾਂ ਦੀ ਨਹੀਂ ਹੈ। ਸਿੱਖ ਹਿੰਦ/ਹਿੰਦੁਸਤਾਨ ਜਾਂ ਭਾਰਤ ਜਾਂ 'ਗਰੇਟਰ ਪੰਜਾਬ' ਜਾਂ ਕਿਸੇ 'ਜਾਟ ਲੈਂਡ' ਵਰਗੇ ਕਿਸੇ ਓਪਰੀ ਚੀਜ਼ ਉੱਤੇ ਮਲਕੀਅਤ ਨਹੀਂ ਲੈਣਗੇ।

ਸਿੱਖ ਪੱਤਰਕਾਰ ਭਰਪੂਰ ਸਿੰਘ ਬਲਬੀਰ ਨੇ ਸਪੱਸ਼ਟ ਕੀਤਾ ਕਿ ਸਿੱਖ ਸਵੈ-ਰਾਜ ਚਾਹੁੰਦੇ ਹਨ ਤੇ ਨਾ ਕਿ ਕਿਸੇ ਤੇ ਰਾਜ ਕਰਨਾ। ਨਾ ਹੀ ਕਿਸੇ ਸੱਤਾ ਵੰਡ ਸਮਝੌਤੇ ਵਿਚ ਰਹਿਣਾ, ਅਤੇ ਨਾ ਹੀ ਕਿਸੇ ਹੋਰ ਤੇ ਕੰਟਰੋਲ ਕਰਨਾ ਚਾਹੁੰਦੇ ਹਨ।

"ਅਸੀਂ ਮਾਲਾ ਫੜ੍ਹ ਕੇ ਕਿਸੈ ਮਠ ਦੇ ਪੁਜਾਰੀ ਨਹੀਂ ਬਣਨਾ ਚਾਹੁੰਦੇ, **ਹਿੰਦੁਸਤਾਨ ਵਿਚ ਹਿੰਦੂ ਰਾਜ ਕਰੇ, ਪੰਜਾਬ ਵਿਚ ਸਿੱਖ ਰਾਜ ਕਰਨਗੇ।**" (ਭਰਪੂਰ ਸਿੰਘ ਬਲਬੀਰ) [21]

ਸਿੱਖਾਂ ਅਤੇ ਹਿੰਦੂਆਂ ਦਾ ਵਿਚਾਰਧਾਰਕ ਵਿਰੋਧ		
	ਸਿੱਖ ਵਿਸ਼ਵਾਸ	**ਹਿੰਦੂ ਵਿਸ਼ਵਾਸ**
ਸਮਾਨਤਾ	ਸਾਰਿਆਂ ਲਈ ਮੌਕੇ ਦੀ ਬਰਾਬਰੀ। (equality of opportunity but not outcome, meritocracy)	ਬਰਾਬਰੀ ਨਹੀਂ। ਜਾਤ ਪ੍ਰਣਾਲੀ **ਧਰਮ ਵਿੱਚ ਕੇਂਦਰੀ** ਹੈ।
ਤਰੀਕਾ	ਪਿਆਰ ਨਾਲ ਸਭ ਨੂੰ ਉੱਚਾ ਚੁੱਕੋ। ਪ੍ਰਗਤੀਸ਼ੀਲ। (progressive) ਸਾਰਿਆਂ ਲਈ ਬਹੁਤਾਤ ਪੈਦਾ ਕਰਦਾ ਹੈ।	ਸਿਰਫ ਉੱਚ ਜਾਤੀਆਂ ਦੀ ਪਰਵਾਹ ਕਰੋ। ਪਿਛਾਖੜੀ। (regressive) ਕਮੀ ਪੈਦਾ ਕਰਦਾ ਹੈ ਅਤੇ ਫੇਰ ਜਾਤ ਦੇ ਅਧਾਰ ਤੇ ਹਰ ਚੀਜ਼ ਵੰਡੀ ਜਾਂਦੀ ਹੈ।
ਰਾਜਨੀਤਿਕ ਫਲਸਫਾ	ਆਜ਼ਾਦ ਪੂੰਜੀਵਾਦ। (Libertarian capitalism)	ਪ੍ਰਚਲਿਤ ਵਿਚਾਰਧਾਰਾ ਦੀ ਹਾਮੀ। (Sycophant to prevailing ideology)
ਪਾਤਸ਼ਾਹੀ	ਵਿਅਕਤੀਗਤ ਰਾਸ਼ਟਰਵਾਦ ਤੋਂ ਵਡਾ। (Personal sovereignty, Individual over State)	ਜਾਤ ਪ੍ਰਣਾਲੀ ਨੇ ਆਪਣੇ ਆਪ ਨੂੰ ਹਿੰਦੂਤਵ ਦੇ ਰਾਸ਼ਟਰਵਾਦ ਵਿੱਚ ਬਦਲ ਦਿੱਤਾ। (No Personal sovereignty. State over individual.)
ਜੀਵਨ ਦਾ ਮਕਸਦ	ਸਰਬੱਤ ਦਾ ਭਲਾ। (Universal salvation, Prosperity-for-all)	ਸਿਰਫ ਉੱਚ ਜਾਤੀਆਂ ਦੀ ਸੇਵਾ ਕਰੋ। (Personal salvation, Prosperity for the few.)
ਪਰਿਭਾਸ਼ਿਤ (well-defined)	ਗੁਰੂ ਗ੍ਰੰਥ ਸਾਹਿਬ ਵਿੱਚ ਦਰਜ।	ਕਿਤੇ ਵੀ ਪਰਿਭਾਸ਼ਿਤ ਨਹੀਂ। ਜੋ ਉੱਚ ਜਾਤੀਆਂ ਕਹਣ, ਉਹੀ ਸੱਚ ਹੈ।
ਬੇਇਨਸਾਫ਼ੀ ਨਾਲ ਲੜਨਾ	ਬੇਇਨਸਾਫ਼ੀ ਨਾਲ ਲੜਨ ਦਾ ਸੱਭਿਆਚਾਰ।	ਬੇਇਨਸਾਫ਼ੀ ਨਾਲ ਕਦੇ ਨਹੀਂ ਲੜੇ।
ਮੈਕਿਆਵੇਲੀਅਨ (Machiavellian)	ਨਹੀਂ।	ਹਾਂ। ਚਾਣਕਿਆ-ਨੀਤੀ।
ਕਿਰਤੀ	ਹਰ ਕੱਮ ਵਿੱਚ ਇਜ਼ਤ। ਜਿਵੇਂ ਕੇ ਖੇਤੀ, ਫੌਜ, ਨਰਸਿੰਗ, ਗੱਡੀ ਚਲਾਉਣਾ, ਇੰਜੀਨੀਅਰ।	ਕੱਮ ਸਿਰਫ਼ 'ਨੀਵੀਂ ਜਾਤ' ਦੇ ਲੋਕਾਂ ਦੁਆਰਾ ਹੀ ਕੀਤਾ ਜਾਂਦਾ ਹੈ।

ਸਿੱਖਾਂ ਅਤੇ ਭਾਰਤ ਦੇ ਹਿੰਦੂ ਉੱਚ ਜਾਤੀਆਂ ਨਾਲ ਟਕਰਾਅ ਨੂੰ ਸਿੱਖ ਇਤਿਹਾਸ ਦੇ ਇੱਕ ਪ੍ਰਸਿੱਧ ਦੋਹੇ ਵਿੱਚ ਦਰਸਾਇਆ ਹੈ।

ਮਨੂੰ ਸਾਡੀ ਦਾਤਰੀ ਅਸੀਂ ਮਨੂੰ ਦੇ ਸੋਏ।
ਜਿਉਂ ਜਿਉਂ ਮਨੂੰ ਵਢਦਾ ਅਸੀਂ ਦੂਣ ਸਵਾਏ ਹੋਏ।

ਇਹ ਦੁਹਰਾਉਣ ਯੋਗ ਹੈ ਕਿਉਂਕਿ ਇਹ ਇੱਕੋ ਇੱਕ ਹੱਲ ਹੈ।

ਸਿੱਖ ਅਤੇ ਭਾਰਤ ਦੀ ਆਪਸੀ ਗਲ ਤਾਂ ਕੀਤੀ ਜਾ ਸਕਦੀ ਹੈ ਪਰ ਕੋਈ ਸਮਝੌਤਾ ਜਾਂ ਸਾਂਝ ਨਹੀਂ ਹੋ ਸਕਦੀ। ਸਿੱਖਾਂ ਅਤੇ ਭਾਰਤੀਆਂ ਨੂੰ ਅਪਨੇ ਅਪਨੇ ਦੇਸ਼ਾਂ ਵਿੱਚ ਵੱਖਰਾ ਰਹਣਾ ਹੀ ਇੱਕੋ ਇੱਕ ਹੱਲ ਹੈ।

ਸਿੱਖ ਅਤੇ ਭਾਰਤ ਦੀ ਆਪਸੀ ਗਲ ਤਾਂ ਕੀਤੀ ਜਾ ਸਕਦੀ ਹੈ ਪਰ ਕੋਈ ਸਮਝੌਤਾ ਜਾਂ ਸਾਂਝ ਨਹੀਂ ਹੋ ਸਕਦੀ।
ਸਿੱਖਾਂ ਅਤੇ ਭਾਰਤੀਆਂ ਨੂੰ ਅਪਨੇ ਅਪਨੇ ਦੇਸ਼ਾਂ ਵਿੱਚ ਵੱਖਰਾ ਰਿਹਣਾ ਹੀ ਇੱਕੋ ਇੱਕ ਹੱਲ ਹੈ।

ਸਿੱਖਾਂ ਅਤੇ ਹਿੰਦੂਆਂ ਦੀ ਵਿਚਾਰਧਾਰਕ ਵਿਰੋਧ

ਸਰੋਵਰ ਖੁਸ਼ਕ ਧਰਤੀ ਵਿੱਚ ਜੀਵਨ ਦੇ ਸਰੋਤ ਦੀ ਭਰਪੂਰਤਾ ਦਾ ਪ੍ਰਤੀਕ ਹੈ।
ਸਿੱਖ ਗੁਰੂਆਂ ਨੇ ਹਰ ਗੁਰਦੁਆਰੇ ਵਿੱਚ *ਸਾਰਿਆਂ ਲਈ* ਪਾਣੀ ਦਾ ਸਰੋਵਰ ਬਣਾਇਆ।

ਸਿੱਖ ਬਹੁਤਾਤ ਪੈਦਾ ਕਰਦੇ ਹਨ।

ਸ਼ਹਿਰਾਂ ਵਿੱਚ ਵੀ ਬਹੁਤੇ ਗੁਰਦੁਆਰਿਆਂ ਵਿੱਚ ਪੀਣ ਵਾਲੇ ਪਾਣੀ ਦੇ ਸ਼ੁੱਧ ਸਰੋਤ ਸਾਰਿਆਂ ਲਈ ਮੁਫਤ ਉਪਲਬਧ ਹੈ।
ਇਹ ਦਾਨ ਨਹੀਂ ਹੈ। ਇਹ ਇੱਕ ਨਿੱਜੀ (private), ਸਵੈ-ਇੱਛਤ (voluntary), ਕਮਿਊਨਿਟੀ ਪ੍ਰਬੰਧਿਤ (community managed), ਗੈਰ-ਸਰਕਾਰੀ (non-governmental), ਸਮਾਜਿਕ ਸੁਰੱਖਿਆ (social security) ਹੈ।

ਭਾਰਤ ਦੀਆਂ 'ਉੱਚ ਜਾਤੀਆਂ' ਕਮੀ ਪੈਦਾ ਕਰਦੀਆਂ ਹਨ ਅਤੇ ਫਿਰ ਇਸ ਤੱਕ ਪਹੁੰਚ ਨੂੰ ਕੰਟਰੋਲ ਕਰਦੀਆਂ ਹਨ।

ਇਸ ਲਈ ਭਾਰਤ ਵਿੱਚ ਪਾਣੀ ਪਿਛੇ ਲੜਾਈਆਂ ਹਨ, ਅਤੇ ਪਾਣੀ ਵੇਚਣ ਵਾਲੀਆਂ ਦੁਕਾਨਾਂ ਹਨ।

ਭਾਗ 3
ਰਾਜ ਦਾ ਸੰਕਲਪ

Chapter 11

ਸਿਆਸੀ ਅਤੇ ਆਰਥਿਕ ਮਾਡਲ:

ਆਜ਼ਾਦ ਪੂੰਜੀਵਾਦ

ਰਾਜਨੀਤਿਕ ਫਲਸਫਾ ਜਾਂ ਸਿਧਾਂਤ (political philosophy) ਸਰਕਾਰ ਦਾ ਲੋਕਾਂ ਨਾਲ ਤਾਲਮੇਲ ਬਾਰੇ ਹੈ।

ਰਾਜਨੀਤਿਕ ਫਲਸਫਾ ਜਾਂ ਰਾਜਨੀਤਿਕ ਸਿਧਾਂਤ

ਪ੍ਰੋ. ਵਾਲਟਰ ਬਲਾਕ 'Toward a Libertarian Society' ਕਿਤਾਬ ਵਿੱਚ ਦੱਸਦੇ ਹਨ ਕਿ ਇੱਕ ਰਾਜਨੀਤਿਕ ਸਿਧਾਂਤ (political philosophy) ਦੇ ਤਿੰਨ ਜ਼ਰੂਰੀ ਤੱਤ ਹਨ - "ਵਿਦੇਸ਼ੀ ਨੀਤੀ, ਆਰਥਿਕ ਨੀਤੀ, ਅਤੇ ਨਿੱਜੀ ਸੁਤੰਤਰਤਾ ਸੰਬੰਧੀ ਨੀਤੀ"। (ਵਾਲਟਰ ਬਲਾਕ, 'Toward a Libertarian Society', ਪੰਨਾ 12)।

ਸਿੱਖ ਰਾਜ ਦੀ ***ਗੈਰ-ਦਖਲਅੰਦਾਜ਼ੀ*** ਵਾਲੀ ***ਵਿਦੇਸ਼ੀ ਨੀਤੀ*** ਸੀ ਜਿਸ ਵਿੱਚ ਦੂਜੇ ਦੇਸ਼ਾਂ ਵਿੱਚ ਕੋਈ ਦਿਲਚਸਪੀ ਨਹੀਂ ਸੀ। ਉਹ ਕੋਈ ਇਕਪਾਸੜ ਸ਼ਾਂਤੀਵਾਦੀ ('unilateralist pacifists') ਵੀ ਨਹੀਂ ਸਨ। ਸਿੱਖ ਮਾਰਸ਼ਲ ਕੌਮ ਹੈ। ਸਿੱਖ ਆਪਣੀ ਰੱਖਿਆ ਲਈ ਹਮੇਸ਼ਾਂ ਤਿਆਰ ਰਹਿੰਦੇ ਹਨ। ਸਿੱਖ ਰਾਜ ਵਿੱਚ ਇੱਕ ਤਕੜੀ ਫੌਜ, ਨਿਹੰਗ ਸਿੰਘਾਂ ਦੇ ਮਹਾਨ ਯੋਧੇ, ਅਤੇ ਹਰੀ ਸਿੰਘ ਨਲਵਾ ਵਰਗੇ ਮਹਾਨ ਜਰਨੈਲ ਸਨ।

ਸਿੱਖਾਂ ਨੇ ਖੈਬਰ ਦੱਰੇ ਤੱਕ ਸਾਰੀਆਂ ਜ਼ਮੀਨਾਂ ਨੂੰ ਜਿੱਤ ਲਿਆ। ਸਿੱਖਾਂ ਨੇ ਬਾਲਾ ਹਿਸਾਰ ਦੇ ਕਿਲ੍ਹੇ ਨੂੰ ਵੀ ਜਿੱਤਿਆ ਜੋ ਦੱਖਣੀ ਏਸ਼ੀਆ ਤੇ ਹਮਲੇ ਲਈ ਵਰਤਿਆ ਜਾਂਦਾ ਸੀ। ਇਸ ਕਿਲ੍ਹੇ ਨੂੰ ਖੁਰਾਸਾਨ (ਅਜੋਕੇ ਅਫਗਾਨਿਸਤਾਨ ਅਤੇ ਮੱਧ ਏਸ਼ੀਆ) ਤੇ ਉਹਨਾਂ ਦੇ ਉੱਤਰ ਪੱਛਮ ਵੱਲ ਨਿਯਮਤ ਹਮਲਿਆਂ ਨੂੰ ਰੋਕਣ ਲਈ ਜਿੱਤਿਆ ਗਿਆ ਸੀ। ਖੈਬਰ ਦੱਰੇ ਤੇ ਬਾਲਾ ਹਿਸਾਰ ਦੇ ਕਿਲ੍ਹੇ ਤੇ ਜਿੱਤ ਸਾਮਰਾਜ ਬਣਾਉਣ (empire building) ਲਈ ਨਹੀਂ ਸੀ।

ਗੁਰੂਆਂ ਤੇ ਜ਼ੁਲਮ ਦੀ ਦਰਦਨਾਕ ਯਾਦ ਅਤੇ ਜ਼ੁਲਮ ਦੇ ਇਤਿਹਾਸ ਕਾਰਨ ਸਿੱਖਾਂ ਨੇ *ਨਿੱਜੀ ਸੁਤੰਤਰਤਾ* ਨੂੰ ਮਹੱਤਤਾ ਦਿਤੀ। ਗੁਰੂ ਗ੍ਰੰਥ ਸਾਹਿਬ ਵਿੱਚ ਹਲੀਮੀ ਰਾਜ ਲਈ ਜ਼ਬਰਦਸਤੀ ਮਨਾ ਹੈ। ਇਹ ਸਿੱਖ ਸੱਭਿਆਚਾਰ ਦਾ ਹਿਸਾ ਹੈ।

ਪ੍ਰੋ. ਵਾਲਟਰ ਬਲਾਕ ਨੇ "ਵਿਦੇਸ਼ ਵਿੱਚ ਇੱਕ ਸਾਮਰਾਜੀ ਨੀਤੀ ਅਤੇ ਘਰ ਵਿੱਚ ਦੁਰਵਿਵਹਾਰ ਅਤੇ ਜਬਰ ਵਿਚ ਸਬੰਧ" ਬਾਰੇ ਲਿਖਿਆ ਹੈ।

ਗੈਰ-ਦਖਲਅੰਦਾਜ਼ੀ ਵਾਲੀ ਵਿਦੇਸ਼ ਨੀਤੀ ਅਤੇ ਨਿੱਜੀ ਸੁਤੰਤਰਤਾ ਜੁੜੇ ਹੋਏ ਹਨ ਅਤੇ ਇਕੱਠੇ ਚੱਲਦੇ ਹਨ। ਉਹ ਰਾਸ਼ਟਰ-ਰਾਜ ਜੋ ਸਾਮਰਾਜ (empire) ਬਣਾਉਂਦੇ ਹਨ, ਦੂਜਿਆਂ ਨੂੰ ਅਧੀਨ ਕਰਦੇ ਹਨ, ਅਤੇ ਦੂਜਿਆਂ ਨਾਲ ਇਕਸੁਰਤਾ ਵਿਚ ਨਹੀਂ ਰਹਿ ਸਕਦੇ। ਸਾਮਰਾਜ ਨੂੰ ਕਾਇਮ ਰੱਖਣ ਲਈ ਆਪਣੇ ਲੋਕਾਂ ਨੂੰ ਵੀ ਲੁਟਦੇ ਹਨ। ਇਹ ਅਸੀਂ ਹੁਣ ਪੱਛਮ ਵਿੱਚ ਵੀ ਦੇਖਦੇ ਹਾਂ।

ਗੈਰ-ਜ਼ਬਰਦਸਤੀ: ਤਾਕਤ ਜਾਂ ਧਮਕੀ ਦੀ ਵਰਤੋਂ ਨਾ ਕਰੋ (non-coercion)

"ਆਜ਼ਾਦ ਪੂੰਜੀਵਾਦ (Libertarian Capitalism) ਵਿੱਚ ਸਭ ਤੋਂ ਮਹੱਤਵਪੂਰਨ ਨਿਯਮ ਇਹ ਹੈ ਕਿ ਜ਼ਬਰਦਸਤੀ ਨਾ ਕਰੋ।" (ਪ੍ਰੋ. ਵਾਲਟਰ ਬਲਾਕ, 'Toward a Libertarian Society' ਪੰਨਾ 12)।

ਆਜ਼ਾਦੀ ਤੇ ਲਿਬਰਟੀ (Liberty) - Libertarianism ਦੇ ਨਾਮ ਵਿੱਚ ਹੈ।

ਗੈਰ-ਜ਼ਬਰਦਸਤੀ ਸਪਸ਼ਟ ਤੌਰ ਤੇ ਗੁਰੂ ਗ੍ਰੰਥ ਸਾਹਿਬ ਵਿੱਚ ਦਰਜ ਹੈ। ਸਿੱਖਾਂ ਨੂੰ ***ਹੁਕਮ*** ਦਿੱਤਾ ਕਿ ਉਹ ਇੱਕ ਪਰਉਪਕਾਰੀ ਰਾਜ ਵਿੱਚ ਕਿਸੇ ਨੂੰ ਵੀ ***ਜ਼ੋਰ/ਸ਼ਕਤੀ/ਧਮਕੀ (ਜ਼ਬਰਦਸਤੀ) ਨਾਲ ਨਾ*** ਰੁਲਾਉਣ।

ਹੁਣਿ ਹੁਕਮੁ ਹੋਆ ਮਿਹਰਵਾਣ ਦਾ ॥
ਪੈ ਕੋਇ ਨ ਕਿਸੈ ਰਞਾਣਦਾ ॥
ਸਭ ਸੁਖਾਲੀ ਵੁਠੀਆ ਇਹੁ ਹੋਆ ਹਲੇਮੀ ਰਾਜੁ ਜੀਉ ॥

ਗੁਰੂ ਦਾ '**ਹੁਕਮ**' ਹੈ ਪਰਉਪਕਾਰੀ ਸਿੱਖ ਰਾਜ (**ਹਲੇਮੀ ਰਾਜੁ**) ਬਸਾਓ ਜਿਸ ਵਿੱਚ ਕਿਸੇ ਨੂੰ ਤਾਕਤ/ਜ਼ਬਰ/ਜ਼ਬਰ ਕਰ ਕੇ ਨਾ ਰੁਲਾਓ (**'ਨ ਕਿਸੈ ਰਞਾਣਦਾ'**) ।

ਗੁਰੂ ਨਾਨਕ ਨੇ ਉਸ ਸਮੇਂ ਦੇ ਸਰਕਾਰੀ ਅਧਿਕਾਰੀਆਂ ਨੂੰ ਜਨਤਾ ਨੂੰ ਪ੍ਰੇਸ਼ਾਨ ਕਰਨ ਦਾ ਵਰਣਨ ਕੀਤਾ।

ਰਾਜੇ ਸੀਹ ਮੁਕਦਮ ਕੁਤੇ ॥ ਜਾਇ ਜਗਾਇਨਿ੍ ਬੈਠੇ ਸੁਤੇ ॥ ਚਾਕਰ ਨਹਦਾ ਪਾਇਨਿ੍ ਘਾਉ ॥ ਰਤੁ ਪਿਤੁ ਕੁਤਿਹੋ ਚਟਿ ਜਾਹੁ ॥

ਸਿੱਖ ਇਸ ਨੂੰ ਦੁਹਰਾਉਣਾ ਜਾਂ ਕਿਸੇ ਹੋਰ ਨਾਲ ਨਹੀਂ ਕਰਨਾ ਚਾਹੁੰਦੇ।

ਦੋਵੇਂ ਸਿੱਖ ਰਾਜ ਗੈਰ-ਜ਼ਬਰਦਸਤੀ ਵਾਲੇ ਸਨ। ਦੋ ਸਿੱਖ ਰਾਜ ਵਿੱਚ ਜ਼ਬਰਦਸਤੀ, ਜਾਇਦਾਦ ਜ਼ਬਤ, ਗੰਭੀਰ ਅਪਰਾਧ ਅਤੇ ਕੈਦ ਨਾ ਬਰਾਬਰ ਸੀ।

ਬੈਰਨ ਚਾਰਲਸ ਹਿਊਗਲ (Barron Charles Hugel) ਇੱਕ ਯੂਰਪੀਅਨ ਯਾਤਰੀ ਸੀ ਜਿਸਨੇ ਮਹਾਰਾਜਾ ਰਣਜੀਤ ਸਿੰਘ ਦੇ ਸਮੇਂ ਦੱਖਣੀ ਏਸ਼ੀਆ ਦਾ ਦੌਰਾ ਕੀਤਾ। ਉਸਨੇ ਲਿਖਿਆ, "ਸ਼ਾਇਦ ਕਦੇ ਵੀ ਇੰਨਾ ਵੱਡਾ ਸਾਮਰਾਜ ਨਹੀਂ ਸੀ ਜਿਸਦੀ ਸਥਾਪਨਾ ਇੱਕ ਵਿਅਕਤੀ ਦੁਆਰਾ **ਬਹੁਤ ਘੱਟ ਅਪਰਾਧਿਕਤਾ (criminality) ਨਾਲ ਕੀਤੀ ਗਈ** ਹੋਵੇ; ਅਤੇ ਜਦੋਂ ਅਸੀਂ ਗੈਰ-ਸਭਿਆਚਾਰੀ ਲੋਕਾਂ ਨੂੰ ਦੇਖਦੇ ਹਾਂ ਜਿਨ੍ਹਾਂ ਨਾਲ ਉਸਨੂੰ ਨਜਿੱਠਣਾ ਪਿਆ ਹੈ, ਤਾਂ ਉਸਦੀ **ਨਰਮ ਅਤੇ ਸਮਝਦਾਰ ਸਰਕਾਰ** ਹੈਰਾਨੀ ਲਾਇਕ ਹੈ।" (ਬੈਰਨ ਚਾਰਲਸ ਹਿਊਗਲ, 'ਕਸ਼ਮੀਰ ਅਤੇ ਪੰਜਾਬ ਵਿੱਚ ਯਾਤਰਾਵਾਂ'; ਪੰਨਾ 382)।

ਪਰ ਅੱਜ ਸਾਰੀਆਂ ਸਰਕਾਰਾਂ ਅਤੇ ਪੁਲਿਸ ਮਾਮੂਲੀ ਮੁੱਦਿਆਂ ਅਤੇ ਅਪਰਾਧਾਂ ਲਈ ਵੱਧ ਤੋਂ ਵੱਧ ਜ਼ਬਰਦਸਤੀ ਅਤੇ ਮੁਕੱਦਮਾ ਚਲਾਉਣ ਦਾ ਅਨੰਦ ਲੈਂਦੇ ਹਨ ਅਤੇ ਮਾਣ ਕਰਦੇ ਹਨ।

ਜਾਇਦਾਦ ਦੇ ਅਧਿਕਾਰ (Property Rights)

ਜਾਇਦਾਦ ਦੇ ਅਧਿਕਾਰਾਂ ਤੋਂ ਬਿਨਾਂ ਕੋਈ ਆਜ਼ਾਦੀ ਜਾਂ ਖੁਸ਼ਹਾਲੀ ਨਹੀਂ ਹੋ ਸਕਦੀ। ਇਹ **ਬੁਨਿਆਦੀ ਹੱਕ** ਹੈ।

ਸਾਰੀ ਦੁਨੀਆ ਦੀਆਂ ਸਰਕਾਰਾਂ ਟੈਕਸ ਰਿਟਰਨਾਂ, KYC, ਪੂੰਜੀ ਨਿਯੰਤਰਣ, ਵਿੱਤੀ ਦਮਨ, ਬੈਂਕ ਖਾਤਿਆਂ ਨੂੰ ਫ੍ਰੀਜ਼ ਕਰਨ, ਵਧ ਰਹੇ ਪ੍ਰਾਪਰਟੀ ਟੈਕਸ, ਮੋਰਟੋਰੀਅਮ (eviction moratoriums), ਸਕੁਏਟਰ ਰਾਈਟਸ (squatter rights), ਡੀਮਡ ਡਿਸਪੋਜ਼ੇਸ਼ਨ (deemed dispositions), ਤੇ ਹੋਰ ਕਾਨੂੰਨਾਂ ਰਾਹੀਂ ਲੋਕਾਂ ਦਾ ਪੈਸਾ ਅਤੇ ਜਾਇਦਾਦ ਜ਼ਬਤ ਕਰਦੀਆਂ ਹਨ।

ਸੱਤਾ ਨਾਲ ਹਲਕੇ ਸਰਕਾਰੀ ਮੁਲਾਜਮ ਨੂੰ ਕਾਨੂੰਨਾਂ ਦੀ ਲੋੜ ਨਹੀਂ ਦਿਖਦੀ। ਉਹ ਦੂਜੇ ਲੋਕਾਂ ਦੇ ਸਰੋਤਾਂ ਨੂੰ ਜ਼ਬਤ ਕਰਨ ਲਈ ਰਾਤੋ-ਰਾਤ ਨਿਯਮ (regulations) ਬਣਾਉਂਦੇ ਹਨ।

ਜਾਇਦਾਦ ਜ਼ਬਤ ਕਰਨ ਦਾ ਅਸਲ ਕਾਰਨ ਗਰੀਬਾਂ ਦੀ ਮਦਦ ਕਰਨਾ, ਜਾਂ ਮਨੀ ਲਾਂਡਰਿੰਗ (money laundering) ਨੂੰ ਰੋਕਣਾ, ਜਾਂ ਅੱਤਵਾਦ ਨੂੰ ਰੋਕਣਾ ਨਹੀਂ ਹੈ। ਅਸਲ ਕਾਰਨ ਹੈ ਛੋਟੇ ਲੋਕਾਂ ਨੂੰ ਜਾਇਦਾਦ ਵੇਚਨ ਲਈ ਮਜਬੂਰ ਕਰਨਾ। ਕਾਰਪੋਰੇਟ ਮਾਲਕ ਫੇਰ ਜਾਇਦਾਦ ਸਸਤੇ ਕਰਜੇ ਲੈ ਕੇ ਖਰੀਦ ਲੈਂਦ ਹਨ। ਫੇਰ ਕਾਰਪੋਰੇਟਾਂ ਦੇ ਕਰਜੇ ਵੀ ਮਾਫ ਹੋ ਜਾਂਦੇ ਹਨ।

ਇਹ Techno-feudalism New World Order (NWO) ਦਾ ਹਿੱਸਾ ਹੈ। ਇਸ ਵਿੱਚ ਕੁਝ ਵੱਡੇ ਜਾਗੀਰਦਾਰਾਂ ਕੋਲ ਸਭ ਕੁਝ ਹੋਵੇਗਾ, ਅਤੇ ਜ਼ਿਆਦਾਤਰ ਲੋਕਾਂ ਨੂੰ ਉਨ੍ਹਾਂ ਦੇ ਬੇ-ਜਮੀਨ, ਬੇ-ਵਪਾਰ, ਬੇ-ਜੁਬਾਨ ਨੌਕਰ ਬਨਾਇਆ ਜਾਏਗਾ।

ਬੋਲਣ ਦੀ ਆਜ਼ਾਦੀ

ਬੋਲਣ ਦੀ ਆਜ਼ਾਦੀ ਦਾ ਮਤਲਬ ਹੈ ਕੀ ਸਰਕਾਰ ਕਿਸੇ ਦੀ ਆਵਾਜ ਬੰਦ ਨਾ ਕਰੇ।

ਬੋਲਣ ਦੀ ਆਜ਼ਾਦੀ ਪੂਰਨ ਬੋਲਣ ਦੀ ਆਜ਼ਾਦੀ ਹੁੰਦੀ ਹੈ। ਆਲੋਚਕ ਹਮੇਸ਼ਾ ਕਿਨਾਰੇ ਦੇ ਮਾਮਲਿਆਂ (edge cases) ਨੂੰ ਸਾਹਮਣੇ ਲਿਆਉਂਦੇ ਹਨ ਅਤੇ ਬੋਲਣ ਦੀ ਆਜ਼ਾਦੀ ਵਿੱਚ ਖਾਮੀਆਂ ਲੱਭਣ ਦੀ ਕੋਸ਼ਿਸ਼ ਕਰਦੇ ਹਨ। ਕੀ ਦੰਗਾ ਭੜਕਾਉਣ ਵਾਲੇ ਨੇਤਾ ਲਈ ਬੋਲਣ ਦੀ ਆਜ਼ਾਦੀ ਹੋਣੀ ਚਾਹੀਦੀ ਹੈ? ਕੀ ਨਫ਼ਰਤ ਵਾਲੇ ਭਾਸ਼ਣ ਦੀ ਇਜਾਜ਼ਤ ਹੈ? ਕੀ ਬੰਬ ਬਣਾਉਣ ਦੀ ਕਿਤਾਬ ਛਾਪਨ ਦੀ ਇਜਾਜ਼ਤ ਹੋਣੀ ਚਾਹੀਦੀ ਹੈ?

ਇਹ ਕਿਨਾਰੇ ਦੇ ਮਾਮਲੇ (edge cases) ਸਾਰਾ ਸਮਾਂ ਲੈਂਦੇ ਹਨ। ਮੌਜੂਦਾ ਕਾਨੂੰਨ ਇਸ ਦਾ ਧਿਆਨ ਰੱਖਦੇ ਹਨ। ਸਾਨੂੰ ਧਿਆਨ ਦੇਣਾ ਚਾਹੀਦਾ ਹੈ 99% ਜਨਤਕ ਭਾਸ਼ਣ ਤੇ।

ਅਸੀਂ ਗੁੰਝਲਦਾਰ ਸੰਸਾਰ ਵਿੱਚ ਰਹਿੰਦੇ ਹਾਂ। ਸਾਨੂੰ ਇਸ ਗੁੰਝਲਦਾਰਤਾ ਅਤੇ ਅਨਿਸ਼ਚਿਤਤਾ ਨੂੰ ਸਮਝਣ ਲਈ ਬੋਲਣ ਦੀ ਪੂਰਨ ਆਜ਼ਾਦੀ ਦੀ ਲੋੜ ਹੈ।

ਬੋਲਣ ਦੀ ਸੰਪੂਰਨ ਆਜ਼ਾਦੀ ਵਿਚਾਰਾਂ ਦਾ ਬਾਜ਼ਾਰ ਬਣਾਉਂਦੀ ਹੈ। ਇਸ ਤੋਂ ਬਿਨਾਂ, ਸਿਰਫ ਰਾਜ ਤੇ ਤਾਕਤਵਰ ਦਾ ਬਿਰਤਾਂਤ ਹੀ ਅਗੇ ਆਉਂਦਾ ਹੈ।

ਕੋਈ ਖੁਸ਼ਹਾਲੀ ਨਹੀਂ ਆਵੇਗੀ ਜੇਕਰ ਅਸੀਂ ਪੁਰਾਨੇ, ਭ੍ਰਿਸ਼ਟ ਅਭਿਆਸਾਂ ਤੇ ਸਵਾਲ ਨਹੀਂ ਚਕਾਂਗੇ। ਕੋਈ ਖੁਸ਼ਹਾਲੀ ਨਹੀਂ ਆਵੇਗੀ ਜੇਕਰ ਅਸੀਂ ਵਿਕਲਪਾਂ ਅਤੇ ਵਿਰੋਧੀ ਵਿਚਾਰਾਂ ਨੂੰ ਨਿਡਰਤਾ ਨਾਲ ਵਿਚਾਰਨ ਦੀ ਇਜਾਜ਼ਤ ਨਹੀਂ ਦੇਵਾਂ ਗੇ।

ਗਲਤ ਬੋਲ ਦਾ ਜਵਾਬ ਵਧੇਰੇ ਸੁਤੰਤਰ ਭਾਸ਼ਣ ਹੈ। ਨਹੀਂ ਤਾਂ ਉਸ ਨੂੰ ਨਜ਼ਰਅੰਦਾਜ਼ ਕਰੋ।

ਬੋਲਣ ਦੀ ਆਜ਼ਾਦੀ ਦਾ ਮਤਲਬ ਹੈ ਕੀ ***ਸਰਕਾਰ*** ਕਿਸੇ ਦੀ ਆਵਾਜ ਬੰਦ ਨਾ ਕਰੇ। ਬੋਲਣ ਦੀ ਆਜ਼ਾਦੀ ਦਾ ਇਹ ਮਤਲਬ **ਨਹੀਂ** ਕੇ ਹਰ ਕੋਈ ਹਰ ਸਮਾਗਮ ਤੇ ਬੋਲ ਸਕੇ। ਨਿਜੀ ਸਮਾਗਮ ਵਿੱਚ ਸਿਰਫ ਬੁਲਾਏ ਲੋਕਾਂ ਦਾ ਬੋਲਣ ਦਾ ਹਕ ਹੈ।

ਬੋਲਣ ਦੀ ਆਜ਼ਾਦੀ ਤੁਹਾਨੂੰ ਦੂਜੇ ਲੋਕਾਂ ਦੇ ਪਲੇਟਫਾਰਮ ਤੇ ਬੋਲਣ ਦਾ ਅਧਿਕਾਰ ***ਨਹੀਂ*** ਦਿੰਦੀ।

ਬੋਲਣ ਦੀ ਆਜ਼ਾਦੀ ਦਾ ਮਤਲਬ ਇਹ ***ਨਹੀਂ*** ਕਿ ਦੂਸਰੇ ਲੋਕ ਤੁਹਾਨੂ ਅਦਾਲਤ ਵਿੱਚ ਨਹੀਂ ਲੈ ਜਾ ਸਕਦੇ।

"ਸਾਰੀ ਸੈਂਸਰਸ਼ਿਪ ਮੌਜੂਦਾ ਧਾਰਨਾਵਾਂ ਅਤੇ ਮੌਜੂਦਾ ਸੰਸਥਾਵਾਂ ਨੂੰ ਚੁਣੌਤੀ ਦੇਣ ਤੋਂ ਰੋਕਣ ਲਈ ਹੈ। ਪਰ ਸਾਰੀ ਤਰੱਕੀ ਮੌਜੂਦਾ ਧਾਰਨਾਵਾਂ ਤੇ ਸੰਸਥਾਵਾਂ ਨੂੰ ਚੁਣੌਤੀ ਦੇ ਕੇ ਹੀ ਸ਼ੁਰੂ ਕੀਤੀ ਜਾਂਦੀ ਹੈ। ਸਿੱਟੇ ਵਜੋਂ, **ਤਰੱਕੀ ਦੀ ਪਹਿਲੀ ਸ਼ਰਤ ਸੈਂਸਰਸ਼ਿਪ ਨੂੰ ਹਟਾਉਣਾ ਹੈ**।" (ਜਾਰਜ ਬਰਨਾਰਡ ਸ਼ਾਅ)।

ਛੋਟੀ ਸਰਕਾਰ (Small Government)

ਸਟੇਟ (State) ਕੁਦਰਤੀ ਤੌਰ ਤੇ ਜਬਰੀ ਹੁੰਦੀ ਹੈ ਕਿਉਂਕੇ ਇਹ ਉਤਪਾਦਨ ਦੁਆਰਾ ਨਹੀਂ ਬਲਕਿ ਉਤਪਾਦਕ ਜਨਤਾ ਤੋਂ ਜ਼ਬਤ ਕਰਕੇ ਦੌਲਤ ਹਾਸਲ ਕਰਦੀ ਹੈ। ਸਟੇਟ ਲੋਕਾਂ ਦੇ ਵਿਹਾਰ ਦੀ ਕੜੀ ਨਿਗਰਾਨੀ ਰਖਦੀ ਹੈ ਕਿਉਂਕੇ ਉਸ ਨੇ ਲੋਕਾਂ ਨੂੰ ਲੁਟਣਾ ਹੁੰਦਾ ਹੈ।

ਲੋਕਾਂ ਦੀ ਆਜ਼ਾਦੀ ਅਤੇ ਖੁਸ਼ਹਾਲੀ ਲਈ ਸਟੇਟ ਨੂੰ ਬਹੁਤ ਛੋਟਾ ਹਖਣਾ ਜਰੂਰੀ ਹੈ। ਭਲਾਈ ਵਾਲਾ ਰਾਜ ਛੋਟਾ ਰਾਜ ਤੇ ਛੋਟਾ ਸਟੇਟ ਹੈ।

ਸਰਕਾਰ ਤੇ ਸਟੇਟ ਨੂੰ ਸਿਰਫ ਉਸ ਪ੍ਰਬੰਧਨ ਵਿੱਚ ਸ਼ਾਮਲ ਹੋਣਾ ਚਾਹੀਦਾ ਹੈ ਜੋ ਨਿੱਜੀ ਖੇਤਰ (private sector) ਦੁਆਰਾ ਪ੍ਰਦਾਨ ਨਹੀਂ ਕੀਤਾ ਜਾ ਸਕਦਾ ਹੈ। ਇਹ ਦੋ, ਅਤੇ ਸਿਰਫ ਦੋ ਚੀਜ਼ਾਂ ਹਨ:

1. ਵਿਦੇਸ਼ ਨੀਤੀ ਅਤੇ ਰੱਖਿਆ (foreign policy, border control, defense)
2. ਕਾਨੂੰਨ ਬਣਾਉਣਾ, ਅਦਾਲਤਾਂ, ਪੁਲਿਸ, ਤੇ ਨਿਆਂ ਪ੍ਰਣਾਲੀ (justice system of laws, courts, police)

ਸਰਕਾਰ ਤੇ ਸਟੇਟ ਦੀ ਸ਼ਮੂਲੀਅਤ ਸੂਝ ਤੇ ਇਮਾਨਦਾਰੀ ਨਾਲ ਕਾਨੂੰਨਾਂ ਦਾ ਖਰੜਾ ਤਿਆਰ ਕਰਨਾ, ਅਤੇ ਉਨ੍ਹਾਂ ਨੂੰ ਕੁਸ਼ਲ ਅਤੇ ਨਿਆਂਪੂਰਨ ਅਦਾਲਤਾਂ ਅਤੇ ਪੁਲਿਸ ਦੁਆਰਾ ਲਾਗੂ ਕਰਨ ਤੱਕ ਸੀਮਤ ਹੋਣਾ ਚਾਹੀਦੀ ਹੈ।

ਪਰ ਇਹੀ ਇਕ ਚੀਜ਼ ਹੈ ਜੋ ਸਰਕਾਰ ਤੇ ਸਟੇਟ ਕਦੇ ਨਹੀਂ ਕਰਦੀ। ਇਸ ਤੋਂ ਇਲਾਵਾ ਜੋ ਨਹੀਂ ਕਰਨਾ ਚਾਹੀਦਾ ਹੈ, ਉਹ ਸਰਕਾਰ ਤੇ ਸਟੇਟ ਕਰਦੀ ਹੈ। ਸਰਕਾਰ ਤੇ ਸਟੇਟ ਕਦੇ ਵੀ ਚੰਗੇ ਕਾਨੂੰਨ ਨਹੀਂ ਬਣਾਉਂਦੀ, ਅਤੇ ਕਾਰਪੋਰੇਸ਼ਨਾਂ ਅਤੇ ਵਕੀਲਾਂ ਲਈ ਕਾਨੂੰਨ ਨੂੰ ਬਾਈਪਾਸ ਕਰਨ ਲਈ ਕਮੀਆਂ ਛੱਡਦੀ ਹੈ।

ਛੋਟੀ ਸਰਕਾਰ ਤੇ ਸਟੇਟ ਦਾ ਮਕਸਦ 'ਕੋਈ ਸ਼ਾਸਨ ਨਹੀਂ' (no governance), free-for-all, ਅਤੇ ਅਰਾਜਕਤਾ (anarchy) **ਨਹੀਂ ਹੈ**। ਮਕਸਦ ਘੱਟੋ-ਘੱਟ ਗੈਰ-ਦਖਲਅੰਦਾਜ਼ੀ ਸ਼ਾਸਨ (minimal non-intrusive governance) ਹੈ।

ਸਰਕਾਰ ਤੇ ਸਟੇਟ ਦਾ **ਸਭ ਤੋਂ ਮਹੱਤਵਪੂਰਨ ਕੰਮ ਦਖਲ ਦੇਣ ਤੋਂ ਪਰਹੇਜ਼ ਕਰਨਾ ਹੈ**। ਪਰਹੇਜ਼ ਕਰਨ ਲਈ ਬਹੁਤ ਸਾਰੇ ਸਰਕਾਰੀ ਮੁਲਾਜਮਾਂ ਦੀ ਲੋੜ ਨਹੀਂ ਹੈ। ਸਿਆਣਪ ਅਤੇ ਪਰਉਪਕਾਰੀ ਦੇ ਨਾਲ ਸ਼ਾਸਨ ਵਿੱਚ ਕੁਝ ਮਾਹਰਾਂ ਦੀ ਲੋੜ ਹੈ। ਮਾਹਰ ਉਹੀ ਕਰਨ ਜਿਸ ਦੀ ਲੋੜ ਹੋਵੇ।

ਸਮੁੰਦਰੀ ਜਹਾਜ਼ ਦੇ ਇਕ ਅਨੁਭਵੀ ਕੈਪਟਨ ਵਾਂਗ, ਜਹਾਜ਼ ਦੇ ਟਿਲਰ ਤੇ ਹਲਕਾ ਸਥਿਰ ਹੱਥ ਜੋ ਹਲਕੇ ਅਤੇ ਸੂਖਮ ਕੋਰਸ ਸੁਧਾਰ ਕਰਦਾ ਹੈ, ਉਹੀ ਜ਼ਰੂਰੀ ਹੈ।

ਜ਼ਿਆਦਾਤਰ ਦੇਸ਼ਾਂ ਦੀ ਸਰਕਾਰ ਤੇ ਸਟੇਟ ਉਤਸ਼ਾਹ ਵਾਲੇ ਬਾਂਦਰਾਂ ਦਾ ਇੱਕ ਟੋਲਾ ਹੈ ਜੋ ਜਹਾਜ਼ ਵਿੱਚ ਚੀਕ ਰਹੇ ਹਨ। ਮੂਰਖਾਂ ਦੇ ਜਹਾਜ਼ ਵਿੱਚ ਚੀਕ ਚਿਹਾੜੇ ਦੇ ਆਧਾਰ ਤੇ ਬਾਂਦਰਾਂ ਦਾ ਟੋਲਾ ਦਾ ਹਰ ਬੇ ਦਿਮਾਗੀ ਬਾਂਦਰ ਵਾਰੀ ਵਾਰੀ ਟਿਲਰ ਨੂੰ ਉਤਸ਼ਾਹ ਨਾਲ ਜੋਰ ਜੋਰ ਦੀ ਹਿਲਾ ਰਿਹਾ ਹੈ।

ਇਸੇ ਕਰਕੇ ਸਰਕਾਰਾਂ ਰੋਜ਼ਾਨਾ ਪ੍ਰਸ਼ਾਸਕੀ ਹੁਕਮ (regulations) ਰਾਜ ਨੂੰ ਚਲਾਉਣ ਲਈ ਵਰਤਦੀਆਂ ਹਨ।

ਇੱਕ ਛੋਟੀ ਸਰਕਾਰ ਤੇ ਸਟੇਟ ਨੂੰ ਆਪਣੇ ਲੋਕਾਂ ਨੂੰ ਘੱਟ ਲੁਟਣ ਦੀ ਲੋੜ ਹੈ। ਛੋਟੀ ਸਰਕਾਰ ਤੇ ਸਟੇਟ ਲੋਕਾਂ ਦੀ ਜ਼ਿੰਦਗੀ ਵਿੱਚ ਘੱਟ ਦਖਲਅੰਦਾਜੀ ਕਰਦੀ ਹੈ।

ਉਤਸ਼ਾਹ ਵਾਲੇ ਬਾਂਦਰਾਂ ਦੇ ਟੋਲੇ ਨਾਲੋਂ ਸੱਭ ਤੋਂ ਵਧ ਸਮਝ ਵਾਲੇ ਹੋਨਹਾਰ ਲੋਕ ਸਰਕਾਰ ਵਿੱਚ ਰਖੋ।

ਸਰਕਾਰ ਸਾਨੂੰ ਖੁਸ਼ ਕਰਨ ਲਈ ਨਹੀਂ ਹੈ। "ਸਰਕਾਰ ਲੋਕਾਂ ਨੂੰ ਖੁਸ਼ ਨਹੀਂ ਕਰ ਸਕਦੀ। ਲੋਕਾਂ ਨੂੰ ਆਪਣੇ ਆਪ ਨੂੰ ਖੁਸ਼ ਕਰਨ ਦੀ ਲੋੜ ਹੈ। ਸਰਕਾਰ ਦੀ ਭੂਮਿਕਾ ਜਿੰਨਾ ਸੰਭਵ ਹੋ ਸਕੇ ਇੱਕ ਪਾਸੇ ਲੋਕਾਂ ਨੂੰ ਆਪਣੇ ਆਪ ਵਧਣ,

ਵਿਕਾਸ ਕਰਨ ਅਤੇ ਵਧਣ-ਫੁੱਲਣ ਦੇਣਾ ਹੈ।" (ਪ੍ਰੋ. ਕਿਸ਼ੋਰ ਮਹਿਬੂਬਾਨੀ, ਸਿੰਗਾਪੁਰ ਦੇ ਡਿਪਲੋਮੈਟ ਅਤੇ ਰਾਜਦੂਤ, ਸੰਯੁਕਤ ਰਾਸ਼ਟਰ ਸੁਰੱਖਿਆ ਪ੍ਰੀਸ਼ਦ (United Nations Security Council) ਦੇ ਪ੍ਰਧਾਨ।) [22]

ਦੇਸ਼ ਦੇ ਉੱਤਮ ਦਿਮਾਗਾਂ ਦੁਆਰਾ ਚਲਾਈ ਗਈ ਇੱਕ ਛੋਟੀ ਸਰਕਾਰ ਜਿਸ ਵਿੱਚ ਸ਼ਾਸਨ (governance), ਮਾਹਰ ਹੁਨਰ (specialist skills), ਪਰਉਪਕਾਰੀ (benevolence), ਸੰਜਮ (restraint), ਅਤੇ ਵਧੀਆ ਸਿਖਲਾਈ ਦੀ ਲੋੜ ਹੈ। ਖੁਸ਼ਹਾਲੀ ਅਤੇ ਸਰਕਾਰੀ ਜ਼ੁਲਮ ਤੋਂ ਆਜ਼ਾਦੀ ਲਈ ਇਹ ਜ਼ਰੂਰੀ ਹੈ।

"ਜਦੋਂ ਸਰਕਾਰ-- ਚੰਗੇ ਇਰਾਦਿਆਂ ਦੀ ਪ੍ਰਾਪਤੀ ਵਿੱਚ economy ਨੂੰ ਮੁੜ ਵਿਵਸਥਿਤ ਕਰਨ, ਨੈਤਿਕਤਾ (morality) ਨੂੰ ਕਾਨੂੰਨ ਬਣਾਉਣ, ਜਾਂ ਵਿਸ਼ੇਸ਼ ਹਿੱਤਾਂ ਦੀ ਮਦਦ ਕਰਨ ਦੀ ਕੋਸ਼ਿਸ਼ ਕਰਦੀ ਹੈ, ਤਾਂ ਲਾਗਤ ਅਕੁਸ਼ਲਤਾ (inefficiency), ਅਤੇ ਆਜ਼ਾਦੀ ਦ ਨੁਕਸਾਨ ਕਰਦੀ ਹੈ।" (ਮਿਲਟਨ ਫਰੀਡਮੈਨ)।

ਨੈਤਿਕ ਤੌਰ ਤੇ ਨਿਘਾਰ ਵਾਲੇ ਲੋਕ ਜੀਵਨ ਦੇ ਹਰ ਪਹਿਲੂ ਵਿਚ ਸਰਕਾਰੀ ਦਖਲ ਦੀ ਮੰਗ ਕਰਦੇ ਹਨ। ਸਰਕਾਰਾਂ ਜ਼ਿਆਦਾ ਟੈਕਸ ਲਗਾਨ ਦੇ ਮੋਕੇ ਤੇ ਖੁਸ਼ ਹੁੰਦੀਆਂ ਹਨ। ਸਰਕਾਰ ਨੈਤਿਕ ਤੌਰ ਤੇ ਪਤਨਸ਼ੀਲ ਲੋਕਾਂ ਦੀਆਂ ਮੰਗਾਂ ਨੂੰ ਜਬਰ ਦੇ ਢਾਂਚਾ ਬਣਾਉਣ ਲਈ ਵਰਤਦੀ ਹੈ। ਜਿਉਂ-ਜਿਉਂ ਚੀਜ਼ਾਂ ਵਿਗੜਦੀਆਂ ਜਾਂਦੀਆਂ ਹਨ, ਨੈਤਿਕ ਤੌਰ ਤੇ ਗਿਰਾਵਟ ਵਾਲੇ ਲੋਕ ਹਮੇਸ਼ਾ ਹੋਰ ਸਰਕਾਰੀ ਮਦਦ ਦੀ ਮੰਗ ਕਰਦੇ ਹਨ।

ਨੈਤਿਕ ਤੌਰ ਤੇ ਪਛੜੇ ਹੋਏ ਲੋਕ 'ਪੰਘੂੜੇ ਤੋਂ ਕਬਰ' (cradle to grave) ਤੱਕ ਸਰਕਾਰੀ ਦੇਖਭਾਲ ਵਾਲਾ ਦੇਸ਼ ਚਾਹੁੰਦੇ ਹਨ। ਉਹ ਚਾਹੁੰਦੇ ਹਨ ਕਿ ਸਰਕਾਰ ਉਨ੍ਹਾਂ ਦੇ ਬੱਚਿਆਂ ਨੂੰ ਸਿੱਖਿਅਤ ਕਰੇ, ਉਨ੍ਹਾਂ ਦੀ ਸਿਹਤ ਸੰਭਾਲ ਦਾ ਧਿਆਨ ਰੱਖੇ, ਅਤੇ ਉਨ੍ਹਾਂ ਨੂੰ ਮਨੋਰੰਜਨ ਵੀ ਦੇਵੇ।

ਸਰਕਾਰੀ ਮਦਦ ਦੀ ਮੰਗ ਨਾਲ ਨੈਤਿਕ ਤੌਰ ਤੇ ਨਿਘਾਰ ਅਤੇ ਨਿਪੁੰਸਕ (dysfunctional) ਲੋਕ ਸਾਡੀ ਲਗਭਗ ਸਾਰੀਆਂ ਸਮੱਸਿਆਵਾਂ ਦੀ ਜੜ੍ਹ ਹਨ। ਨੈਤਿਕ ਤੌਰ ਤੇ ਡਿੱਗੀ ਜਨਤਾ ਨੂੰ ਬਦਲਿਆ ਨਹੀਂ ਜਾ ਸਕਦਾ। ਉਹ ਹਮੇਸ਼ਾਂ ਸੌਖਾ ਰਸਤਾ ਅਪਣਾਉਂਦੇ ਹਨ ਚਾਹੇ ਓਹ ਬਰਬਾਦੀ ਦਾ ਹੀ ਹੋਵੇ।

ਅਸੀਂ ਸਿਰਫ ਇੱਕ ਅਜਿਹੀ ਪ੍ਰਣਾਲੀ ਦਾ ਨਿਰਮਾਣ ਕਰਨਾ ਹੈ ਜਿੱਥੇ ਨੈਤਿਕ ਤੌਰ ਤੇ ਪਤਨਸ਼ੀਲ ਜਨਤਾ ਸਰਕਾਰ ਨੂੰ ਦਖਲਅੰਦਾਜ਼ੀ ਕਰਨ ਵਾਲੇ ਰਾਜ ਵਿੱਚ ਨਿਪੁੰਸਕ (dysfunctional) ਲੋਕਾਂ ਨੂੰ ਦੇਣ ਲਈ ਉਤਪਾਦਕ ਲੋਕਾਂ ਤੋਂ ਚੋਰੀ ਕਰਕੇ ਬਰਬਾਦੀ ਨਾ ਲੈ ਕੇ ਆਵੇ।

ਦੁਖੁ ਵੇਛੋੜਾ ਇਕੁ ਦੁਖੁ ਭੂਖ ॥ ਇਕੁ ਦੁਖੁ ਸਕਤਵਾਰ ਜਮਦੂਤ ॥

ਛੋਟੀ ਸਰਕਾਰ "ਸਕਤਵਾਰ ਜਮਦੂਤ" ਨੂੰ ਛੋਟਾ ਤੇ ਕਮਜੋਰ ਰਖਦੀ ਹੈ।

ਸਕੂਲ, ਹਸਪਤਾਲ ਅਤੇ ਜਨਤਕ ਸੇਵਾਵਾਂ

ਸਕੂਲਾਂ, ਹਸਪਤਾਲਾਂ ਅਤੇ ਜਨਤਕ ਸੇਵਾਵਾਂ ਨੂੰ ਕੌਣ ਚਲਾਏ ਗਾ? ਸੜਕਾਂ ਅਤੇ ਪੁਲ ਕੌਣ ਬਣਾਏ ਗਾ?

ਸਰਕਾਰ ਮੁਫਤ ਸਿੱਖਿਆ ਅਤੇ ਮੁਫਤ ਸਿਹਤ ਸਹੂਲਤਾਂ **ਨਹੀਂ** ਦੇਵੇਗੀ।

ਸਰਕਾਰੀ ਸੇਵਾਵਾਂ ਬਹੁਤ ਘੱਟ ਗੁਣਵੱਤਾ ਵਾਲੀਆਂ (low quality), ਅਕੁਸ਼ਲ (inefficient) ਅਤੇ ਬਹੁਤ ਮਹਿੰਗੀਆਂ ਹਨ। ਸੇਵਾਵਾਂ ਨੋਟ ਛਾਪ ਕੇ ਫੰਡ ਕੀਤੀਆਂ ਜਾਂਦੀਆਂ ਹਨ। ਲਾਗਤ ਲੋਕਾਂ ਨੂੰ ਦਿਖਾਈ ਨਹੀਂ ਦਿੰਦੀ, ਪਰ ਬਹੁਤ ਜ਼ਿਆਦਾ ਹੈ। ਨਤੀਜਾ ਵਧਦੀ ਮਹਿੰਗਾਈ ਹੈ।

ਸਰਕਾਰੀ ਨੌਂਕਰੀਆਂ ਵੀ ਸਭ ਤੋਂ ਅਕੁਸ਼ਲ, ਭ੍ਰਿਸ਼ਟ ਅਤੇ ਅਪਰਾਧੀ ਸੋਚ ਵਾਲੇ ਲੋਕਾਂ ਲਈ ਡੰਪਿੰਗ ਗਰਾਊਂਡ ਬਣ ਜਾਂਦੀਆਂ ਹਨ। ਸਿਆਸਤਦਾਨ ਸਰਕਾਰੀ ਮੁਲਾਜ਼ਮਾਂ ਨੂੰ ਆਪਣੇ ਹਿੱਤਾਂ ਲਈ ਵਰਤਦੇ ਹਨ।

ਨੈਤਿਕ ਨਿਘਾਰ ਵਾਲੇ ਲੋਕ ਸਭ ਕੁਝ ਮੁਫਤ ਚਾਹੁੰਦੇ ਹਨ। ਉਹ 'ਮੁਫ਼ਤ' ਸੇਵਾਵਾਂ ਦੇਖਦੇ ਹਨ, ਪਰ 'ਮੁੱਲ' ਨਹੀਂ ਦੇਖਦੇ। ਉਹ ਨਹੀਂ ਦੇਖਦੇ ਕਿ **ਨੋਟ ਛਾਪਕੇ ਅਤੇ ਮਹਿੰਗਾਈ ਰਾਹੀਂ 'ਮੁਫ਼ਤ' ਸੇਵਾਵਾਂ ਦੀ ਭੁਗਤਾਨ ਹੁੰਦਾ ਹੈ।**

ਨਿੱਜੀ/ਪ੍ਰਾਈਵੇਟ ਖੇਤਰ (private sector) ਸੇਵਾਵਾਂ ਸਸਤੀਆਂ ਅਤੇ ਬਿਹਤਰ ਪ੍ਰਦਾਨ ਕਰ ਸਕਦਾ ਹੈ। ਇਸ ਦਾ ਖਰਚਾ ਸਾਫ ਦਿਖਦਾ ਹੈ। ਨਿੱਜੀ/ਪ੍ਰਾਈਵੇਟ ਖੇਤਰ (private sector) ਸੇਵਾਵਾਂ ਨਾਲ ਸਾਰਿਆਂ ਲਈ ਮਹਿੰਗਾਈ ਨਹੀਂ ਵਧਦੀ।

ਪੰਜਾਬ ਵਿੱਚ ਵੱਡੀ ਗਿਣਤੀ ਵਿੱਚ ਸਕੂਲ ਅਤੇ ਹਸਪਤਾਲ ਪਹਿਲਾਂ ਹੀ ਪ੍ਰਾਈਵੇਟ ਤੌਰ ਤੇ ਚਲਾਏ ਜਾ ਰਹੇ ਹਨ। ਨਿੱਜੀ/ਪ੍ਰਾਈਵੇਟ ਖੇਤਰ (private sector) ਸੇਵਾਵਾਂ ਪੰਜਾਬ ਲਈ ਕੋਈ ਵੱਡੀ ਤਬਦੀਲੀ ਨਹੀਂ ਹੋਵੇਗੀ। ਪੰਜਾਬ ਵਿੱਚ ਵੀ ਸਰਕਾਰਾਂ ਸਕੂਲ ਚਲਾ ਰਹੀਆਂ ਹਨ, ਪਰ ਉਹ propaganda ਅਤੇ indoctrination ਦੇ ਸੰਦ ਹਨ।

ਪ੍ਰਾਈਵੇਟ ਸਕੂਲਾਂ, ਹਸਪਤਾਲਾਂ ਅਤੇ ਜਨਤਕ ਸੇਵਾਵਾਂ ਦਾ ਮਤਲਬ no governance ਨਹੀਂ, ਕਾਰਪੋਰੇਟ ਸ਼ੋਸ਼ਣ ਨਹੀਂ, ਅਰਾਜਕਤਾ (anarchy) ਨਹੀਂ ਹੈ।

ਇਸਦਾ ਮਤਲਬ ਹੈ ਕਿ ਸਰਕਾਰ ਦੀ ਸ਼ਮੂਲੀਅਤ ਧਿਆਨ ਨਾਲ ਸੋਚੇ-ਸਮਝੇ ਕਾਨੂੰਨਾਂ ਦਾ ਖਰੜਾ ਤਿਆਰ ਕਰਨ ਅਤੇ ਉਨ੍ਹਾਂ ਨੂੰ ਕੁਸ਼ਲ ਅਤੇ ਨਿਆਂਪੂਰਨ ਅਦਾਲਤਾਂ ਅਤੇ ਪੁਲਿਸ ਦੁਆਰਾ ਲਾਗੂ ਕਰਨ ਤੱਕ ਸੀਮਤ ਹੈ।

ਇੱਕ ਉੱਭਰ ਰਹੇ ਦੇਸ਼ ਲਈ ਤੁਰੰਤ ਨਿੱਜੀ/ਪ੍ਰਾਈਵੇਟ ਖੇਤਰ (private sector) ਵਿੱਚ ਬਦਲਨਾ ਇਕਦਮ ਸੰਭਵ ਨਹੀਂ ਹੁੰਦਾ। ਸਰਕਾਰ ਉਹਨਾਂ ਨੂੰ ਸਥਾਪਿਤ ਕਰਨ ਵਿੱਚ ਮਦਦ ਕਰ ਸਕਦੀ ਹੈ, ਪਰ ਉਹਨਾਂ ਦਾ ਰਾਸ਼ਟਰੀਕਰਨ (nationalize) ਨਹੀਂ ਕਰਨਾ ਚਾਹੀਦਾ ਜਾਂ ਉਹਨਾਂ ਕੰਮਾਂ ਵਿੱਚ ਸ਼ਾਮਲ ਨਹੀਂ ਹੋਣਾ ਚਾਹੀਦਾ ਜੋ ਨਿੱਜੀ ਖੇਤਰ ਦੁਆਰਾ ਵਧੇਰੇ ਕੁਸ਼ਲਤਾ ਨਾਲ ਕੀਤਾ ਜਾ ਸਕਦਾ ਹੈ।

ਨਿਗਰਾਨੀ ਤਕਨਾਲੋਜੀ, ਸਿਵਲ ਸੁਸਾਇਟੀ, ਮੀਡੀਆ, ਅਤੇ ਉਪਭੋਗਤਾ ਐਸੋਸੀਏਸ਼ਨਾਂ (consumer associations) ਦੁਆਰਾ ਪ੍ਰਦਾਨ ਕੀਤੀ ਜਾ ਸਕਦੀ ਹੈ।

"ਸਿੱਖਿਆ ਸਭ ਤੋਂ ਪ੍ਰਭਾਵਸ਼ਾਲੀ ਹੋਵੇਗੀ ਜੇਕਰ ਇਹ ਮਾਪਿਆਂ ਦੀ ਪਸੰਦ (choice) ਤੇ ਨਿਰਭਰ ਹੋਵੇਗੀ। ਇਹ ਪਸੰਦ (choice) ਤੇ ਨਿਰਭਰਤਾ ਸਮਾਜ ਦੀ ਸਫਲਤਾ ਦਾ ਬਿਲਡਿੰਗ ਬਲਾਕ ਹੈ।" (ਮਿਲਟਨ ਫਰੀਡਮੈਨ)।

ਆਰਥਿਕ ਮਾਡਲ (Economic Model)

ਦੌਲਤ ਬੁਰੀ ਨਹੀਂ ਹੈ। ਦੌਲਤ ਮਨੁੱਖੀ ਮਾਮਲਿਆਂ ਦੇ ਸੰਚਾਲਨ ਵਿੱਚ ਇੱਕ ਬਹੁਤ ਹੀ ਲਾਭਦਾਇਕ ਚੀਜ਼ ਮੰਨੀ ਗਈ ਸੀ। "ਇੱਕ ਧਾਰਮਿਕ ਮਨੁੱਖ ਲਈ," ਗੁਰੂ ਰਾਮ ਦਾਸ ਜੀ ਨੇ ਕਿਹਾ, "ਇਹ ਅਪਵਿੱਤਰ ਨਹੀਂ ਹੈ। ਦੌਲਤ ਪ੍ਰਾਪਤ ਕਰਨ ਲਈ, ਉਹ ਇਸਨੂੰ ਪ੍ਰਮਾਤਮਾ ਦੇ ਰਾਹ ਵਿੱਚ ਖਰਚ ਕਰੇ, ਅਤੇ ਅਤੇ ਆਰਾਮ ਵਿੱਚ ਰਹੇ।" (ਪ੍ਰੋ. ਗੰਡਾ ਸਿੰਘ ਅਤੇ ਪ੍ਰੋ. ਤੇਜਾ ਸਿੰਘ, 'ਮਹਾਰਾਜਾ ਰਣਜੀਤ ਸਿੰਘ', ਪੰਨਾ 7)।

ਜਿਵੇਂ ਕਿ ਉਪਰੋਕਤ ਉਦਾਹਰਣ ਦਰਸਾਉਂਦੀ ਹੈ, ਸਿੱਖ ਸਰਕਾਰ ਨੂੰ ਪਟੀਸ਼ਨ ਨਹੀਂ ਕਰਦੇ। ਉਹ ਆਪਣੀ ਪਹਿਲਕਦਮੀ (initiative) ਖੁਦ ਕਰਦੇ ਹਨ। ਸਿੱਖਾਂ ਦਾ ਉੱਦਮਤਾ ਅਤੇ ਸਰਕਾਰ ਤੇ ਭਰੋਸਾ ਨਾ ਕਰਨ ਦਾ ਕੁਝ ਸੌ ਸਾਲਾਂ ਦਾ ਇਤਿਹਾਸ ਹੈ। ਉਹ ਆਪਣੀ ਖੁਸ਼ਹਾਲੀ ਲਈ ਨਿੱਜੀ ਜ਼ਿੰਮੇਵਾਰੀ ਲੈਂਦੇ ਹਨ।

ਦੋਵੇਂ ਸਿੱਖ ਰਾਜ ਨੇ ਵਪਾਰ ਵਿਚ ਦਖਲ ਨਹੀਂ ਦਿੱਤਾ। ਉਨ੍ਹਾਂ ਨੇ "ਕਾਰੀਗਰਾਂ, ਵਪਾਰੀਆਂ, ਨਿਰਮਾਤਾਵਾਂ ਅਤੇ ਵਪਾਰੀਆਂ ਲਈ ਇੱਕ ਯੋਗ ਵਾਤਾਵਰਣ (enabling environment) ਪ੍ਰਦਾਨ ਕੀਤਾ ਤਾਂ ਜੋ ਉਹ ਵਧ-ਫੁੱਲ ਸਕਣ।" [4]

ਇਮਾਨਦਾਰ ਕੰਮ ਅਤੇ ਉੱਦਮ ਦਾ ਇਹ ਸੱਭਿਆਚਾਰ ਅੱਜ ਵੀ ਜ਼ਿੰਦਾ ਹੈ। ਅਮਰੀਕਨ ਅਰਥ ਸ਼ਾਸਤਰੀ ਮਿਲਟਨ ਫ੍ਰੀਡਮੈਨ ਨੇ ਪੰਜਾਬ ਦੇ ਦੌਰੇ ਦੌਰਾਨ ਪੰਜਾਬ ਬਾਰੇ ਲਿਖਿਆ ਸੀ, "ਇੱਥੇ ਇੱਕ ਆਤਮ-ਵਿਸ਼ਵਾਸੀ ਪੂੰਜੀਵਾਦ ਨਾਲ ਫੁੱਟ ਰਿਹਾ ਹੈ।" (ਮਿਲਟਨ ਫਰੀਡਮੈਨ, 'ਫ੍ਰਾਈਡਮੈਨ ਆਨ ਇੰਡੀਆ', ਪੰਨਾ 9)।

ਦੌਲਤ ਜਾਂ ਬੈਂਕਿੰਗ ਜਾਂ ਵਿੱਤ ਨਾਲ ਕੋਈ ਵੀ ਵਰਜਿਤ ਨਹੀਂ ਹੈ। ਸਿੱਖ ਗੁਰੂਆਂ ਨੇ ਸਪੱਸ਼ਟ ਤੌਰ ਤੇ ਲੋਕਾਂ ਨੂੰ ਇਨ੍ਹਾਂ ਖੇਤਰਾਂ ਵਿੱਚ ਸ਼ਾਮਲ ਹੋਣ ਲਈ ਪ੍ਰੇਰਿਤ ਕੀਤਾ। ਗਰੀਬੀ ਵਿੱਚ ਕੋਈ ਮਾਣ ਨਹੀਂ ਹੈ, ਅਤੇ ਅਮੀਰ ਹੋਣ ਵਿੱਚ ਕੋਈ ਅੰਦਰੂਨੀ ਬੁਰਾਈ ਨਹੀਂ ਹੈ। ਇਸ ਨੂੰ ਕਾਨੂੰਨੀ ਅਤੇ ਇਮਾਨਦਾਰੀ ਨਾਲ ਹਾਸਲ ਕਰਨਾ ਅਤੇ ਇਸ ਦਾ 10% (ਦਸਵੰਧ) ਆਪਣੀ ਮਰਜ਼ੀ ਨਾਲ ਦੂਜਿਆਂ ਨਾਲ ਸਾਂਝਾ ਕਰਨਾ ਸਿੱਖ ਫਲਸਫਾ ਹੈ।

ਇਮਾਨਦਾਰੀ ਨਾਲ ਸਰਕਾਰ ਦੀ ਸ਼ਮੂਲੀਅਤ ਤੋਂ ਬਿਨਾਂ ਕੰਮ, ਅਤੇ ਕਲਿਆਣਕਾਰੀ ਰਾਜ ਦੀ ਅਣਹੋਂਦ (absence of welfare state) ਨਾਲ ਖੁਸ਼ਹਾਲੀ ਅਤੇ ਜ਼ੁਲਮ ਤੋਂ ਆਜ਼ਾਦੀ ਮਿਲਦੀ ਹੈ।

"ਸਿਰਫ਼ ਅਜਿਹੇ ਕੇਸਾਂ ਵਿੱਚ ਜਿਨ੍ਹਾਂ ਵਿੱਚ ਲੋਕ ਪੀਸਣ ਵਾਲੀ ਗਰੀਬੀ ਤੋਂ ਬਚੇ ਹਨ, ਜਿੱਥੇ ਉਨ੍ਹਾਂ ਕੋਲ ਪੂੰਜੀਵਾਦ ਸੀ। ਜੇ ਤੁਸੀਂ ਇਹ ਜਾਣਨਾ ਚਾਹੁੰਦੇ ਹੋ ਕਿ ਜਨਤਾ ਕਿੱਥੇ ਸਭ ਤੋਂ ਮਾੜੀ ਹੈ, ਇਹ ਬਿਲਕੁਲ ਉਨ੍ਹਾਂ ਸਮਾਜਾਂ ਵਿੱਚ ਹੈ ਜੋ ਪੂੰਜੀਵਾਦ ਤੋਂ ਦੂਰ ਹੁੰਦੇ ਹਨ। ਇਤਿਹਾਸ ਦਾ ਰਿਕਾਰਡ ਬਿਲਕੁਲ ਸਪੱਸ਼ਟ ਹੈ।" (ਮਿਲਟਨ ਫਰੀਡਮੈਨ)।

ਇੱਕ ਆਜ਼ਾਦ ਪੂੰਜੀਵਾਦ (ਲਿਬਰਟੇਰੀਅਨ ਪ੍ਰਣਾਲੀ) ਵਿੱਚ ਸਾਰੇ ਆਰਥਿਕ ਲੈਣ-ਦੇਣ ਵਿੱਚ ਦੋ ਧਿਰਾਂ ਵਿਚਕਾਰ ਸਵੈਇੱਛਤ ਸਮਝੌਤਾ ਜਾਂ ਇਕਰਾਰਨਾਮਾ ਦੇ ਆਧਾਰ ਤੇ ਹੁੰਦਾ ਹੈ।

ਅੱਜ ਦੇ ਸੰਸਾਰ ਤੋਂ ਇਹ ਕਿੰਨਾ ਅਲੱਗ ਹੈ ਜਿੱਥੇ ਅਸੀਂ ਅਰਥ ਸ਼ਾਸਤਰ, ਉਤਪਾਦਨ, ਰਿਹਾਇਸ਼, ਕਲਿਆਣ ਅਤੇ ਸਮਾਜਿਕ ਸੇਵਾਵਾਂ ਅਤੇ ਇੱਥੋਂ ਤੱਕ ਕਿ ਸਿੱਖਿਆ ਵਿੱਚ ਸਰਕਾਰ ਦੇ ਦਖਲ ਨੂੰ ਸੱਦਾ ਦਿੰਦੇ ਹਾਂ।

ਕੋਈ ਭਲਾਈ ਯਾਂ ਕਲਿਆਣਕਾਰੀ ਰਾਜ ਨਹੀਂ (No Welfare State)

ਸਿੱਖ ਇਤਿਹਾਸ ਅਤੇ ਆਜ਼ਾਦ ਪੂੰਜੀਵਾਦ (ਲਿਬਰਟੇਰੀਅਨ ਪ੍ਰਣਾਲੀ) ਦੋਵੇਂ ਹੀ ਵੈਲਫੇਅਰ *ਸਟੇਟ* ਅਤੇ *ਪਬਲਿਕ* ਚੈਰਿਟੀ ਦੇ ਵਿਰੁੱਧ ਹਨ। ਉਹ ਸਰਕਾਰ ਦੁਆਰਾ ਟੈਕਸਾਂ ਦੁਆਰਾ ਇਕੱਠੇ ਕੀਤੇ ਫੰਡਾਂ ਦੀ ਚੈਰਿਟੀ ਦੇ ਵਿਰੁੱਧ ਹਨ।

ਸਿੱਖਾਂ ਦਾ ਆਪਣਾ ਨਿੱਜੀ (private), ਸਵੈ-ਇੱਛਤ (voluntary), ਗੈਰ-ਸਰਕਾਰੀ (non-government), ਭਾਈਚਾਰਕ (community based) ਪ੍ਰਬੰਧਿਤ ਸਮਾਜਿਕ ਸੁਰੱਖਿਆ (social security) ਮਾਡਲ ਹੈ। ਇਹ ਗੁਰਦੁਆਰੇ ਤੇ ਕੇਂਦਰਿਤ ਹੈ। ਇਹ ਕੋਈ ਚੈਰਿਟੀ ਨਹੀਂ ਸਗੋਂ ਭਾਈਚਾਰਕ ਸਮਾਜਿਕ ਸੁਰੱਖਿਆ ਹੈ। ਭਾਈਚਾਰੇ ਦੇ

ਹਰ ਵਿਅਕਤੀ ਤੋਂ ਇਸ ਵਿੱਚ ਹਿੱਸਾ ਲੈਣ ਦੀ ਉਮੀਦ ਕੀਤੀ ਜਾਂਦੀ ਹੈ। ਸਿੱਖ ***ਸਰਕਾਰੀ*** ਸਹਾਇਤਾ (public charity) ਦੀ ਲੋੜ ਤੋਂ ਬਿਨਾਂ ਆਪਣੀ ਭਲਾਈ ਲਈ ਨਿੱਜੀ ਜ਼ਿੰਮੇਵਾਰੀ ਲੈਂਦੇ ਹਨ। ਇਹ ਕਲਿਆਣਕਾਰੀ ਰਾਜ ਨਹੀਂ ਹੈ (not welfare state) ।

ਪ੍ਰਾਈਵੇਟ ਚੈਰਿਟੀ ਉਹ ਹੈ ਜੋ ਲੋਕ ਆਪਣੇ ਪੈਸੇ ਨਾਲ ਕਰਦੇ ਹਨ। ਲੋਕ ਆਪਣੇ ਪੈਸੇ ਨਾਲ ਜੋ ਚਾਹੁੰਦੇ ਕਰ ਸਕਦੇ ਹਨ। ***ਪ੍ਰਾਈਵੇਟ*** ਚੈਰਿਟੀ ਅਤੇ ਨਿੱਜੀ ਸਮਾਜਿਕ ਸੁਰੱਖਿਆ (private social security) ਸਰਕਾਰ ਦੇ ਕਿਸੇ ਵੀ ਮਾਡਲ ਨਾਲੋਂ ਵਧੇਰੇ ਕੁਸ਼ਲ ਹੈ।

"ਇਸ ਦੇ ਉਲਟ, ਜਨਤਕ/ਸਰਕਾਰੀ ਚੈਰਿਟੀ ਜਾਂ 'ਕਲਿਆਣਕਾਰੀ ਨੌਕਰਸ਼ਾਹੀ', ਜਿੱਥੇ ਲਗਾਤਾਰ ਆਫ਼ਤਾਂ ਵੱਧ ਤੋਂ ਵੱਧ ਅਤੇ ਵੱਡੇ ਬਜਟ ਦੀ ਮੰਗ ਕਰਦੀਆਂ ਹਨ।" (ਪ੍ਰੋ. ਵਾਲਟਰ ਬਲਾਕ, 'ਇੱਕ ਲਿਬਰਟੇਰੀਅਨ ਸੁਸਾਇਟੀ ਵੱਲ', ਪੰਨਾ 164)।

ਵੈਲਫੇਅਰ ਸਟੇਟ ਅਤੇ ਪਬਲਿਕ ਚੈਰਿਟੀ ਧਮਕੀ, ਜ਼ਬਰਦਸਤੀ, ਅਤੇ ਰਾਜ ਦੀ ਹਿੰਸਾ ਦੀ ਵਰਤੋਂ ਕਰਕੇ ਉਹ ਲੋਕ ਜੋ ਕੰਮ ਕਰਦੇ ਹਨ ਤੋਂ ਲੈ ਕੇ ਕਾਰਜਹੀਣ (dysfunctional) ਲੋਕਾਂ ਦੀ ਮਦਦ ਦੇ ਬਹਾਨੇ ਲੁਟ ਕੇ ਦੇਸ਼ ਨੂੰ ਤਬਾਹ ਕਰਦਾ ਹੈ।

ਵੈਲਫੇਅਰ ਸਟੇਟ ਅਤੇ ਪਬਲਿਕ ਚੈਰਿਟੀ ਉਨ੍ਹਾਂ ਲੋਕਾਂ ਨੂੰ ਵੀ ਤਬਾਹ ਕਰ ਦਿੰਦੀ ਹੈ ਜਿਨ੍ਹਾਂ ਦੀ ਅਸੀਂ ਮਦਦ ਕਰਨ ਦੀ ਕੋਸ਼ਿਸ਼ ਕਰ ਰਹੇ ਹਾਂ। ਵੈਲਫੇਅਰ ਸਟੇਟ ਅਤੇ ਪਬਲਿਕ ਚੈਰਿਟੀ ਬਦਲੇ ਵਿੱਚ ਹੋਰ ਸਮੱਸਿਆਵਾਂ ਪੈਦਾ ਕਰਦਾ ਹੈ ਅਤੇ ਕੋਈ ਵੀ ਹੱਲ ਨਹੀਂ ਕਰਦਾ।

ਲੋਕਾਂ ਦੇ ਆਪਣੇ ਪੈਸੇ (private charity) ਨਾਲ ਨਿੱਜੀ, ਸਵੈ-ਇੱਛਤ, ਗੈਰ-ਸਰਕਾਰੀ ਸਮਾਜਿਕ ਸੁਰੱਖਿਆ ਜਾਂ ਚੈਰਿਟੀ ਜਾਂ ਪਰਉਪਕਾਰ ਲੋੜਵੰਦਾਂ ਦੀ ਮਦਦ ਕਰਨ ਦਾ ਤਰੀਕਾ ਹੈ। ਇਹ ਦੁਨੀਆ ਭਰ ਦੇ ਹਜ਼ਾਰਾਂ ਗੁਰਦੁਆਰਿਆਂ ਵਿੱਚ ਵਰਤੀ ਜਾਣ ਵਾਲੀ ਕਾਰਜ ਪ੍ਰਣਾਲੀ ਹੈ।

ਦੇਖਭਾਲ ਸਰਕਾਰ (welfare state) ਅਤੇ ਸਮਾਜਿਕ ਸੇਵਾਵਾਂ ਸਮੂਹਿਕਤਾ ਦੇ ਬਹਾਨੇ ਕੰਮ ਕਰਨ ਵਾਲੇ ਲੋਕਾਂ ਤੋਂ ਲੁਟਨ ਦਾ ਤਰੀਕਾ ਹੈ।

ਕੋਈ ਸਮਾਜਵਾਦ ਨਹੀਂ (No socialist egalitarianism)

"ਕਈ ਦਹਾਕੇ ਦੀ ਆਰਥਿਕ ਤਰੱਕੀ ਕਰਕੇ ਪੂੰਜੀਵਾਦੀ ਪੱਛਮ ਹੁਣ ਨੁਕਸਾਨਦੇਹ ਸਮਾਜਵਾਦ ਨੂੰ ਬਰਦਾਸ਼ਤ ਕਰ ਸਕਦਾ ਹੈ।

ਇਸ ਦੇ ਉਲਟ, ਤੀਸਰੇ ਸੰਸਾਰ (third world) ਵਿੱਚ ਸਮਾਜਵਾਦ ਉਹਨਾਂ ਦੀ ਆਰਥਿਕਤਾ ਦੀ ਮੌਤ ਦੀ ਘੰਟੀ ਹੈ।" (ਪ੍ਰੋ. ਵਾਲਟਰ ਬਲਾਕ, 'Toward a Libertarian Society', ਪੰਨਾ. 52).

ਸਮਾਜਵਾਦੀ ਮਾਨਸਿਕਤਾ (socialist egalitarianism) ਘੱਟ ਵਿਕਸਤ ਦੇਸ਼ਾਂ ਲਈ ਜ਼ਹਿਰ ਹੈ। ਇੱਕ ਵਾਰ ਜਦੋਂ ਦੇਸ਼ ਦੇ ਪ੍ਰਸ਼ਾਸਨ ਦੀ ਮਾਨਸਿਕਤਾ ਵਿੱਚ ਦਾਖਲ ਹੋ ਜਾਂਦੇ ਹਨ, ਤਾਂ ਸਮੁੱਚਾ ਸ਼ਾਸਨ ਲੋਕ-ਪੱਖੀ ਵਿਚਾਰਾਂ ਦੁਆਰਾ ਭ੍ਰਿਸ਼ਟ ਹੋ ਜਾਂਦਾ ਹੈ। ਹਰ ਕੋਈ ਮੁਫਤਖੋਰੀ ਦਾ ਮੁਕਾਬਲਾ ਕਰਨਾ ਸ਼ੁਰੂ ਕਰ ਦਿੰਦਾ ਹੈ। ਰਾਜ ਆਪਣੇ ਸਭ ਤੋਂ ਵੱਧ ਉਤਪਾਦਕ ਲੋਕਾਂ ਨੂੰ ਲੁਟਨਾ ਸ਼ੁਰੂ ਕਰ ਦੇਂਦਾ ਹੈ।

ਸਮਾਜਵਾਦੀ ਮਾਨਸਿਕਤਾ (socialist egalitarianism) ਦੀ ਕੋਈ ਲੋੜ ਨਹੀਂ। ਜੇ ਲੋਕਾਂ ਨੂੰ ਕਿਸੇ ਕੱਮ ਤੋਂ ਲਾਭ ਹੁੰਦਾ ਹੈ, ਤਾਂ ਉਹ ਇਕੱਠੇ ਹੋ ਸਕਦੇ ਹਨ ਅਤੇ ਆਪਣੇ ਫਾਇਦੇ ਲਈ ਮਿਲਕੇ ਉਸ ਨੂੰ ਕਰ ਸਕਦੇ ਹਨ।

ਜੇਕਰ ਕਿਸਾਨਾਂ ਨੂੰ ਸਿੰਚਾਈ ਲਈ ਨਹਿਰ ਦੀ ਲੋੜ ਹੈ, ਤਾਂ ਇਸ ਲਈ ਲਖਾਂ ਕਿਸਾਨ ਇਕਠੇ ਹੋ ਕੇ ਬਨਵਾ ਸਕਦੇ ਹਨ। ਸਰਕਾਰ ਡਾਕਟਰਾਂ, ਨਰਸਾਂ ਅਤੇ ਅਧਿਆਪਕਾਂ ਤੋਂ ਵਾਧੂ ਟੈਕਸ ਲੈ ਕਿਸਾਨਾਂ ਦੀ ਮਦਦ ਕਿਉਂ ਕਰੇ? ਕੀ ਸਰਕਾਰ ਫਿਰ ਹਸਪਤਾਲ ਬਣਾਉਣ ਲਈ ਕਿਸਾਨਾਂ ਤੋਂ ਪੈਸੇ ਲਵੇਗੀ?

ਇਹ ਹੈਨਰੀ ਹੇਜ਼ਲਿਟ (Henry Hazlitt) ਦੁਆਰਾ ਆਪਣੀ ਕਿਤਾਬ 'Economics in One Lesson' ਵਿੱਚ ਚੰਗੀ ਤਰ੍ਹਾਂ ਸਮਝਾਇਆ ਗਈ "ਕੇਂਦ੍ਰਿਤ ਲਾਭ ਅਤੇ ਫੈਲੀਆਂ ਲਾਗਤਾਂ" (concentrated benefits and diffused costs) ਦੀ ਸਮੱਸਿਆ ਹੈ। ਕਿਤਾਬ ਦਾ ਇੱਕ ਅਧਿਆਇ ਇਸ ਨੂੰ ਸਮਰਪਿਤ ਹੈ: "ਜੇ ਕਰ ਗਰੀਬੀ ਹਟਾਉਣਾ ਚਾਹੁੰਦੇ ਹੋ, ਸਰਕਾਰ ਨੂੰ ਸਿਵਲ ਕੰਮਾਂ ਤੋਂ ਬਾਹਰ ਕੱਢੋ"। ("Want To Cure Poverty? Get the Government Out of the Market").

ਦੁਨੀਆ ਦੀ ਗਲੋਬਲ ਇੰਟਰਨੈੱਟ ਰੀੜ੍ਹ ਦੀ ਹੱਡੀ ਅਤੇ ਸਮੁੰਦਰ ਦੇ ਹੇਠਾਂ ਕੇਬਲ ਨਿੱਜੀ ਨਿਵੇਸ਼ਕਾਂ (private investors) ਦੁਆਰਾ ਲਗਾਏ ਗਏ ਸਨ, ਨਾ ਕਿ ਸਰਕਾਰ ਦੁਆਰਾ। ਸਭ ਤੋਂ ਗਰੀਬ ਦੇਸ਼ਾਂ ਦੇ ਸਭ ਤੋਂ ਗਰੀਬ ਲੋਕ ਵੀ ਘੱਟੋ-ਘੱਟ ਸਰਕਾਰੀ ਸ਼ਮੂਲੀਅਤ ਦੇ ਨਾਲ ਬਨੇ ਡਾਂਚੇ ਦੇ ਲਾਭ ਦਾ ਆਨੰਦ ਮਾਣਦੇ ਹਨ।

'ਫਾਇਨ' ਦੇਸ਼ ('Fine' countries)

ਪੱਛਮ ਦੇ ਬਹੁਤੇ ਦੇਸ਼ 'ਫਾਇਨ' ਦੇਸ਼ ਹਨ, ਜਿਨ੍ਹਾਂ ਵਿੱਚ ਮਾਮੂਲੀ ਗਲਤੀਆਂ ਲਈ ਵੱਡੇ ਜੁਰਮਾਨੇ ਹਨ। ਇਹ ਵਿੱਤੀ ਦਮਨ ਦਾ ਇੱਕ ਰੂਪ ਹੈ। ਪੱਛਮੀ 'ਫਾਇਨ' ਦੇਸ਼ ਸਰਕਾਰੀ ਲੁੱਟ ਵਾਲੇ ਦੇਸ਼ ਹਨ। ਮਾਮੂਲੀ ਸਰਕਾਰੀ ਅਧਿਕਾਰੀ 'ਕਾਨੂੰਨ ਅਤੇ ਵਿਵਸਥਾ' ਨੂੰ ਕਾਇਮ ਰੱਖ ਕੇ ਮਹੱਤਵਪੂਰਨ ਅਤੇ ਲਾਭਦਾਇਕ ਮਹਿਸੂਸ ਕਰਦੇ ਹਨ ਜਦਕੇ ਉਹ ਨੁਕਸਾਨ ਕਰ ਦੇ ਹਨ।

'ਫਾਈਨ' ਦੇਸ਼ ਅਤੇ ਉਨ੍ਹਾਂ ਦੇ ਬੈਂਕ ਅੱਤਵਾਦ ਅਤੇ ਮਨੀ ਲਾਂਡਰਿੰਗ ਦੇ ਨਾਮ ਤੇ ਹਰ ਚੀਜ਼ ਦੀ ਨਿਗਰਾਨੀ ਰਖਦੇ ਹਨ ਪਰ ਵਿੱਤੀ ਅਪਰਾਧਾਂ ਅਤੇ ਵਾਇਰ ਟ੍ਰਾਂਸਫਰ ਧੋਖਾਧੜੀ ਦੇ ਮਾਮਲੇ ਵਿਚ ਬੇਵੱਸੀ ਦਿਖਾਂਦੇ ਹਨ। ਵਿੱਤੀ ਨਿਗਰਾਨੀ, KYC, ਮਨੀ ਲਾਂਡਰਿੰਗ ਕਾਨੂੰਨ, ਅੱਤਵਾਦ ਵਿਰੋਧੀ ਕਾਨੂੰਨ, ਇਹਨਾਂ 'ਫਾਈਨ' ਦੇਸ਼ਾਂ ਵਿੱਚ ਸਰਕਾਰੀ ਲੁੱਟ ਨੂੰ ਸਮਰਥਣ ਦੇਣ ਲਈ ਹਨ।

***

ਅੱਜ ਬਹੁਤ ਸਾਰੀਆਂ ਸਮੱਸਿਆਵਾਂ ਦੀ ਜੜ੍ਹ ਇਹ ਹੈ ਕਿ ਨੈਤਿਕ ਤੌਰ ਤੇ ਪਤਨਸ਼ੀਲ ਅਤੇ ਨਿਪੁੰਸਕ ਜਨਤਾ (morally degraded and dysfunctional masses) ਮੁਫਤਖੋਰੀ ਚਾਹੁੰਦੀ ਹੈ। ਸਿਆਸਤਦਾਨ ਜਨਤਾ ਨੂੰ ਮੁਫਤ ਚੀਜਾਂ ਦੇਣ ਲਈ ਉਤਪਾਦਕ ਲੋਕਾਂ ਨੂੰ ਲੁਟਨਾ ਸ਼ੁਰੂ ਕਰ ਦੇਂਦੇ ਹਨ। ਚੁਣੇ ਜਾਨ ਤੋਂ ਬਾਦ ਸਿਆਸਤਦਾਨ ਲੁਟਿਆ ਪੈਸੇ ਆਪਣੇ ਲਈ ਅਤੇ ਆਪਣੇ ਸਪਾਂਸਰਾਂ ਲਈ ਰੱਖਦੇ ਹਨ। ਜਨਤਾ ਨੂੰ ਠੇਂਗਾ ਮਿਲਦਾ ਹੈ।

ਸਿੱਖਾਂ ਦੇ 175 ਸਾਲਾਂ ਦੇ ਜ਼ੁਲਮ ਦੇ ਇਤਿਹਾਸ ਨੇ ਉਨ੍ਹਾਂ ਦੀ ਮਾਨਸਿਕਤਾ ਨੂੰ ਵਿਗਾੜ ਦਿੱਤਾ ਹੈ। ਉਨ੍ਹਾਂ ਦੇ ਡੀ.ਐਨ.ਏ. (DNA) ਨੂੰ ਨੁਕਸਾਨ ਪਹੁੰਚਾਇਆ ਹੈ। ਡੂੰਘੇ ਸਦਮੇ ਤੋਂ ਮੁੜ ਸੁਰਜੀਤ ਕਰਨ ਦੀ ਲੋੜ ਹੈ। ਗੈਰ-ਜ਼ਬਰਦਸਤੀ, ਜਾਇਦਾਦ ਦੇ ਅਧਿਕਾਰ, ਬੋਲਣ ਦੀ ਆਜ਼ਾਦੀ, ਨਿੱਜੀ ਆਜ਼ਾਦੀਆਂ, ਅਤੇ ਸਮਾਜਵਾਦ ਨਾ ਹੋਣਾ ਸਿੱਖਾਂ ਦੇ ਭਵਿੱਖ ਲਈ ਜਰੂਰੀ ਹੈ।

"ਇੱਕ ਵੱਡੀ ਗਲਤੀ ਹੈ ਨੀਤੀਆਂ ਅਤੇ ਪ੍ਰੋਗਰਾਮਾਂ ਨੂੰ ਉਹਨਾਂ ਦੇ ਨਤੀਜਿਆਂ ਦੀ ਬਜਾਏ ਉਹਨਾਂ ਦੇ ਇਰਾਦਿਆਂ ਦੁਆਰਾ ਪਰਖ ਕਰਨਾ।" (ਮਿਲਟਨ ਫਰੀਡਮੈਨ)

ਨਤੀਜੇ ਹਨ ਜੋ ਮਾਇਨੇ ਰੱਖਦੇ ਹਨ। ਇਰਾਦੇ ਨਹੀਂ। ਸਮਾਜਵਾਦ ਪ੍ਰਣਾਲੀਆਂ ਦਾ ਕੋਈ ਲਾਭ ਨਹੀਂ ਹੁੰਦਾ। **ਨਾਂ** ਹੀ ਸਮਾਜਵਾਦ ਪ੍ਰਣਾਲੀਆਂ ਦੇ ਇਰਾਦੇ (ਅਤੇ ਨਤੀਜੇ) ਚੰਗੇ ਹਨ।

ਸਿੱਖ ਰਾਜ ਆਜ਼ਾਦ ਪੂੰਜੀਵਾਦ (Libertarian Capitalism) ਦੇ ਸਿਆਸੀ ਅਤੇ ਆਰਥਿਕ ਮਾਡਲ ਤੇ ਆਧਾਰਿਤ ਸਨ। ਇਹ ਸੀ ਗੈਰ-ਜ਼ਬਰਦਸਤੀ, ਗੈਰ-ਦਖਲਅੰਦਾਜ਼ੀ ਵਾਲੀ ਵਿਦੇਸ਼ ਨੀਤੀ, ਨਿੱਜੀ ਸੁਤੰਤਰਤਾ, ਜਾਇਦਾਦ ਦੇ ਅਧਿਕਾਰ, ਜਾਇਦਾਦ ਜ਼ਬਤ ਨਹੀਂ ਕਰਨਾ, ਅਤੇ ਛੋਟੀ ਸਰਕਾਰ। ਸਿੱਖ ਅੱਜ ਵੀ ਇਨ੍ਹਾਂ ਸਿਧਾਂਤਾਂ ਵੱਲ ਸੁਭਾਵਿਕ ਤੋਰ ਤੇ ਝੁਕਾਅ ਰੱਖਦੇ ਹਨ। 175 ਸਾਲ ਦੀ ਗੁਲਾਮੀ ਤੇ ਡੂੰਘੇ ਸਦਮੇ ਤੋਂ ਮੁੜ ਸੁਰਜੀਤ ਕਰਨ ਦੀ ਲੋੜ ਹੈ।

Chapter 12

ਮੁਦਰਾ ਪ੍ਰਣਾਲੀ:

ਵਿੱਤੀ ਜ਼ਿੰਮੇਵਾਰੀ

ਮੁਦਰਾ ਪ੍ਰਣਾਲੀ (monetary system) ਕਾਨੂੰਨ, ਪ੍ਰਕਿਰਿਆਵਾਂ, ਅਤੇ ਸੰਸਥਾਵਾਂ ਦਾ ਇੱਕ ਸਮੂਹ ਹੈ ਜੋ ਪੈਸੇ ਦੀ ਸਿਰਜਣਾ, ਵੰਡ, ਅਤੇ ਵਰਤੋਂ ਨੂੰ ਨਿਯੰਤ੍ਰਿਤ ਕਰਦਾ ਹੈ।

ਸਿੱਖਾਂ ਦੀ ਮੁਦਰਾ ਪ੍ਰਣਾਲੀ ਕਾਗਜ਼ੀ ਨੋਟ ਅਤੇ ਡਿਜੀਟਲ ਕਰੰਸੀ ਦੁਆਰਾ ਸਮਰਥਤ ਹੋਵੇਗੀ। ਦੋਵੇਂ ਕਾਗਜ਼ੀ ਨੋਟ ਤੇ ਡਿਜੀਟਲ ਕਰੰਸੀ ਕਦੇ ਵੀ ਜਨਤਾ ਦੁਆਰਾ ਸੋਨਾ, ਅਮਰੀਕੀ ਡਾਲਰ, ਯਾਂ ਬਲਾਕਚੈਨ ਵਰਗੀ ਠੋਸ ਸੰਪਤੀ ਵਿੱਚ ਬਦਲੇ (backed by and convertible to) ਜਾ ਸਕਦੇ ਹਨ।

ਕਈ ਦੇਸਾਂ ਨੇ ਇਹ ਤਰੀਕਾ ਅਪਣਾਇ ਹੈ ਅਤੇ ਆਪਣੀ ਮੁਦਰਾ ਨੂੰ ਡਾਲਰ ਜਾਂ ਬਿਟਕੋਇਨ ਨਾਲ ਜੋੜਿਆ ਹੈ। ਉਦਾਹਰਣਾਂ ਅਰਜਨਟੀਨਾ, ਪਨਾਮਾ ਅਤੇ ਐਲ ਸੈਲਵਾਡੋਰ ਹਨ। ਇਹ ਸਾਰੇ ਅਮਰੀਕਾ ਦੇ ਸਹਿਯੋਗੀ ਵੀ ਹਨ।

ਵਿੱਤੀ ਜ਼ਿੰਮੇਵਾਰੀ (Fiscal responsibility)

ਬੇਈਮਾਨ ਸਰਕਾਰ ਹਲਕ ਕੇ ਅਸੀਮਤ ਨੋਟ **ਨਹੀਂ** ਛਾਪੇ ਗੀ। ਸਰਕਾਰ ਨੂੰ ਕਾਨੂਨੀ ਤੋਰ ਤੇ ਉਨੇ ਹੀ ਨੋਟ ਛਾਪਨ ਦੀ ਆਗਿਆ ਹੋਵੀ ਗੀ ਜਿੰਨਾ ਉਸ ਦੇ ਕੋਲ ਸੋਨਾ, ਅਮਰੀਕੀ ਡਾਲਰ, ਯਾਂ ਬਲਾਕਚੈਨ ਵਰਗੀ ਠੋਸ ਸੰਪਤੀ ਹੋਵੇਗੀ। ਇਸ ਨਾਲ ਸਰਕਾਰ ਤੇ ਵਿੱਤੀ ਜ਼ਿੰਮੇਵਾਰੀ ਬਣੀ ਰਹੇਗੀ। ਸਰਕਾਰ ਤੇ ਲਗਾਮ ਰਹੇਗੀ।

ਬੇਈਮਾਨ ਸਰਕਾਰ ਨਲਾਇਕ ਜਨਤਾ ਨਾਲ ਮੁਫਤਖੋਰੀ ਦਾ ਵਾਅਦਾ ਕਰਦੀ ਹੈ। ਫੇਰ ਸਰਕਾਰ ਇਸ ਨੂੰ ਗੈਰ-ਜ਼ਿੰਮੇਵਾਰ ਪੈਸੇ ਦੀ ਛਪਾਈ ਨਾਲ ਫੰਡ ਕਰਦੀ ਹੈ।

ਪੈਸੇ ਦੀ ਵਧਦੀ ਸਪਲਾਈ ਕਰਕੇ ਪੈਸੇ ਦਾ ਮੁੱਲ ਘੱਟ ਜਾਂਦਾ ਹੈ। ਜਨਤਾ ਮਹਿੰਗਾਈ ਕਰਕੇ ਗਰੀਬ ਹੋ ਜਾਂਦੀ ਹੈ। ਮੁਦਰਾ (currency) ਵਿੱਚ ਅੰਤਰਰਾਸ਼ਟਰੀ ਵਿਸ਼ਵਾਸ ਘਟ ਜਾਂਦਾ ਹੈ।

ਸਿੱਖਾਂ ਦੀ ਮੁਦਰਾ ਪ੍ਰਣਾਲੀ ਕਾਗਜ਼ੀ ਨੋਟ ਤੇ ਡਿਜੀਟਲ ਕਰੰਸੀ ਹੋਵੇਗੀ ਜਿਸ ਨੂੰ ਸੋਨਾ, ਅਮਰੀਕੀ ਡਾਲਰ, ਜਾਂ ਬਲਾਕਚੈਨ ਵਰਗੀਆਂ ਸੰਪੱਤੀਆਂ ਵਿੱਚ ਬਦਲਿਆ ਜਾ ਸਕਦਾ ਹੈ। ਇਹ ਵਿੱਤੀ ਜ਼ਿੰਮੇਵਾਰੀ ਅਤੇ ਇੱਕ ਨਵੇਂ ਦੇਸ਼ ਵਿੱਚ ਬੇਈਮਾਨ ਸਰਕਾਰ ਵਲੋਂ ਪੈਸੇ ਦੀ ਛਪਾਈ ਨੂੰ ਰੋਕਣ ਅਤੇ ਆਰਥਿਕ ਸੰਕਟ ਰੋਕਣ ਲਈ ਜ਼ਰੂਰੀ ਹੈ।

ਸਿੱਖ ਰਾਜ ਵਿੱਚ ਵਿੱਤੀ ਜ਼ਿੰਮੇਵਾਰੀ ਦਾ ਇਤਿਹਾਸ

ਬ੍ਰਿਟਿਸ਼ ਅਫਸਰ ਐਂਡਰਿਊ ਫਲੇਮਿੰਗ ਨੇ ਮਹਾਰਾਜਾ ਰਣਜੀਤ ਸਿੰਘ ਦੇ ਸਿੱਖ ਰਾਜ ਸਮੇਂ 1848 ਵਿੱਚ ਪੰਜਾਬ ਦਾ ਦੌਰਾ ਕੀਤਾ। ਉਸਨੇ ਸਿੱਖ ਰਾਜ ਦੀ ਟਕਸਾਲ ਦਾ ਦੌਰਾ ਕੀਤਾ। ਉਸਨੇ ਦੱਸਿਆ ਕਿ ਮੁਗਲ ਰਾਜ ਦੇ 1000 ਚਾਂਦੀ ਦੇ ਸਿੱਕਿਆਂ ਵਿੱਚੋਂ ਤਾਂਬੇ (copper) ਅਤੇ ਸਿੱਕੇ (lead) ਦੀ ਮਿਲਾਵਟ ਨੂੰ ਕਡ ਕੇ ਸਿੱਖ ਰਾਜ ਦੇ 750 ਸਿੱਕੇ ਬਣਾਏ ਗਏ ਸਨ। ਮੁਗਲ ਰਾਜ ਦੇ ਸਿਕੇ ਵਿੱਚ 25% ਮਿਲਾਵਟ ਸੀ। ਸਿੱਖ ਰਾਜ ਦਾ ਸਿੱਕਾ ਸ਼ੁਧ ਸੀ।

ਬ੍ਰਿਟਿਸ਼ ਅਫਸਰ ਐਂਡਰਿਊ ਫਲੇਮਿੰਗ ਦਾ ਵੇਰਵਾ ਸਰਕਾਰੀ ਗਜ਼ਟ ਵਿੱਚ ਦਰਜ ਹੈ ਅਤੇ ਓਰੀਐਂਟਲ ਨਿਊਮਿਜ਼ਮੈਟਿਕ ਸੋਸਾਇਟੀ ਵਿੰਟਰ 1995 ਦੇ ਜਰਨਲ ਵਿੱਚ ਜ਼ਿਕਰ ਕੀਤਾ ਗਿਆ ਹੈ। [23]

"1000 ਮਹਿਮੂਦ ਸ਼ਾਹ [ਮੁਗਲ ਸਾਮਰਾਜ] ਰੁਪਏ ਤੋਂ, 750 ਨਵੇਂ ਲਾਹੌਰ [ਸਿੱਖ ਰਾਜ ਦੀ ਰਾਜਧਾਨੀ] ਰੁਪਏ ਦਾ ਨਿਰਮਾਣ ਕੀਤਾ ਜਾਂਦਾ ਹੈ।"

ਇਹ ਦਰਸਾਉਂਦਾ ਹੈ ਕਿ ਸਿੱਖ ਰਾਜ ਨੇ ਆਪਣੀ ਮੁਦਰਾ ਵਿੱਚ ਰਾਜ ਦੇ ਅੰਤ ਤੱਕ ਮਿਲਾਵਟ (debase) ਨਹੀਂ ਕੀਤੀ। ਇਹ ਵਿੱਤੀ ਜ਼ਿੰਮੇਵਾਰੀ ਹੈ।

ਇਹ ਦਰਸਾਉਂਦਾ ਹੈ ਕਿ ਸਿੱਖ ਰਾਜ ਨੇ ਆਪਣੀ ਸਮੱਸਿਆਵਾਂ ਦਾ ਲੋਕਾਂ ਤੇ ਬੋਝ ਨਹੀਂ ਪਾਇਆ।

ਸਿੱਖ ਰਾਜ ਲਈ ਗੈਰ-ਮਹਿੰਗਾਈ ਅਤੇ ਵਧਦੀ ਪ੍ਰਣਾਲੀ (Deflationary and appreciating system for the Sikh Kingdom)

ਸਿੱਖਾਂ ਦੀ ਮੁਦਰਾ ਪ੍ਰਣਾਲੀ ਕੁਦਰਤੀ ਤੌਰ ਤੇ ਗੈਰ-ਮਹਿੰਗਾਈ (deflationary) ਅਤੇ ਵਧਦੀ (appreciating) ਖੁਸ਼ਹਾਲੀ ਦੀ ਪ੍ਰਣਾਲੀ ਬਣਾਉਂਦਾ ਹੈ।

ਇਹ ਪ੍ਰਣਾਲੀ ਵਿੱਚ ਸਰਕਾਰ ਮਨ ਚਾਹੇ ਨੋਟ **ਨਹੀਂ** ਛਾਪ ਸਕਦੀ। ਇਹ ਗੈਰ-ਮਹਿੰਗਾਈ ਪ੍ਰਣਾਲੀ ਉਤਪਾਦਾਂ ਦੀਆਂ ਕੀਮਤਾਂ ਘਟਾਂਦੀ ਹੈ। ਤਕਨਾਲੋਜੀ, ਪੂੰਜੀਵਾਦ, ਅਤੇ ਵਿਸ਼ਵੀਕਰਨ (globalization) ਚੀਜ਼ਾਂ ਨੂੰ ਬਿਹਤਰ ਅਤੇ ਸਸਤਾ ਬਣਾਉਂਦੇ ਹਨ (deflation)।

ਲੋਕਾਂ ਦੀ ਬੱਚਤ (savings) ਸਮੇਂ ਦੇ ਨਾਲ ਵਧਦੀ ਹੈ (appreciating) ਕਿਉਂਕਿ ਬਾਕੀ ਸੰਸਾਰ ਆਪਣੀ ਮੁਦਰਾ ਨੂੰ ਨੋਟ ਛਾਪ ਕੇ ਸਸਤਾ ਕਰਦੇ ਹਨ।

ਇਹ ਸਭ ਦੇਸ਼ਾਂ ਦੀ ਆਧੁਨਿਕ ਮੁਦਰਾ ਪ੍ਰਣਾਲੀ ਦੇ ਉਲਟ ਹੈ ਜਿੱਥੇ ਸਰਕਾਰ ਦੁਆਰਾ ਨੋਟਾਂ ਦੀ ਛਪਾਈ ਕਾਰਨ ਚੀਜਾਂ ਦੀ ਕੀਮਤ ਵਧ ਜਾਂਦੀ ਹੈ (ਮਹਿੰਗਾਈ)। ਅਤੇ ਮਹਿੰਗਾਈ ਕਾਰਨ ਲੋਕਾਂ ਦੀ ਬੱਚਤ ਘਟ (depreciation) ਜਾਂਦੀ ਹੈ।

ਸਰਕਾਰਾਂ ਵਲੋਂ ਨੋਟ ਛਾਪਨ ਦੇ ਮਾੜੇ ਪ੍ਰਭਾਵ ਸਿਰਫ਼ ਆਰਥਿਕ ਹੀ ਨਹੀਂ ਸਗੋਂ ਸਮਾਜਿਕ ਅਤੇ ਮਾਨਸਿਕ ਸਿਹਤ ਤੇ ਵੀ ਹੁੰਦੇ ਹਨ। ਮੰਦੀ ਆਰਥਿਕਤਾ ਚਿੰਤਾ ਅਤੇ ਤਣਾਅ ਪੈਦਾ ਕਰਦੀ ਹੈ। ਲੋਕ ਆਰਥਿਕ ਸਮਸਿਆਵਾਂ ਕਰਕੇ ਦੁਖੀ ਹੁੰਦੇ ਹਨ ਪਰ ਉਹਨਾਂ ਨੂੰ ਪਤਾ ਨਹੀਂ ਲਗਦਾ ਉਹ ਕਿਉਂ ਦੁਖੀ ਹਨ। ਉਹ ਇਕ ਦੂਸਰੇ ਦੇ ਕਿਰਦਾਰ ਦਾ ਕਸੂਰ ਕਡ ਦੇ ਨੇ। ਆਰਥਿਕ ਸਮਸਿਆਵਾਂ ਵਧਦੀਆਂ ਹਨ। ਲੋਕ ਧਰਮ ਤੇ ਕਿਰਦਾਰ ਵਿੱਚ ਹਲ ਲਬਦੇ ਹਨ। ਸਰਕਾਰ ਅਪਨੀ ਚੋਰੀ ਛੁਪਾਨ ਲਈ ਝੂੱਠਾ ਪ੍ਰਚਾਰ ਕਰਦੀ ਹੈ। ਜਦੋਂ ਲੋਕਾਂ ਨੂੰ ਸੱਚਾਈ ਦਾ ਅਹਿਸਾਸ ਹੁੰਦਾ ਹੈ ਤਾਂ ਸਰਕਾਰ ਜਬਰ ਕਰਦੀ ਹੈ।

"ਅਮੀਰਾਂ [ਤੇ ਹੋਰਾਂ] ਵੱਲ ਇਸ਼ਾਰਾ ਕਰਨਾ ਅਤੇ ਦੋਸ਼ ਲਗਾਉਣਾ ਆਸਾਨ ਹੈ, ਪਰ ਫੋਕਸ ਇਸ ਦੀ ਬਜਾਏ ਇੱਕ ਟੁੱਟੇ ਹੋਏ [ਮੁਦਰਾ] ਸਿਸਟਮ ਤੇ ਹੋਣਾ ਚਾਹੀਦਾ ਹੈ"। (Jeff Booth , 'The Price of Tomorrow: Why Deflation is the Key to an Abundant Future', p. 16).

ਸਿੱਖ ਰਾਜ ਇੰਨਾ ਵੱਡਾ ਨਹੀਂ ਹੋਵੇਗਾ ਕਿ ਕਿਸੇ ਦੀ ਆਰਥਿਕ ਪ੍ਰਣਾਲੀ ਨੂੰ ਖ਼ਤਰਾ ਬਨੇ ਪਰ ਇਸ ਦੇ ਬਚਾਅ ਲਈ ਵਿੱਤੀ ਜ਼ਿੰਮੇਵਾਰੀ ਜ਼ਰੂਰੀ ਹੈ।

ਬ੍ਰੈਟਨ ਵੁਡਸ 3 (Bretton Woods 3)

ਸਾਡੀ ਮੌਜੂਦਾ ਮੁਦਰਾ ਪ੍ਰਣਾਲੀ ਨੂੰ 1944 ਵਿੱਚ ਬ੍ਰੈਟਨ ਵੁੱਡਜ਼, ਨਿਊ ਹੈਂਪਸ਼ਾਇਰ, ਅਮਰੀਕਾ, ਵਿੱਚ ਬ੍ਰੈਟਨ ਵੁੱਡਜ਼ ਕਾਨਫਰੰਸ ਵਿੱਚ ਪੇਸ਼ ਕੀਤਾ ਗਿਆ ਸੀ। ਭਾਰਤ ਇੱਕ ਗੈਰ-ਰਾਜੀ ਭਾਗੀਦਾਰ ਵਜੋਂ ਕਾਨਫਰੰਸ ਵਿੱਚ ਸ਼ਾਮਲ ਹੋਇਆ ਸੀ।

ਕਾਨਫਰੰਸ ਵਿੱਚ ਸਾਰੇ ਦੇਸ਼ਾਂ ਨੇ ਅਮਰੀਕੀ ਡਾਲਰ ਦੀ ਵਰਤੋਂ ਕਰਨ ਦਾ ਫੈਸਲਾ ਕੀਤਾ ਸੀ ਜਿਸਨੂੰ ਕਦੇ ਵੀ ਸੋਨੇ ਵਿੱਚ ਬਦਲਿਆ ਜਾ ਸਕਦਾ ਸੀ। ਇਸ ਨਾਲ ਅਮਰੀਕੀ ਡਾਲਰ ਸੋਨੇ ਦੇ ਬਰਾਬਰ (ਗੋਲਡ ਸਟੈਂਡਰਡ) ਹੋ ਗਿਆ।

ਅਮਰੀਕਾ 1971 ਵਿੱਚ ਗੋਲਡ ਸਟੈਂਡਰਡ ਤੋਂ ਹਟ ਗਿਆ। ਅਮਰੀਕੀ ਡਾਲਰ ਹੁਣ ਸੋਨੇ ਦੁਆਰਾ ਸਮਰਥਨ ਜਾਂ ਬਦਲਣ ਯੋਗ ਨਹੀਂ ਸੀ। ਅਮਰੀਕਾ ਦਾ ਇਹ ਇਕਪਾਸੜ ਕਦਮ ਇੱਕ ਗੈਰ ਰਸਮੀ (informal) 'ਬ੍ਰੈਟਨ ਵੁੱਡਸ 2' ਸੀ।

ਪਿਛਲੇ 30 ਸਾਲਾਂ ਵਿੱਚ ਸਾਰਈਂ ਸਰਕਾਰਾਂ ਦੇ ਗੈਰ-ਜ਼ਿੰਮੇਵਾਰ ਨੋਟ ਛਾਪਨ ਨਾਲ ਵਿਸ਼ਵ ਵਿੱਚ ਇੱਕ ਹੋਰ ਗੈਰ ਰਸਮੀ ਜਾਂ ਰਸਮੀ (formal or informal) ਬ੍ਰੈਟਨ ਵੁੱਡਸ 3 ਹੋਵੇਗਾ। ਇਸ ਵਿੱਚ ਸਾਰੇ ਦੇਸ਼ ਇੱਕ ਦੂਜੇ ਦੇ ਮੁਕਾਬਲੇ ਆਪਣੀਆਂ ਮੁਦਰਾਵਾਂ ਨੂੰ ਰੀਸੈਟ ਕਰਨ ਗੇ (Great Reset) ਤੇ ਸੋਨੇ ਨਾਲ ਜੋੜਨ ਗੇ (gold re-evaluation)।

"ਇੱਕ ਮੁਦਰਾ ਸਿਰਫ ਓਦੋਂ ਤਕ ਮੁੱਲ ਰੱਖਦੀ ਹੈ ਜਦੋਂ ਤਕ ਲੋਕ ਉਸ ਵਿੱਚ ਵਿਸ਼ਵਾਸ ਰੱਖਦੇ ਹਨ।"

"ਸਰਕਾਰਾਂ ਨੋਟ ਛਾਪ ਕੇ ਜਿੰਨਾ ਜ਼ਿਆਦਾ ਭਰੋਸੇ ਨੂੰ ਖਤਮ ਕਰੇ ਗੀ, ਓਨੀ ਹੀ ਜ਼ਿਆਦਾ ਸੰਭਾਵਨਾ ਹੈ ਕਿ ਇੱਕ ਬ੍ਰੈਟਨ ਵੁੱਡਸ ਦੇ ਹਾਲਾਤ ਬਨ ਜਾਂਦੇ ਹਨ।" (Jeff Booth , 'The Price of Tomorrow: Why Deflation is the Key to an Abundant Future', p. 146).

ਇਤਿਹਾਸ ਦੇ ਇਸ ਚੋਰਾਹੇ ਤੇ ਪੁਰਾਨੇ ਦੇਸ਼ ਫੇਲ ਹੁੰਦੇ ਹਨ ਤੇ ਨਵੇਂ ਦੇਸ਼ ਤੇ ਨਵੀਂਆਂ ਮੁਦਰਾ ਪ੍ਰਣਾਲੀ ਬਨਦੀਆਂ ਹਨ।

***

ਸਿੱਖ ਰਾਜ ਵਿੱਚ ਵਿੱਤੀ ਜ਼ਿੰਮੇਵਾਰੀ ਦਾ ਇਤਿਹਾਸ ਹੈ।

ਵਿੱਤੀ ਜ਼ਿੰਮੇਵਾਰੀ ਨਾਲ ਰਾਜ ਆਪਣੀ ਸਮੱਸਿਆਵਾਂ ਦਾ ਲੋਕਾਂ ਤੇ ਬੋਝ ਨਹੀਂ ਪਾਂਦਾ।

ਸਿੱਖ ਰਾਜ ਇੰਨਾ ਵੱਡਾ ਨਹੀਂ ਹੋਵੇਗਾ ਕਿ ਕਿਸੇ ਦੀ ਆਰਥਿਕ ਪ੍ਰਣਾਲੀ ਨੂੰ ਖ਼ਤਰਾ ਬਨੇ ਪਰ ਇਸ ਦੇ ਬਚਾਅ ਲਈ ਵਿੱਤੀ ਜ਼ਿੰਮੇਵਾਰੀ ਜ਼ਰੂਰੀ ਹੈ।

ਇਹ ਦੁਹਰਾਉਣ ਯੋਗ ਹੈ, ਸਿੱਖਾਂ ਦੀ ਮੁਦਰਾ ਪ੍ਰਣਾਲੀ ਕਾਗਜ਼ੀ ਨੋਟ ਤੇ ਡਿਜੀਟਲ ਕਰੰਸੀ ਹੋਵੇਗੀ ਜਿਸ ਨੂੰ ਸੋਨਾ, ਅਮਰੀਕੀ ਡਾਲਰ, ਜਾਂ ਬਲਾਕਚੈਨ ਵਰਗੀਆਂ ਸੰਪੱਤੀਆਂ ਵਿੱਚ ਬਦਲਿਆ ਜਾ ਸਕਦਾ ਹੈ (backed by and convertible to)। ਇਹ ਮੁਦਰਾ ਪ੍ਰਣਾਲੀ (monetary system) ਵਿੱਤੀ ਜ਼ਿੰਮੇਵਾਰੀ ਅਤੇ ਇੱਕ ਨਵੇਂ ਦੇਸ਼ ਵਿੱਚ ਨਵੀਂ ਸਰਕਾਰ ਵਲੋਂ ਲੋੜ ਤੋਂ ਜਿਆਦਾ ਨੋਟਾਂ ਦੀ ਛਪਾਈ ਨੂੰ ਰੋਕਣ ਅਤੇ ਆਰਥਿਕ ਸੰਕਟ ਰੋਕਨ ਲਈ ਜ਼ਰੂਰੀ ਹੈ।

ਬੰਦਾ ਸਿੰਘ ਬਹਾਦਰ ਦੇ ਪਹਿਲੇ ਸਿੱਖ ਰਾਜ (1710-1715) ਦੇ ਸ਼ੁੱਧ ਚਾਂਦੀ ਦੇ ਸਿੱਕੇ।

ਸਿੱਖ ਪ੍ਰਭੁਸੱਤਾ ਦਾ ਪ੍ਰਤੀਕ।

ਗੋਲਡਬੈਕਸ (Goldbacks): ਆਧੁਨਿਕ ਕਰੰਸੀ ਨੋਟ ਜਿਨ੍ਹਾਂ ਵਿੱਚ 1/1000 ਔਂਸ(oz) ਜਾਂ ਵੱਧ ਸੋਨਾ ਹੈ।

ਗੋਲਡਬੈਕਸ ਇੱਕ ਮਹਿੰਗਾਈ ਰੋਕ ਮੁਦਰਾ ਹੈ।
ਗੋਲਡਬੈਕਸ ਜਨਤਾ ਲਈ ਖਰਚ ਸ਼ਕਤੀ (spending power) ਅਤੇ ਮੁਦਰਾ ਦੀ ਸਥਿਰਤਾ ਨੂੰ ਸੁਰੱਖਿਅਤ ਰੱਖਦੀ ਹੈ।
ਗੋਲਡਬੈਕਸ ਇੱਕ ਨਵੇਂ ਦੇਸ਼ ਨੂੰ ਸਰਕਾਰ ਦੁਆਰ ਗੈਰ-ਜ਼ਿੰਮੇਵਾਰ ਪੈਸੇ ਦੀ ਛਪਾਈ ਤੋਂ ਰੋਕਦੀ ਹੈ।

Chapter 13

ਵਿਦੇਸ਼ ਨੀਤੀ ਅਤੇ ਭੂ-ਰਾਜਨੀਤੀ:

Fusion of Civilizations

ਭੂ-ਰਾਜਨੀਤੀ ਅਤੇ ਅੰਤਰਰਾਸ਼ਟਰੀ ਸਬੰਧਾਂ ਵਿੱਚ ਕੋਈ ਦੇਸ਼ ਕਿਸੇ ਦਾ ਦੋਸਤ ਨਹੀਂ। ਹਰ ਦੇਸ਼ ਸਿਰਫ ਅਪਨੇ ਹਿੱਤ ਦੀ ਸੋਚਦਾ ਹੈ। ਵਿਦੇਸ਼ ਨੀਤੀ ਅਤੇ ਭੂ-ਰਾਜਨੀਤੀ ਦਾ ਇਹ ਬੁਨਿਆਦੀ ਸਿਧਾਂਤ ਹੈ।

ਤਰਕਸ਼ੀਲਤਾ (Rationality)

ਦੇਸ਼ਾਂ ਦਰਮਿਆਨ ਸਹਿਯੋਗ ਤੇ ਰਿਸ਼ਤੇ ਲਈ ਮੁੱਖ ਕਾਰਕ ਤਰਕਸ਼ੀਲਤਾ ਹੈ।

ਜੌਨ ਜੇ. ਮੇਰਸ਼ੀਮਰ ਅਤੇ ਸੇਬੇਸਟਿਅਨ ਰੋਸਾਟੋ ਨੇ 'How States Think: The Rationality of Foreign Policy' ਵਿੱਚ ਲਿਖਿਆ: "ਅੰਤਰਰਾਸ਼ਟਰੀ ਰਾਜਨੀਤੀ ਇੱਕ ਖ਼ਤਰਨਾਕ ਕਾਰੋਬਾਰ ਹੈ। ਅਪਣਾਉਂਣ ਤੋਂ ਪਹਿਲਾਂ ਰਾਜ ਰਣਨੀਤੀਆਂ ਬਾਰੇ ਗੰਭੀਰਤਾ ਨਾਲ ਸੋਚਦੇ ਹਨ।"

ਵਰਲਡ ਆਰਡਰ (World Order)

ਵਰਲਡ ਆਰਡਰ ਦੇਸ਼ਾਂ ਵਿਚਕਾਰ ਰਿਸ਼ਤੇ ਦਾ ਪ੍ਰੋਟੋਕੋਲ ਹੈ।

ਵਰਲਡ ਆਰਡਰ ਦਾ ਮੁੱਢ ਯੂਰਪ ਵਿੱਚ ਸੀ। ਯੂਰਪ ਵਿੱਚ 30 ਸਾਲਾਂ ਦੀ ਲੜਾਈ (1618-1648) ਧਾਰਮਿਕ ਮਤਭੇਦਾਂ ਨੂੰ ਲੈ ਕੇ ਲੜੀ ਗਈ ਸੀ। 30 ਸਾਲਾਂ ਦੀ ਲੜਾਈ ਤੋਂ ਬਾਦ ਜਰਮਨੀ ਦੇ ਵੈਸਟਫਾਲੀਆ (Westphalia) ਸ਼ਹਿਰ ਵਿੱਚ ਇੱਕ ਸ਼ਾਂਤੀ ਸੰਧੀ ਹੋਈ ਸੀ। ਇਸ ਸ਼ਾਂਤੀ ਸੰਧੀ ਵਿੱਚ ਦੇਸ਼ਾਂ ਨੇ ਕੁਝ ਨਿਯਮ ਮੰਨਣ ਦਾ ਫੈਸਲਾ ਕੀਤਾ।

- ਦੇਸ਼ ਵਿਸ਼ਵ ਵਿਵਸਥਾ ਦਾ ਅਧਾਰ ਹੈ। ਧਰਮ, ਚਰਚ, ਕਾਰਪੋਰੇਸ਼ਨਾਂ, ਨਿੱਜੀ ਸੰਸਥਾਵਾਂ ਜਾਂ ਰਾਜਸ਼ਾਹੀ ਨਹੀਂ।
- ਦੇਸ਼ ਮਾਮੂਲੀ ਮੁੱਦਿਆਂ ਤੇ ਵੱਡਾ ਯੁੱਧ ਨਹੀਂ ਕਰਨ ਗੇ। ਸਰਹੱਦੀ ਵਿਵਾਦ ਵੱਡੇ ਯੁੱਧ ਵਿੱਚ ਨਹੀਂ ਬਦਲਣਗੇ।
- ਦੇਸ਼ ਸਮੂਹਿਕ ਸਜ਼ਾ (collective punishment) ਲੋਕਾਂ ਨੂੰ ਨਹੀਂ ਦੇਨਗੇ। ਸਮੂਹਿਕ ਸਜ਼ਾ ਵਿੱਚ ਨਿਰਦੋਸ਼ ਲੋਕਾਂ ਨੂੰ ਕੁਝ ਹੋਰ ਲੋਕਾਂ ਦੀਆਂ ਗਤੀਵਿਧੀਆਂ ਦੀ ਸਜ਼ਾ ਦਿੱਤੀ ਜਾਂਦੀ ਹੈ।
- ਦੇਸ਼ਾਂ ਦੀ ਆਪਸੀ ਪ੍ਰਭੂਸੱਤਾ (sovereignty) ਦਾ ਸਤਿਕਾਰ ਕਰੋ।
- ਦੇਸ਼ ਇੱਕ ਦੂਜੇ ਦੇ ਘਰੇਲੂ ਮਾਮਲਿਆਂ ਵਿੱਚ ਦਖਲ ਨਹੀਂ ਦੇਣਗੇ ਅਤੇ ਸਰਹੱਦਾਂ ਦਾ ਸਨਮਾਨ ਕਰਨ ਗੇ।
- ਕੂਟਨੀਤਕ ਪ੍ਰੋਟੋਕੋਲ (diplomatic protocol) ਦੀ ਪਾਲਣਾ ਕਰੋ ਖਾਸ ਤੌਰ ਤੇ ਜਦੋਂ ਦੇਸ਼ਾਂ ਦੇ ਮੁਖੀ, ਜਾਂ ਉਨ੍ਹਾਂ ਦੇ ਪ੍ਰਤੀਨਿਧੀ (ਰਾਜਦੂਤ ਅਤੇ ਹਾਈ ਕਮਿਸ਼ਨਰ) ਸ਼ਾਮਲ ਹੁੰਦੇ ਹਨ।

- ਘੱਟ ਗਿਣਤੀਆਂ (minorities) ਨੂੰ ਤੰਗ ਨਾ ਕਰੋ।
- ਸਾਰੇ ਰਾਜ ਆਪਸੀ ਵਪਾਰ ਵਧਾਨ ਗੇ।
- ਵਿਵਾਦਾਂ ਨੂੰ ਸੁਲਝਾਉਣ ਲਈ ਅੰਤਰਰਾਸ਼ਟਰੀ ਕਾਨੂੰਨ ਤੇ ਆਧਾਰਿਤ ਕਾਨੂੰਨੀ ਪ੍ਰਣਾਲੀ ਹੋਵੇ।

"ਵੈਸਟਫਾਲੀਅਨ ਸ਼ਾਂਤੀ ਨੀਤੀ ਬਹੁਤ ਜਰੂਰੀ ਲੋੜ ਸੀ।" (ਹੈਨਰੀ ਕਿਸਿੰਗਰ, 'ਵਰਲਡ ਆਰਡਰ', ਪੰਨਾ 10)।

ਵਰਲਡ ਆਰਡਰ ਨੂੰ ਅੰਤਰਰਾਸ਼ਟਰੀ ਸੰਸਥਾਵਾਂ ਜਿਵੇਂ ਕਿ ਵਿਸ਼ਵ ਵਪਾਰ ਸੰਗਠਨ (WTO) ਅਤੇ ਇੰਟਰਨੈਸ਼ਨਲ ਕੋਰਟ ਆਫ਼ ਜਸਟਿਸ (ICJ) ਦੁਆਰਾ ਕਾਇਮ ਰਖਿਆ ਜਾਂਦਾ ਹੈ।

ਸਭਿਅਤਾਵਾਂ ਦਾ ਟਕਰਾਅ ਨਹੀਂ, ਪਰ ਸਭਿਅਤਾਵਾਂ ਦਾ ਸੰਯੋਜਨ (Not Clash of Civilizations, but Fusion of Civilizations)

ਦੇਸ਼ਾਂ ਵਿਚਕਾਰ ਖੇਤਰੀ ਸਹਿਯੋਗ ਦੀ ਇੱਕ ਉਦਾਹਰਣ ਆਸੀਆਨ/ASEAN (ਦੱਖਣੀ ਪੂਰਬੀ ਏਸ਼ੀਆਈ ਰਾਸ਼ਟਰਾਂ ਦੀ ਐਸੋਸੀਏਸ਼ਨ) ਹੈ। ਆਸੀਆਨ/ASEAN ਨੇ ਸੱਭਿਆਚਾਰਕ ਅਤੇ ਧਾਰਮਿਕ ਤੌਰ ਤੇ ਵਿਭਿੰਨ ਖੇਤਰ ਵਿੱਚ ਸੰਘਰਸ਼ ਨੂੰ ਘੱਟਾਇਆ ਹੈ, ਅਤੇ ਵਪਾਰ ਦਾ ਵਾਧਾ ਕੀਤਾ ਹੈ।

"ਏਸ਼ੀਆ ਵਿੱਚ, ਯੂਰਪ ਨਾਲੋਂ ਕਿਤੇ ਵੱਧ, ... ਅੰਤਰਰਾਸ਼ਟਰੀ ਵਿਵਸਥਾ ਵਿੱਚ ਵੈਸਟਫਾਲੀਅਨ ਮਾਡਲ ਦਾ ਪ੍ਰਗਟਾਵਾ ਲੱਭਦਾ ਹੈ।" (ਹੈਨਰੀ ਕਿਸਿੰਗਰ, 'ਵਰਲਡ ਆਰਡਰ', ਪੰਨਾ 145)।

ਪ੍ਰੋ. ਕਿਸ਼ੋਰ ਮਹਿਬੂਬਾਨੀ ਅਤੇ ਜੈਫਰੀ ਸੰਗ ਆਸੀਆਨ/ASEAN ਬਾਰੇ ਲਿਖਦੇ ਹਨ: "ਵਧ ਰਹੇ ਭੂ-ਰਾਜਨੀਤਿਕ ਨਿਰਾਸ਼ਾਵਾਦ ਦੇ ਯੁੱਗ ਵਿੱਚ, ਜਦੋਂ ਬਹੁਤ ਸਾਰੇ ਪ੍ਰਮੁੱਖ ਭੂ-ਰਾਜਨੀਤਿਕ ਚਿੰਤਕਾਂ ਨੇ ਮਹਾਨ ਸ਼ਕਤੀਆਂ ਵਿਚਕਾਰ ਵਧ ਰਹੇ ਮੁਕਾਬਲੇ ਅਤੇ ਤਣਾਅ ਦੀ ਭਵਿੱਖਬਾਣੀ ਕੀਤੀ ਹੈ-ਖਾਸ ਕਰਕੇ ਅਮਰੀਕਾ ਅਤੇ ਚੀਨ ਵਿਚਕਾਰ- ਏਸੀਆਨ/ASEAN ਨੇ ਇੱਕ ਲਾਜ਼ਮੀ ਕੂਟਨੀਤਕ ਪਲੇਟਫਾਰਮ ਬਣਾਇਆ ਹੈ।" (ਪ੍ਰੋ. ਕਿਸ਼ੋਰ ਮਹਿਬੂਬਾਨੀ ਅਤੇ ਜੈਫਰੀ ਐਸ.ਐਨ.ਜੀ., 'ਦਿ ਆਸੀਆਨ ਮਿਰੇਕਲ: ਏ ਕੈਟਾਲਿਸਟ ਫਾਰ ਪੀਸ', ਪੰਨਾ 17)।

ਉਹ ਇਸਨੂੰ ***'ਸਭਿਅਤਾਵਾਂ ਦਾ ਸੰਯੋਜਨ'*** (fusion of civilizations) ਕਹਿੰਦੇ ਹਨ।

ਜਿਵੇਂ ਕਿ ਉਹ ਆਪਣੀ ਕਿਤਾਬ ਵਿੱਚ ਵਿਸਤ੍ਰਿਤ ਕਰਦੇ ਹਨ, ਉਹ "ਰੀੜ੍ਹ ਦੀ ਹੱਡੀ" ਅਤੇ "ਰਾਜਨੀਤਿਕ ਸਿਆਣਪ ਦੇ ਭੰਡਾਰ" ਵਾਲੇ ਚੰਗੇ ਨੇਤਾ ਦੀ ਬਖਸ਼ਿਸ਼ ਦੁਆਰਾ ਇਹ ਪ੍ਰਾਪਤ ਕਰਦੇ ਹਨ।

“1990 ਦੇ ਦਹਾਕੇ ਵਿੱਚ ਯੂਗੋਸਲਾਵ ਯੁੱਧਾਂ ਤੋਂ ਲੈ ਕੇ ਅੱਜ ਯੂਕਰੇਨ ਵਿੱਚ ਰੂਸ ਦੀ ਲੜਾਈ ਤੱਕ, ਯੂਰਪ 30 ਸਾਲਾਂ ਤੋਂ ਵੱਧ ਸਮੇਂ ਤੋਂ ਹਿੰਸਕ ਸੰਘਰਸ਼ ਨਾਲ ਨਜਿੱਠ ਰਿਹਾ ਹੈ, ਭਾਵੇਂ ਕਿ ਯੂਰਪੀਅਨ ਯੂਨੀਅਨ ਦੇ ਮੈਂਬਰਾਂ ਵਿਚਕਾਰ ਯੁੱਧ ਦੀ ਕੋਈ ਸੰਭਾਵਨਾ ਨਹੀਂ ਹੈ।

ਇਸਦੇ ਉਲਟ, ਭਾਵੇਂ ਏਸ਼ੀਆਈ ਦੇਸ਼ ਯੂਰਪੀ ਸੰਘ ਦੇ ਦੇਸ਼ਾਂ ਵਿੱਚ ਮੌਜੂਦ ਸਬੰਧਾਂ ਦਾ ਆਨੰਦ ਨਹੀਂ ਮਾਣਦੇ, ਇਸ ਸਮੇਂ ਦੌਰਾਨ ਖੇਤਰ ਵਿੱਚ ਕੋਈ ਵੱਡੀਆਂ ਜੰਗਾਂ ਨਹੀਂ ਹੋਈਆਂ ਹਨ।

ਇਹ ਇੱਕ ਕਮਾਲ ਦੀ ਪ੍ਰਾਪਤੀ ਹੈ। ਠੰਡੇ ਯੁੱਧ ਦੀਆਂ ਤਿੰਨ ਸਭ ਤੋਂ ਵੱਡੀਆਂ ਜੰਗਾਂ - ਕੋਰੀਆਈ ਯੁੱਧ, ਵੀਅਤਨਾਮ ਯੁੱਧ, ਅਤੇ ਚੀਨ-ਵੀਅਤਨਾਮ ਯੁੱਧ - ਉੱਥੇ ਲੜੀਆਂ ਗਈਆਂ ਸਨ।“

ਫਰਨੀਮੀਜ਼ (Frenemies)

"ਅੰਤਰਰਾਸ਼ਟਰੀ ਸਬੰਧਾਂ ਦੇ 'ਵੱਡੇ ਤਿੰਨ' ਉਦਾਰਵਾਦੀ ਸਿਧਾਂਤ (liberal theories): ਉਦਾਰ ਸੰਸਥਾਵਾਦ (liberal institutionalism), ਆਰਥਿਕ ਨਿਰਭਰਤਾ ਸਿਧਾਂਤ (economic interdependence theory), ਅਤੇ ਜਮਹੂਰੀ ਸ਼ਾਂਤੀ ਸਿਧਾਂਤ (democratic peace theory)"। (ਪ੍ਰੋ. ਜੌਹਨ ਜੇ. ਮੇਅਰਸ਼ਾਈਮਰ ਅਤੇ ਸੇਬੇਸਟਿਅਨ ਰੋਸਾਟੋ, 'ਹਾਊ ਸਟੇਟਸ ਥਿੰਕ: ਦ ਰੈਸ਼ਨੇਲੀਟੀ ਆਫ਼ ਫਾਰੇਨ ਪਾਲਿਸੀ', ਪੰਨਾ 53)।

ਵਿਦੇਸ਼ ਨੀਤੀ ਦਾ ਇੱਕ ਸਿਧਾਂਤ "***ਆਰਥਿਕ ਨਿਰਭਰਤਾ***" (economic interdependence) ਸਿਧਾਂਤ ਹੈ। ਜਦੋਂ ਦੇਸ਼ ਆਰਥਿਕ ਤੌਰ ਤੇ ਇਕ ਦੂਜੇ ਤੇ ਨਿਰਭਰ ਹੁੰਦੇ ਹਨ ਤਾਂ ਦੇਸ਼ਾਂ ਵਿੱਚ ਯੁੱਧ ਦੀ ਸੰਭਾਵਨਾ ਘੱਟ ਹੁੰਦੀ ਹੈ।

ਯੁੱਧ ਤੋਂ ਬਚਣ ਲਈ ਵਪਾਰ ਅਤੇ ਸੈਰ-ਸਪਾਟਾ (tourism) ਰਾਹੀਂ ‘ਵਿਰੋਧੀ’ ਦੇਸ਼ ਨੂੰ 'ਦੋਸਤ' ਬਣਾਓ।

ਜੰਗ

ਰਾਜ ਜ਼ਿਆਦਾਤਰ ਤਰਕਸ਼ੀਲ ਹਨ ਅਤੇ ਆਪਣੇ ਬਚਾਅ ਦੀ ਚਿੰਤਾ ਕਰਦੇ ਹਨ। ਬਚਾਅ ਨੂੰ ਯਕੀਨੀ ਬਣਾਉਣ ਦਾ ਸਭ ਤੋਂ ਪੱਕਾ ਤਰੀਕਾ ਹੈ ਦੂਸਰੇ ਰਾਜ ਨੂੰ ਤੁਹਾਡਾ ਡਰ ਹੋਵੇ। ਦੂਸਰੇ ਤੁਹਾਡੇ ਤੇ ਹਮਲਾ ਕਰਨ ਤੋਂ ਪਹਿਲਾਂ ਸੋਚਣ ਲਈ ਮਜਬੂਰ ਹੋਨ। (minimal credible deterrence)

ਘੱਟ ਤੋਂ ਘੱਟ ਰੋਕਥਾਮ (minimal credible deterrence) ਵੀ ਕਾਫ਼ੀ ਨਹੀਂ ਹੈ ਕਿਉਂਕਿ ਦੇਸ਼ਾਂ ਨੂੰ ਇਹ ਨਹੀਂ ਪਤਾ ਹੁੰਦਾ ਹੈ ਕਿ ਹੋਰ ਰਾਜ ਕੀ ਯੋਜਨਾ ਬਣਾ ਰਹੇ ਹਨ। ਹਾਲਾਤ ਵਿੱਚ ਅਚਾਨਕ ਤਬਦੀਲੀ ਵੀ ਰਾਜ ਨੂੰ ਕਮਜ਼ੋਰ ਬਣਾ ਸਕਦੀ ਹੈ। ਰਾਜ ਆਪਣੇ ਬਚਾਅ ਕਰਦੇ ਕਰਦੇ ਲੋੜ ਨਾਲੋਂ ਜਿਆਦਾ ਤਾਕਤ ਵਰ ਹੋ ਜਾਂਦੇ ਹਨ।

ਇਹ ਜਾਨ ਮੇਅਰਸ਼ਾਈਮਰ ਦੁਆਰਾ ਵਿਕਸਤ ਕੀਤੇ ਗਏ 'Offensive Realism' ਸਿਧਾਂਤ ਦਾ ਅਧਾਰ ਹੈ ਅਤੇ ਆਪਣੀ ਕਿਤਾਬ 'The Tragedy of Great Power Politics' ਵਿੱਚ ਵਿਸਤ੍ਰਿਤ ਕੀਤਾ ਗਿਆ ਹੈ।

ਪ੍ਰੋ. ਕਿਸ਼ੋਰ ਮਹਿਬੂਬਾਨੀ ਦਾ ਇੱਕ ਵੱਖਰਾ ਵਿਚਾਰ ਹੈ: "ਜੰਗਾਂ ਭੂ-ਰਾਜਨੀਤਿਕ ਅਯੋਗਤਾ (geopolitical incompetence) ਦਾ ਨਤੀਜਾ ਹਨ, ਤੇ ਸ਼ਾਂਤੀ ਰਣਨੀਤੀ ਹੁਨਰ ਦੀ ਅਸਫਲਤਾ ਨੂੰ ਦਰਸਾਉਂਦੀ ਹੈ।"

"ਸਭ ਤੋਂ ਵੱਡੀ ਜਿੱਤ ਉਹ ਹੁੰਦੀ ਹੈ ਜੋ ਲੜੇ ਬਿਨਾ ਮਿਲੇ।" (ਸਨ ਜ਼ੂ, ਯੁੱਧ ਦੀ ਕਲਾ)।

ਜੰਗੀ ਰਾਸ਼ਟਰ-ਰਾਜ (Waring Nation-States)

ਨੇਸ਼ਨ-ਸਟੇਟਸ ਨੂੰ ਹਮੇਸ਼ਾ ਜੰਗ ਲਈ ਤਿਆਰ ਰਹਿਣਾ ਪੈਂਦਾ ਹੈ। ਪਰ ਯੁੱਧ ਇਸਦੀ ਬੁਨਿਆਦੀ ਅਸੂਲ ਨਹੀਂ ਹੋਣੀ ਚਾਹੀਦੀ।

ਰਾਸ਼ਟਰਵਾਦ ਦੇ ਯੁੱਗ ਵਿੱਚ ਖੁਸ਼ਹਾਲੀ, ਉਦੋਂ ਪ੍ਰਾਪਤ ਹੁੰਦੀ ਹੈ ਜਦੋਂ ਰਾਜ ਰਾਜਤੰਤਰ, ਯੁੱਧ ਅਤੇ ਰਾਸ਼ਟਰਵਾਦ ਨੂੰ ਆਪਣੀ ਹੋਂਦ ਦੀ ਬੁਨਿਆਦ ਨਹੀਂ ਬਣਾਉਂਦੇ। ਸਦਾ ਯੁੱਧ ਕਰਨ ਵਾਲੇ ਰਾਸ਼ਟਰ-ਦੇਸ਼ਾਂ (Nation-States) ਦਾ ਮਾਡਲ ਮੱਧਕਾਲੀ ਬਸਤੀਵਾਦੀ ਯੂਰਪੀਅਨ ਇਤਿਹਾਸ ਤੋਂ ਆਉਂਦਾ ਹੈ।

ਇਸ ਨਿਰੰਤਰ ਯੁੱਧ ਦਾ ਨਤੀਜਾ ਇਹ ਹੈ ਕਿ ਦੇਸ਼ਾਂ ਨੂੰ ਆਪਣੇ ਲੋਕਾਂ ਤੋਂ ਠਗਣ ਤੇ ਲੁਟਨ ਦੀ ਜ਼ਰੂਰਤ ਹੁੰਦੀ ਹੈ। ਯੂਰਪ, ਇੰਗਲੈਂਡ, ਕੈਨੇਡਾ, ਆਸਟ੍ਰੇਲੀਆ ਅਜੇ ਵੀ ਇਸੇ ਰਾਹ ਤੇ ਚੱਲਦੇ ਹਨ।

"ਵਿਦੇਸ਼ ਵਿੱਚ ਇੱਕ ਸਾਮਰਾਜੀ ਨੀਤੀ (imperial policy) ਅਤੇ ਘਰ ਵਿੱਚ ਦੁਰਵਿਵਹਾਰ ਦਾ ਸਬੰਧ ਹੈ"। (ਪ੍ਰੋ. ਵਾਲਟਰ ਬਲਾਕ, 'Toward a Libertarian Society', ਪੰਨਾ 17)।

***

ਮਹਾਰਾਜਾ ਰਣਜੀਤ ਸਿੰਘ ਦਾ ਸਿੱਖ ਰਾਜ ਅੱਜ ਦੇ ਫਰਾਂਸ ਜਿੰਨਾ ਵੱਡਾ ਸੀ। ਇਸਦੀ ਫੌਂਜ ਦਾ ਸਾਰੇ ਦੱਖਣੀ ਏਸ਼ੀਆ ਵਿੱਚ ਡਰ ਸੀ। ਇਸ ਦੀ ਭੂ-ਰਾਜਨੀਤੀ ਤਰਕ ਅਤੇ ਤਰਕਸ਼ੀਲਤਾ ਤੇ ਆਧਾਰਿਤ ਸੀ। ਡਾ. ਗੁਰਦੀਪ ਕੌਰ ਮਹਾਰਾਜਾ ਰਣਜੀਤ ਸਿੰਘ ਦੇ ਸ਼ਾਸਨ ਮਾਡਲ ਬਾਰੇ ਲਿਖਦੀ ਹੈ ਅਤੇ ਕਹਿੰਦੀ ਹੈ ਕਿ ਇਸ ਵਿੱਚ "ਆਦਰਸ਼ਵਾਦੀ (idealist) ਫਲਸਫੇ ਅਤੇ ਇੱਕ ਯਥਾਰਥਵਾਦੀ (realist) ਸੋਚ ਦਾ ਵਿਲੱਖਣ ਸੁਮੇਲ" ਸੀ। [4]

ਸਿੱਖ ਰਾਜ ਦੀ ਦੂਸਰਿਆਂ ਦੀ ਪ੍ਰਭੂਸੱਤਾ ਵਿੱਚ ਗੈਰ-ਦਖਲਅੰਦਾਜ਼ੀ ਵਾਲੀ ਵਿਦੇਸ਼ ਨੀਤੀ ਸੀ। ਸਾਮਰਾਜ ਨਿਰਮਾਣ (empire building) ਵਿੱਚ ਕੋਈ ਦਿਲਚਸਪੀ ਨਹੀਂ ਸੀ। ਉਹ ਇਕਪਾਸੜ ਸ਼ਾਂਤੀਵਾਦੀ (unilateral pacifist) ਨਹੀਂ ਸਨ। ਸਿੱਖ ਇੱਕ ਮਾਰਸ਼ਲ ਨਸਲ ਹਨ, ਅਤੇ ਆਪਣੀ ਰੱਖਿਆ ਲਈ ਹਮੇਸ਼ਾਂ ਤਿਆਰ ਰਹਿੰਦੇ ਹਨ। ਸਿੱਖ ਰਾਜ ਵਿੱਚ ਇੱਕ ਮਹਾਨ ਫੌਜ, ਨਿਹੰਗਾਂ ਦੇ ਮਹਾਨ ਯੋਧੇ, ਅਤੇ ਹਰੀ ਸਿੰਘ ਨਲਵਾ ਮਹਾਨ ਜਰਨੈਲ ਸਨ।

ਸਿੱਖਾਂ ਨੇ ਖੈਬਰ ਦੱਰੇ ਅਤੇ ਬਾਲਾ ਹਿਸਾਰ ਦੇ ਕਿਲ੍ਹੇ ਤੱਕ ਹੋਰ ਜ਼ਮੀਨਾਂ ਨੂੰ ਜਿੱਤ ਲਿਆ ਸੀ। ਇਹ ਖੁਰਾਸਾਨ (ਅਜੋਕੇ ਅਫਗਾਨਿਸਤਾਨ ਅਤੇ ਮੱਧ ਏਸ਼ੀਆ) ਤੋਂ ਉਹਨਾਂ ਦੇ ਉੱਤਰ ਪੱਛਮ ਵੱਲ ਨਿਯਮਤ ਹਮਲਿਆਂ ਨੂੰ ਰੋਕਣ ਲਈ ਕੀਤਾ ਗਿਆ ਸੀ। ਹਮਲਿਆਂ ਨੂੰ ਰੋਕਣਾ ਰਾਜ ਦੀਆਂ ਸਭ ਤੋਂ ਵੱਡੀਆਂ ਪ੍ਰਾਪਤੀਆਂ ਵਿੱਚੋਂ ਇੱਕ ਸੀ। ਜੰਗ ਇੱਕ ਤਰਕਸ਼ੀਲ ਚਾਲ ਸੀ, ਪਰ ਇਹ ਸਾਮਰਾਜ ਦੀ ਉਸਾਰੀ (empire building) ***ਨਹੀਂ*** ਸੀ।

ਮਹਾਰਾਜਾ ਰਣਜੀਤ ਸਿੰਘ ਦੇ ਸਿੱਖ ਰਾਜ ਨੇ ਦਿਖਾਇਆ ਕਿ ਇੱਕ ਨਿਆਂਪੂਰਨ (just), ਸਮਾਵੇਸ਼ੀ (inclusive), ਅਗਾਂਹਵਧੂ (progressive), ਆਧੁਨਿਕ (modern and secular) ਰਾਜ ਹੋਣਾ ਸੰਭਵ ਹੈ ਜੋ ਧਰਮ ਨਾਲ ਮੇਲ ਖਾਂਦਾ ਹੈ, ਸਾਰੇ ਧਰਮਾਂ ਨੂੰ ਸ਼ਾਮਲ ਕਰਦਾ ਹੈ, ਧਰਮ ਨਿਰਪੱਖ, ਪਰਉਪਕਾਰੀ ਅਤੇ ਹਮਲਾਵਰਾਂ ਦਾ ਵਿਰੋਧ ਕਰਨ ਲਈ ਫੌਜੀ ਤੌਰ ਤੇ ਸ਼ਕਤੀਸ਼ਾਲੀ ਹੈ।

ਅਤੇ ਸਿੱਖ ਰਾਜ ਨੇ ਬ੍ਰਿਟਿਸ਼ ਸਾਮਰਾਜ, ਰੋਮਨ ਸਾਮਰਾਜ, ਜਾਂ ਆਧੁਨਿਕ 'ਜਮਹੂਰੀ' ਰਾਸ਼ਟਰ-ਦੇਸ਼ਾਂ ਦੇ ਉਲਟ, ਆਪਣੀ ਮੁਦਰਾ ਨੂੰ ਕਮਜ਼ੋਰ ਕੀਤੇ ਜਾਂ ਹਥਿਆਰ ਜ਼ਬਤ ਕੀਤੇ ਬਿਨਾਂ ਇਹ ਸਭ ਕੀਤਾ।

ਕਿੰਨੀ ਵਿਅੰਗਾਤਮਕ (ironic) ਗੱਲ ਹੈ ਕਿ 1700 ਦੇ ਦੋਵੇਂ ਸਿੱਖ ਰਾਜ ਅੱਜ ਦੇ ਜ਼ਿਆਦਾਤਰ 'ਆਧੁਨਿਕ' ਪੱਛਮੀ ਦੇਸ਼ਾਂ ਨਾਲੋਂ ਵਧੇਰੇ ਆਧੁਨਿਕ ਸਨ।

ਤਕਨੀਕੀ ਵਿਕਾਸ, ਵਿੱਤੀ ਇੰਜਨੀਅਰਿੰਗ (financial engineering), ਅਤੇ ਸਰੋਤਾਂ ਦੀ ਨਿਕਾਸੀ ਆਧੁਨਿਕਤਾ ਦਾ ਆਭਾ (illusion) ਪ੍ਰਦਾਨ ਕਰ ਸਕਦੀ ਹੈ, ਪਰ ਨੇਸ਼ਨ-ਸਟੇਟ ਆਪਣੇ ਸ਼ਾਸਨ ਵਿੱਚ ਪਿਛੜੇ ਹਨ।

ਭੂ-ਰਾਜਨੀਤੀ ਅਤੇ ਅੰਤਰਰਾਸ਼ਟਰੀ ਸਬੰਧਾਂ ਪ੍ਰਤੀ ਸਿੱਖਾਂ ਦਾ ਸੰਕਲਪ ਇਹ ਹੈ:

- **ਤਰਕਸ਼ੀਲਤਾ** (ਭਰੋਸੇਯੋਗ ਅਤੇ ਸਪਸ਼ਟ ਸੰਕਲਪ) - Rationality
- (ਵੈਸਟਫਾਲੀਅਨ) **ਵਰਲਡ ਆਰਡਰ** ਵਿੱਚ ਭਾਗੀਦਾਰੀ
- ਸਹਿਯੋਗ ਲਈ **ਸਭਿਅਤਾਵਾਂ ਦਾ ਸੰਯੋਜਨ** (Fusion of Civilizations) - ਜਿਵੇਂ ਕਿ ਆਸੀਆਨ/ASEAN –
- **ਆਰਥਿਕ ਨਿਰਭਰਤਾ** (Economic interdependence) - ਵਪਾਰ ਅਤੇ ਸੈਰ ਸਪਾਟਾ

- **ਸ਼ਕਤੀਸ਼ਾਲੀ ਫੌਜ** ਤੇ ਕੋਈ ਇਕਪਾਸੜ ਸ਼ਾਂਤੀਵਾਦ ਨਹੀਂ - Offensive realism
- 19 ਵੀਂ ਸਦੀ ਦੇ ਯੂਰਪ ਦੀ ਨੇਸ਼ਨ-ਸਟੇਟ ਦੀ **ਜੰਗਾਂ ਵਾਲੇ ਮਾਡਲ ਨੂੰ ਨਾਹ** – No to Nation-States

ਸਿੱਖਾਂ ਨੂੰ ਪ੍ਰੋ. ਕਿਸ਼ੋਰ ਮਹਿਬੂਬਾਨੀ - ਸਿੰਗਾਪੁਰ ਦੇ ਚੋਟੀ ਦੇ ਡਿਪਲੋਮੈਟ, ਸੰਯੁਕਤ ਸੁਰੱਖਿਆ ਪ੍ਰੀਸ਼ਦ [United Nations Security Council] ਦੇ ਦੋ ਵਾਰ ਪ੍ਰਧਾਨ, ਅਤੇ ਲੀ ਕੁਆਨ ਯੂ ਸਕੂਲ ਆਫ਼ ਪਬਲਿਕ ਪਾਲਿਸੀ ਦੇ ਸੰਸਥਾਪਕ ਡੀਨ ਦੀ ਸਲਾਹ ਦਾ ਧਿਆਨ ਦੇਣਾ ਚਾਹੀਦਾ ਹੈ। ਭੂ-ਰਾਜਨੀਤੀ ਅਤੇ ਅੰਤਰਰਾਸ਼ਟਰੀ ਸਬੰਧਾਂ ਬਾਰੇ ਉਸਨੇ ਕਿਹਾ: "ਸੰਯੁਕਤ ਰਾਸ਼ਟਰ [United Nations] ਵਿੱਚ ਰਾਜਦੂਤ ਹੋਣ ਦੇ ਨਾਤੇ, ਮੈਂ ਸੰਯੁਕਤ ਰਾਸ਼ਟਰ ਮਿਸ਼ਨ ਵਿੱਚ ਆਪਣੇ ਸਟਾਫ ਨੂੰ ਦਸਿਆ ਕਿ ਸਾਡੇ ਕੋਲ, ਸਿੰਗਾਪੁਰ ਦੇ ਡਿਪਲੋਮੈਟਾਂ ਕੋਲ ਸਿਰਫ ਤਿੰਨ ਸਰੋਤ ਸਨ ਜਿਨ੍ਹਾਂ ਨੂੰ ਵਰਤਇਆ ਜਾ ਸਕਦਾ ਹੈ: ਤਰਕ, ਤੁਕ, ਅਤੇ ਸੁਹਜ (reason, logic, and charm)।" (ਪ੍ਰੋ. ਕਿਸ਼ੋਰ ਮਹਿਬੂਬਾਨੀ, 'ਏਸ਼ੀਅਨ ਸੈਂਚੁਰੀ', ਪੰਨਾ 117)।

"ਦੂਜਾ ਮਹੱਤਵਪੂਰਨ ਸਬਕ ਜੋ ਮੈਂ ਸੰਯੁਕਤ ਰਾਸ਼ਟਰ ਵਿੱਚ ਰਾਜਦੂਤ ਦੇ ਰੂਪ ਵਿੱਚ ਆਪਣੀ ਪਹਿਲੀ ਪੋਸਟਿੰਗ ਵਿੱਚ ਸਿੱਖਿਆ ਹੈ ਉਹ ਇਹ ਹੈ ਕਿ ਲੋਕ ਪ੍ਰਮਾਣਿਕਤਾ (authenticity) ਦੀ ਕਦਰ ਕਰਦੇ ਹਨ। ਇਹ ਮਹੱਤਵਪੂਰਨ ਹੈ ਕਿ ਤੁਸੀਂ ਦਿਖਾਵਾ ਨਾ ਕਰੋ।"

Chapter 14
ਲੋਕਤੰਤਰ:
ਸਥਾਨਕ ਮੁੱਦਿਆਂ ਲਈ ਸਥਾਨਕ ਪੱਧਰ ਤੇ

ਚੋਣਾਂ ਵਾਲਾ ਲੋਕਤੰਤਰ ਬੇਇਨਸਾਫ਼ੀ ਹੈ

ਪ੍ਰੋ. ਜੇਸਨ ਬ੍ਰੇਨਨ ਆਪਣੀ ਕਿਤਾਬ 'Against Democracy' ਵਿੱਚ ਲਿਖਦੇ ਹਨ ਕਿ "ਜਮਹੂਰੀਅਤ, ਜਿਵੇਂ ਕਿ ਅਸੀਂ ਇਸਦਾ ਅਭਿਆਸ ਕਰਦੇ ਹਾਂ, ਬੇਇਨਸਾਫ਼ੀ ਹੈ। ਅਸੀਂ ਬੇ-ਕਸੂਰ ਲੋਕਾਂ ਨੂੰ ਜੋਖਮ ਵਿੱਚ ਪਾਉਂਦੇ ਹਾਂ ਕਿਉਂਕਿ ਅਸੀਂ ਉਨ੍ਹਾਂ ਨੂੰ ਅਣਜਾਣ, ਗਲਤ ਜਾਣਕਾਰੀ, ਤਰਕਹੀਣ, ਪੱਖਪਾਤੀ, ਅਤੇ ਕਈ ਵਾਰ ਅਨੈਤਿਕ ਫੈਸਲੇ ਲੈਣ ਵਾਲਿਆਂ ਦੇ ਹੱਥਾਂ ਵਿੱਚ ਦਿੰਦੇ ਹਾਂ।" (ਪ੍ਰੋ. ਜੇਸਨ ਬ੍ਰੇਨਨ, 'Against Democracy', ਪੰਨਾ 239)

"ਰਾਜਨੀਤਿਕ ਰੁਝੇਵੇਂ ਸਾਨੂੰ ਸਿੱਖਿਅਤ ਕਰਨ ਜਾਂ ਉੱਚਾ ਚੁੱਕਣ ਵਿੱਚ ਅਸਫਲ ਰਹਿੰਦੇ ਹਨ। ਰਾਜਨੀਤਿਕ ਰੁਝੇਵੇਂ ਸਗੋਂ ਸਾਨੂੰ ਬੇਚੈਨ ਅਤੇ ਭ੍ਰਿਸ਼ਟ ਕਰਨ ਵਿੱਚ ਸਫਲ ਹੁੰਦੇ ਹਨ।"

"ਸਾਡੇ ਲਈ ਲੋਕਤੰਤਰੀ ਆਜ਼ਾਦੀ ਅਤੇ ਭਾਗੀਦਾਰੀ, ਸਮੁੱਚੇ ਤੌਰ ਤੇ, ਹਾਨੀਕਾਰਕ ਹੈ... ਬਿਹਤਰ ਹੋਵੇਗਾ ਜੇਕਰ ਅਸੀਂ ਲੋਕਤੰਤਰ ਤੋਂ ਦੂਰ ਰਹੀਏ।"

ਪ੍ਰਤੀਨਿਧ ਲੋਕਤੰਤਰ (Representative Democracy) ਜ਼ਿਆਦਾਤਰ ਰਾਸ਼ਟਰਾਂ ਵਿੱਚ ਇੱਕ ਮਜ਼ਾਕ ਹੈ ਅਤੇ ਘੱਟ ਗਿਣਤੀਆਂ ਤੇ ਅੱਤਿਆਚਾਰ ਕਰਨ ਦੇ ਨਾਲ ਨਾਲ ਕੀਮਤੀ ਸਰੋਤਾਂ ਦੀ ਬਰਬਾਦੀ ਕਰਦਾ ਹੈ।

ਮਹਿੰਗਾਈ, ਸ਼ੋਸ਼ਣ, ਅਤੇ ਫਾਸ਼ੀਵਾਦ ਸਰਕਾਰ ਇਸ ਸ਼ੈਤਾਨੀ ਸੰਘ ਦਾ ਨਤੀਜਾ ਹੈ।

ਪ੍ਰੋ. ਹਾਮਿਦ ਦਾਬਾਸ਼ੀ ਨੇ ਕਿਹਾ: "ਇਹ ਸਾਰੇ ਰਾਜ ਇੱਕ ਤਮਾਸ਼ੇ ਦਾ ਮੰਚਨ ਕਰਦੇ ਹਨ। ਸਿਆਸਤਦਾਨ ਫੇਰ ਭੀੜ ਨੂੰ ਭੜਕਾਉਂਦੇ ਹਨ ਜਿਨ੍ਹਾਂ ਨੂੰ ਉਹ ਕੰਟਰੋਲ ਕਰਦੇ ਹਨ ਤੇ ਫੇਰ ਇਸਨੂੰ ਕਹਿੰਦੇ ਹਨ ਲੋਕਤੰਤਰ। [24]

ਲੋਕਤੰਤਰ ਬਹੁਤ ਮਹਿੰਗਾ ਪੈਂਦਾ ਹੈ। "ਉਮੀਦਵਾਰਾਂ ਨੂੰ ਚੁਣੇ ਜਾਣ ਲਈ ਵੱਡੀ ਰਕਮ ਦੀ ਲੋੜ ਨਹੀਂ ਹੋਣੀ ਚਾਹੀਦੀ। ਏਸ਼ੀਆ ਦੇ ਜ਼ਿਆਦਾਤਰ ਦੇਸ਼ਾਂ ਨੇ ਚੋਣਾਂ ਤੇ ਬਹੁਤ ਜ਼ਿਆਦਾ ਖਰਚ ਕੀਤਾ ਹੈ। ਚੁਣੇ ਜਾਣ ਤੇ ਜੇਤੂ ਆਪਣੀ ਲਾਗਤ ਦੀ ਵਸੂਲੀ ਕਰਦੇ ਹਨ। ਥਾਈਲੈਂਡ ਵਿੱਚ, ਇੱਕ ਸਾਬਕਾ ਸਰਕਾਰੀ ਮੰਤਰੀ ਨੇ ਇਸ ਨੂੰ '**ਵਪਾਰਕ ਲੋਕਤੰਤਰ**' ਦੱਸਿਆ ਹੈ, **ਖਰੀਦਿਆ ਹੋਇਆ ਲੋਕਤੰਤਰ**। (ਲੀ ਕੁਆਨ ਯੂ, 'ਤੀਜੀ ਦੁਨੀਆ ਤੋਂ ਪਹਿਲੀ ਦੁਨੀਆ ਤੱਕ, ਸਿੰਗਾਪੁਰ ਸਟੋਰੀ' / 'From Third World to First, The Singapore Story', ਪੰਨਾ 164)।

"ਪਲੇਟੋ ਦਲੀਲ ਦਿੰਦਾ ਹੈ ਕਿ ਲੋਕਤੰਤਰ ਰਾਜਾਸ਼ਾਹੀ (monarchy) ਅਤੇ ਕੁਲੀਨਤਾ (aristocracy) ਦੇ ਵੱਖ-ਵੱਖ ਰੂਪਾਂ ਤੋਂ ਵੀ ਮੰਦੀ ਹੈ। ਲੋਕਤੰਤਰ ਸ਼ਾਸਨ ਨੂੰ ਕਮਜ਼ੋਰ ਕਰਦਾ ਹੈ।" (ਪਲੇਟੋ 1974, ਕਿਤਾਬ VI)

ਬਹੁਤੇ ਲੋਕਾਂ ਕੋਲ ਅਜਿਹੀ ਬੌਧਿਕ ਪ੍ਰਤਿਭਾ ਨਹੀਂ ਹੁੰਦੀ ਜੋ ਉਹਨਾਂ ਨੂੰ ਮੁਸ਼ਕਲ ਮੁੱਦਿਆਂ ਬਾਰੇ ਚੰਗੀ ਤਰ੍ਹਾਂ ਸੋਚਣ ਦੇ ਯੋਗ ਬਣਾਏ। ਪਰ ਚੋਣ ਜਿੱਤਣ ਲਈ ਜਾਂ ਕਾਨੂੰਨ ਪਾਸ ਕਰਵਾਉਣ ਲਈ, ਸਿਆਸਤਦਾਨਾਂ ਨੂੰ ਇਨ੍ਹਾਂ ਲੋਕਾਂ ਦੀ ਭਾਵਨਾ ਨੂੰ ਅਪੀਲ ਕਰਨੀ ਪੈਂਦੀ ਹੈ।

ਅਸੀਂ ਅਪਨੇ ਮਨ ਵਿੱਚ "ਲੋਕਤੰਤਰੀ ਪ੍ਰਕਿਰਿਆ ਬਾਰੇ ਬਹੁਤ ਹੀ ਆਦਰਸ਼ਕ (idealist) ਵਿਚਾਰ ਦਾ ਨਿਰਮਾਣ ਕੀਤਾ ਹੈ ਜੋ ਅਸਲ-ਸੰਸਾਰ ਦੇ ਜਮਹੂਰੀਅਤ ਤੋਂ ਬਹੁਤ ਅਲੱਗ ਹੈ।" (ਪ੍ਰੋ. ਜੇਸਨ ਬ੍ਰੇਨਨ, 'ਜਮਹੂਰੀਅਤ ਦੇ ਵਿਰੁੱਧ', ਪੰਨਾ 7)

"ਹਰ ਚੋਣ ਚੋਰੀ ਹੋਏ ਸਮਾਨ ਦੀ ਇੱਕ ਕਿਸਮ ਦੀ ਨਿਲਾਮੀ ਹੁੰਦੀ ਹੈ।" (ਐਚ. ਐਲ. ਮੇਨਕੇਨ)

"**ਮੈਂ ਨਹੀਂ ਮੰਨਦਾ ਕਿ ਸਾਡੀ ਸਮੱਸਿਆ ਦਾ ਹੱਲ ਸਿਰਫ਼ ਸਹੀ ਲੋਕਾਂ ਨੂੰ ਚੁਣਨਾ ਹੈ।** ਲੋੜ ਹੈ ਕਿ ਇੱਕ ਰਾਜਨੀਤਿਕ ਮਾਹੌਲ ਸਥਾਪਤ ਕਰਨਾ ਜੋ ਗਲਤ ਲੋਕਾਂ ਨੂੰ ਸਹੀ ਕੰਮ ਕਰਨ ਲਈ ਰਾਜਨੀਤਿਕ ਤੌਰ ਤੇ ਲਾਭਦਾਇਕ ਹੋਏ।" (ਮਿਲਟਨ ਫਰੀਡਮੈਨ)

Proportional Representation ਵਰਗੇ ਸੁਧਾਰ ਲੋਕਤੰਤਰ ਦੀ ਕਿਸੇ ਵੀ ਸਮੱਸਿਆ ਦਾ ਹੱਲ ਨਹੀਂ ਕਰਦੇ।

ਫੈਸਲੇ ਲੈਣ ਦੀਆਂ ਰਵਾਇਤੀ ਸੰਸਥਾਵਾਂ ਦੀ ਸਿੱਧੀ ਲੋਕਤੰਤਰ (Direct Democracy of traditional institutions of decision making)

ਸਿੱਖਾਂ ਕੋਲ ਸਥਾਨਕ ਅਤੇ ਭਾਈਚਾਰਕ ਪੱਧਰ ਤੇ ਸਿੱਧੇ ਲੋਕਤੰਤਰ (direct democracy) ਵਾਂਗ ਦੇ ਫੈਸਲੇ ਲੈਣ ਦੀ ਆਪਣੀ ਰਵਾਇਤੀ ਪ੍ਰਣਾਲੀ ਹੈ।

ਸਰਬੱਤ ਖਾਲਸਾ ਸਾਰੇ ਸਿੱਖਾਂ ਦਾ ਇਕੱਠ ਹੈ। ਸਭ ਨੂੰ ਸੱਦਾ ਦਿੱਤਾ ਜਾਂਦਾ ਹੈ। ਜਿਹੜੇ ਲਏ ਜਾਣ ਵਾਲੇ ਫੈਸਲੇ ਤੋਂ ਪ੍ਰਭਾਵਿਤ ਹੋਣਗੇ, ਉਹ ਹਿੱਸਾ ਲੈਂਦੇ ਹਨ। ਸਾਰੇ ਦ੍ਰਿਸ਼ਟੀਕੋਣ ਪ੍ਰਸਾਰਿਤ ਕੀਤੇ ਜਾਂਦੇ ਹਨ। ਕੋਈ ਕਮੇਟੀ ਨਹੀਂ ਹੋਂਦੀ। ਫੈਸਲੇ ਸਹਿਮਤੀ (consensus) ਦੁਆਰਾ ਕੀਤੇ ਜਾਂਦੇ ਹਨ।

ਸਰਬਸੰਮਤੀ (consensus) ਨਾਲ ਫੈਸਲਾ ਵੋਟਿੰਗ ਅਤੇ ਬਹੁਮਤ ਤੋਂ ਵੱਖਰਾ ਹੁੰਦਾ ਹੈ। ਸਹਿਮਤੀ ਵਿੱਚ, ਸਾਰੇ ਵਿਚਾਰਾਂ ਨੂੰ ਧਿਆਨ ਨਾਲ ਵਿਚਾਰਿਆ ਜਾਂਦਾ ਹੈ ਅਤੇ ਸਾਰੀਆਂ ਜਾਇਜ਼ ਚਿੰਤਾਵਾਂ ਨੂੰ ਹੱਲ ਕਰਨ ਲਈ ਕੋਸ਼ਿਸ਼ ਕੀਤੀ ਜਾਂਦੀ ਹੈ।

ਸਹਿਮਤੀ ਦੁਆਰਾ ਫੈਸਲਾ ਉਦੋਂ ਤਹਿ ਹੁੰਦਾ ਹੈ ਜਦੋਂ ਬਹੁਮਤ ਫੈਸਲੇ ਦਾ ਸਮਰਥਨ ਕਰਦਾ ਹੈ, ***ਤੇ ਕੋਈ ਇਸਦਾ ਜ਼ੋਰਦਾਰ ਵਿਰੋਧ ਨਹੀਂ ਕਰਦਾ***।

ਇਸ ਦਾ ਫਾਇਦਾ ਇਹ ਹੈ ਕਿ:

- ਬਹੁਗਿਣਤੀ ਨੂੰ ਘੱਟਗਿਣਤੀ ਦੇ ਵਿਰੁੱਧ ਫੈਸਲੇ ਲੈਣ ਦੀ ਇਜਾਜ਼ਤ ਨਹੀਂ ਦਿੰਦਾ। ਫੈਸਲੇ ਸਰਬਸੰਮਤੀ ਨਾਲ ਕੀਤੇ ਜਾਂਦੇ ਹਨ ਤੇ ਕੋਈ ਇਸਦਾ ਜ਼ੋਰਦਾਰ ਵਿਰੋਧ ਨਹੀਂ ਕਰਦਾ।
- ਮਾੜੇ ਫੈਸਲਿਆਂ ਨੂੰ ਰੋਕਦਾ ਹੈ ਕਿਉਂਕਿ ਲੋਕ ਮੌਕੇ ਤੇ ਹੀ ਬਗਾਵਤ ਕਰਨਗੇ
- ਦੂਰ-ਦੁਰਾਡੇ ਦੇ ਅਧਿਕਾਰੀਆਂ ਜਾਂ ਬੰਦ ਦਰਵਾਜ਼ੇ ਦੇ ਫੈਸਲੇ ਲੈਣ ਦੀ ਇਜਾਜ਼ਤ ਨਹੀਂ ਦਿੰਦਾ
- ਬਹੁਮਤ ਦੇ ਬਹਾਨੇ ਤੁਹਾਡੇ ਵਿਚਾਰਾਂ ਨੂੰ ਨਜ਼ਰਅੰਦਾਜ਼ ਕਰਨ ਦੀ ਇਜਾਜ਼ਤ ਨਹੀਂ ਦਿੰਦਾ
- ਕੰਮ ਕਰਨ ਲਈ 5 ਲੋੱਕ ਚੁਣੇ ਜਾਂਦੇ ਹਨ
- ਚੁਣੇ ਗਏ ਲੋਕਾਂ ਨੂੰ ਇਕ ਹੋਰ ਸਰਬੱਤ ਖ਼ਾਲਸਾ ਬੁਲਾ ਕੇ ਕੜਿਆ ਜਾ ਸਕਦਾ ਹੈ।

ਲੋਕਾਂ ਨੂੰ ਉਸ ਖਾਸ ਕੰਮ ਲਈ ਚੁਣਿਆ ਜਾਂਦਾ ਹੈ ਜਿਸ ਲਈ ਉਹਨਾਂ ਕੋਲ ਤਜਰਬਾ ਅਤੇ ਮਾਹਰ ਹੋ ਵੇ। ਵੱਖ-ਵੱਖ ਕੰਮਾਂ ਲਈ ਚੁਣੇ ਗਏ ਲੋਕਾਂ ਦੇ ਕਈ ਸੰਮੂਹ ਹੋ ਸਕਦੇ ਹਨ।

Chapter 15

ਮਾਹਿਰਾਂ ਦੁਆਰਾ ਸ਼ਾਸਨ

ਅਜਿਹੇ ਫੈਸਲੇ ਜਿਨ੍ਹਾਂ ਲਈ ਖਾਸ ਗਿਆਨ ਦੀ ਲੋੜ ਹੁੰਦੀ ਹੈ, ਉਹ ਪ੍ਰਸ਼ਾਸਨ ਦੇ ਮਾਹਰਾਂ ਦੁਆਰਾ ਲੈਨੇ ਚਾਹੀਦੇ ਹਨ।

ਇਸ ਨੂੰ ਪਲੈਟੋ ਐਪਿਸਟੋਕਰੇਸੀ (epistocracy) ਕਹਿੰਦਾ ਹੈ: "ਪਲੇਟੋ ਨੇ ਦਲੀਲ ਦਿੱਤੀ ਹੈ ਕਿ ਰਾਜ ਤੇ ਦਾਰਸ਼ਨਿਕ-ਰਾਜਿਆਂ (philosopher-kings) ਦੁਆਰਾ ਸ਼ਾਸਨ ਕੀਤਾ ਜਾਣਾ ਚਾਹੀਦਾ ਹੈ, ਜਿਨ੍ਹਾਂ ਕੋਲ ਚੰਗੇ ਸ਼ਾਸਨ ਲਈ ਲੋੜੀਂਦੀ ਬੁੱਧੀ ਅਤੇ ਨੈਤਿਕ ਚਰਿੱਤਰ ਹੈ।" (Estlund 2003) [25]

ਅਸੀਂ ਗਿਆਨਵਾਨ ਲੋਕਾਂ ਦੀ ਚੋਣ ਕਿਵੇਂ ਕਰੀਏ? ਇਮਤਿਹਾਨ ਅਤੇ ਲਾਇਸੈਂਸ ਜਵਾਬ ਨਹੀਂ ਹਨ। ਪ੍ਰੋਫੈਸਰ ਬ੍ਰੇਨਨ ਨੇ ਅਮਰੀਕਾ ਦੇ ਜਿਮ ਕ੍ਰੋ ਵੋਟਿੰਗ ਯੁੱਗ ਪ੍ਰੀਖਿਆਵਾਂ ਅਤੇ ਮੈਡੀਕਲ ਲਾਇਸੈਂਸਾਂ ਦੀਆਂ ਉਦਾਹਰਣਾਂ ਦਿੱਤੀਆਂ ਜੋ ਨਸਲਵਾਦੀ (racist) ਸਨ।

ਪਰਉਪਕਾਰੀ ਗਿਆਨਵਾਨ ਮਾਹਿਰ ਸੋਨੇ ਬਰਾਬਰ ਹੁੰਦੇ ਹਨ।

ਜ਼ਿਆਦਾਤਰ ਕਾਰਪੋਰੇਸ਼ਨਾਂ ਕੋਲ ਸੀਨੀਅਰ ਮੈਨੇਜਰਾਂ ਅਤੇ ਕਾਰਜਕਾਰੀ ਅਧਿਕਾਰੀਆਂ ਨੂੰ ਨਿਯੁਕਤ ਕਰਨ ਅਤੇ ਤਰੱਕੀ ਦੇਣ ਦੀਆਂ ਪ੍ਰਕਿਰਿਆਵਾਂ ਹੁੰਦੀਆਂ ਹਨ ਜਿਨ੍ਹਾਂ ਤੋਂ ਅਸੀ ਸਿੱਖ ਸਕਦੇ ਹਾਂ।

ਸਿੱਖਾਂ ਕੋਲ ਪਰਉਪਕਾਰੀ ਸ਼ਾਸਨ ਦਾ ਇੱਕ ਅਮੀਰ ਇਤਿਹਾਸ ਹੈ। ਉਹ ਖਾਲਸਾ ਹਨ। ਇਹ ਇੱਕ 325 ਸਾਲ ਪੁਰਾਣੀ ਪਰੰਪਰਾ ਹੈ ਜੋ ਅਜੇ ਵੀ ਸਰਗਰਮ ਹੈ।

ਸਿੰਗਾਪੁਰ ਤੋਂ ਸਿਖਿਏ

ਸ਼ਾਸਨ ਦੇ ਮਾਹਿਰਾਂ ਨੂੰ ਸਿਖਲਾਈ ਦੇਣ ਲਈ ਸਕੂਲ ਬਣਾਉਣ ਦੀ ਇੱਕ ਆਧੁਨਿਕ ਉਦਾਹਰਣ ਹੈ।

ਪ੍ਰੋ. ਕਿਸ਼ੋਰ ਮਹਿਬੂਬਾਨੀ ਅਤੇ ਹੋਰਾਂ ਨੇ 'ਲੀ ਕੁਆਨ ਯੂ ਸਕੂਲ ਆਫ਼ ਪਬਲਿਕ ਪਾਲਿਸੀ: ਏਸ਼ੀਆ ਵਿੱਚ ਗਲੋਬਲ ਪਾਲਿਸੀ ਸਕੂਲ ਦਾ ਨਿਰਮਾਣ' ਬਾਰੇ ਲਿਖਿਆ।

ਸ਼ਾਸਨ ਅਤੇ ਜਨਤਕ ਨੀਤੀ "ਸਮਾਜ ਨੂੰ ਕਿਵੇਂ ਸੰਗਠਿਤ ਅਤੇ ਸ਼ਾਸਨ ਕਰਨਾ ਹੈ", ਅਤੇ "ਰਾਜ ਦੀ ਭੂਮਿਕਾ ਅਤੇ ਵਿਅਕਤੀ ਨਾਲ ਇਸਦੇ ਸਬੰਧ" ਬਾਰੇ ਹੈ।

ਪ੍ਰੋ. ਕਿਸ਼ੋਰ ਮਹਿਬੂਬਾਨੀ ਲਿਖਦੇ ਹਨ: "ਪਬਲਿਕ ਪਾਲਿਸੀ ਸਕੂਲ ਦੇ ਪਾਠਕ੍ਰਮ ਵਿੱਚ ਕੀ ਹੋਣਾ ਚਾਹੀਦਾ ਹੈ। ਉਸਨੇ ਜਵਾਬ ਦਿੱਤਾ, 'ਕਿਸ਼ੋਰ, ਇਹ ਤਿੰਨ ਥੰਮ੍ਹਾਂ ਤੇ ਟਿਕੇ ਰਹਿਣਾ ਚਾਹੀਦਾ ਹੈ: ਅਰਥ ਸ਼ਾਸਤਰ, ਰਾਜਨੀਤੀ ਅਤੇ ਲੀਡਰਸ਼ਿਪ'" (Economics, Politics, and Leadership and Management courses).

"ਵਾਸ਼ਿੰਗਟਨ ਪੋਸਟ ਦੇ ਪ੍ਰਸਿੱਧ ਲੇਖਕ, ਮੈਟ ਮਿਲਰ, ਨੇ ਕਿਹਾ, 'ਸਿੰਗਾਪੁਰ ਇਸ ਤਰ੍ਹਾਂ ਇੱਕ ਪ੍ਰਮੁੱਖ ਆਧੁਨਿਕ ਉਦਾਹਰਣ ਵਜੋਂ ਖੜ੍ਹਾ ਹੈ ਕਿ ਕਿਵੇਂ ਵਿਵਹਾਰਕ ਸਮੱਸਿਆ-ਹੱਲ ਕਰਨ ਵਜੋਂ ਲੋਕਾਂ ਦੇ ਜੀਵਨ ਵਿੱਚ ਸੁਧਾਰ ਕਰ ਸਕਦਾ ਹੈ। ਇਹ ਅਮਰੀਕਾ ਦੇ ਸ਼ਾਸਨ ਤੋਂ ਅਲੋਪ ਹੋ ਗਿਆ ਹੈ।"

"ਉਸਨੇ ਅੱਗੇ ਕਿਹਾ, 'ਸਿੰਗਾਪੁਰ ਦੀ ਅਸਲ ਵਿਚਾਰਧਾਰਾ ਵਿਹਾਰਕ ਸਮੱਸਿਆ-ਹੱਲ ਕਰਨਾ ਹੈ। ਸਿਸਟਮ ਹੋਸ਼ਿਆਰ ਤੇ ਉੱਚ ਤਨਖਾਹ ਵਾਲੇ ਅਧਿਕਾਰੀਆਂ ਦੁਆਰਾ ਚਲਾਇਆ ਜਾਂਦਾ ਹੈ। ਸ਼ਾਸਨ ਉਪਰ ਰਾਜਨੀਤੀ ਤੇ ਲੋਕਤੰਤਰ ਦਾ ਜਿਆਦਾ ਪ੍ਰਭਾਵ ਨਹੀਂ ਪੈਂਦਾ।"

ਪ੍ਰੋ. ਕਿਸ਼ੋਰ ਮਹਿਬੂਬਾਨੀ ਨੇ ਸਿੰਗਾਪੁਰ ਦੇ ਚੋਟੀ ਦੇ ਡਿਪਲੋਮੈਟ, ਸੰਯੁਕਤ ਸੁਰੱਖਿਆ ਪ੍ਰੀਸ਼ਦ ਦੇ ਦੋ ਵਾਰ ਪ੍ਰਧਾਨ ਅਤੇ ਲੀ ਕੁਆਨ ਯੂ ਸਕੂਲ ਆਫ਼ ਪਬਲਿਕ ਪਾਲਿਸੀ ਦੇ ਸੰਸਥਾਪਕ ਡੀਨ ਵਜੋਂ 'ਲਿਵਿੰਗ ਦਿ ਏਸ਼ੀਅਨ ਸੈਂਚੁਰੀ' (Living the Asian century) ਕਿਤਾਬ ਵਿੱਚ ਆਪਣੇ ਜੀਵਨ ਦਾ ਵਰਣਨ ਕੀਤਾ ਹੈ।

ਉਹ ਸਿੰਗਾਪੁਰ ਦੇ ਚੰਗੇ ਸ਼ਾਸਨ ਦਾ ਕਾਰਨ **MPH** ਦਸਦੇ ਹਨ ।

- **ਮੈਰੀਟੋਕਰੇਸੀ**/ **Meritocracy**: ਸਭ ਤੋਂ ਵਧੀਆ ਲੋਕਾਂ ਨੂੰ ਸਰਕਾਰ ਵਿੱਚ ਭਰਤੀ ਕਰੋ ਤੇ ਉਪਰ ਚਕੋ
- **Pragmatism**: ਸੰਸਾਰ ਵਿੱਚ ਕਿਤੇ ਵੀ ਕਿਸੇ ਵੀ ਸਰੋਤ ਤੋਂ ਵਧੀਆ ਅਭਿਆਸਾਂ ਨੂੰ ਸਿੱਖੋ
- **ਇਮਾਨਦਾਰੀ**/**Honesty**: ਸ਼ਾਸਨ ਵਿੱਚ ਕੋਈ ਭ੍ਰਿਸ਼ਟਾਚਾਰ ਨਹੀਂ

ਇੱਕ ਇੰਟਰਵਿਊ ਵਿੱਚ, ਬ੍ਰਿਟੇਨ ਦੇ ਸਾਬਕਾ ਪ੍ਰਧਾਨ ਮੰਤਰੀ ਟੋਨੀ ਬਲੇਅਰ ਨੇ ਕਿਹਾ ਕਿ ਸਿੰਗਾਪੁਰ ਦੇ ਪ੍ਰਧਾਨ ਮੰਤਰੀ ਲੀ ਕੁਆਨ ਯੂ ਨੇ ਸ਼ੁਰੂਆਤ ਵਿੱਚ ਸ਼ਾਸਨ ਲਈ ਸਭ ਤੋਂ ਵਧੀਆ ਬੁੱਧੀਜੀਵੀਆਂ ਵਿੱਚ ਨਿਵੇਸ਼ (invest) ਕੀਤਾ। [26]

Chapter 16

ਤੀਜੀ ਸ਼੍ਰੇਣੀ ਦੀ ਤੀਜੀ ਦੁਨੀਆਂ ਦਾ 'ਵਿਕਾਸ'

Third world third class development

ਬੁਨਿਆਦੀ ਢਾਂਚੇ ਦਾ ਚਲ ਰਿਹਾ 'ਵਿਕਾਸ' - ਸੜਕਾਂ, ਬਹੁ-ਲੇਨ ਹਾਈਵੇਅ, ਪੁਲ, ਹਵਾਈ ਅੱਡੇ - ਵਿਕਾਸ ਦੇ ਦਿੱਖਾਵੇ ਦਾ ਆਸਾਨ, ਤੇਜ਼, ਅਤੇ ਸੋਖਾ ਤਰੀਕਾ ਹੈ। ਤੀਜੀ ਦੁਨੀਆਂ ਦੇ ਦੇਸ਼ (Third World Countries) ਅਤੇ 'ਉਭਰਦੀਆਂ' ਅਰਥਵਿਵਸਥਾਵਾਂ (emerging countries) ਆਮ ਤੌਰ ਤੇ ਇਹ ਰਾਹ ਅਪਣਾਉਂਦੇ ਹਨ।

ਤੀਜੀ ਦੁਨੀਆਂ ਦੇ ਦੇਸ਼ ਅਤੇ 'ਉਭਰਦੀਆਂ' ਅਰਥਵਿਵਸਥਾਵਾਂ ਸਿੱਖਿਆ ਵਿੱਚ ਨਿਵੇਸ਼ (investing in education), ਬੁੱਧੀਜੀਵੀਆਂ ਦਾ ਪਾਲਣ ਪੋਸ਼ਣ (nurturing intellectuals), ਸਿਹਤ ਸੰਭਾਲ (healthcare), ਮਿਆਰੀ ਭੋਜਨ (quality food), ਸ਼ਾਸਨ (governance), ਕਾਨੂੰਨੀ ਪ੍ਰਣਾਲੀਆਂ (legal systems), ਸੰਸਥਾਗਤ ਗੁਣਵੱਤਾ (institutional quality) ਵਰਗੀਆਂ ਬੁਨਿਆਦੀ ਗੱਲਾਂ ਨੂੰ ਨਜ਼ਰਅੰਦਾਜ਼ ਕਰਦੀਆਂ ਹਨ।

ਬੁਨਿਆਦੀ ਢਾਂਚੇ ਦਾ 'ਵਿਕਾਸ' ਦੀ ਗਤੀਵਿਧੀਆਂ ਬਿਨਾਂ ਕਿਸੇ ਵਿੱਤੀ ਤਰਕ, ਸੋਚ, ਯੋਜਨਾ, ਜਾਂ ਰਣਨੀਤੀ ਦੇ ਖੁਸ਼ਹਾਲੀ ਵੱਲ ਨਹੀਂ ਲੈ ਜਾਂਦੀਆਂ।

ਤੀਜੀ ਦੁਨੀਆਂ ਦੇ ਦੇਸ਼ ਸਦਾ ਹੀ ਘਟੀਆ ਬੁਨਿਆਦੀ ਢਾਂਚੇ ਦੇ 'ਵਿਕਾਸ' ਵਿੱਚ ਰਹਿੰਦੇ ਹਨ।

ਘਟੀਆ ਬੁਨਿਆਦੀ ਢਾਂਚਾ ਪੂੰਜੀਪਤੀਆਂ ਨੂੰ ਲਾਭ ਪਹੁੰਚਾਉਂਦਾ ਹੈ ਕਿਉਂਕਿ ਉਨ੍ਹਾਂ ਨੂੰ ਚੰਗਾ ਮੁਨਾਫਾ ਮਿਲਦਾ ਹੈ।

ਘਟੀਆ ਬੁਨਿਆਦੀ ਢਾਂਚੇ ਤੋਂ ਸਿਆਸਤਦਾਨਾਂ ਅਤੇ ਸਰਕਾਰੀ ਕਰਮਚਾਰੀਆਂ ਨੂੰ ਰਿਸ਼ਵਤ ਮਿਲਦੀ ਹੈ।

ਘਟੀਆ ਬੁਨਿਆਦੀ ਢਾਂਚੇ ਦਾ ਵਿਕਾਸ ਉਹਨਾਂ ਲੋਕਾਂ ਨੂੰ ਤਸੱਲੀ ਤੇ ਮਨੋਰੰਜਨ ਦਿੰਦਾ ਹੈ ਜੋ ਕਮਜ਼ੋਰ ਸੁਭਾਅ ਵਾਲੇ ਹਨ ਅਤੇ ਢਾਂਚੇ ਤੇ ਕੰਮ ਨੂੰ ਤਰੱਕੀ ਮੰਨਦੇ ਹਨ।

ਘਟੀਆ ਬੁਨਿਆਦੀ ਢਾਂਚੇ ਤੇ ਗਤੀਵਿਧੀਆਂ ਉਚਿਤ ਨਹੀਂ ਹਨ। ਇਹ ਸਿਰਫ਼ ਪੂੰਜੀਪਤੀਆਂ, ਅਧਿਕਾਰੀਆਂ, ਸਿਆਸਤਦਾਨਾਂ ਅਤੇ ਠੇਕੇਦਾਰਾਂ ਨੂੰ ਲਾਭ ਪਹੁੰਚਾਉਂਦੀਆ ਹਨ। ਇਹ ਸਰਕਾਰੀ ਲੁੱਟ ਹੈ।

ਹੈਨਰੀ ਹੇਜ਼ਲਿਟ 'ਇਕੋਨਾਮਿਕਸ ਇਨ ਵਨ ਲੈਸਨ' (Economics in One Lesson) ਵਿੱਚ ਲਿਖਦਾ ਹੈ: "ਪਬਲਿਕ ਵਰਕਸ ਦਾ ਮਤਲਬ ਟੈਕਸ, ਅਤੇ ਟੈਕਸ ਪਰਾਇਵੇਟ ਉਤਪਾਦਨ ਦਾ ਨੁਕਸਾਨ ਕਰਦਾ ਹੈ। ਜਨਤਕ ਪ੍ਰੋਜੈਕਟ (public works) ਮੁਫਤ ਨਹੀਂ ਹਨ। ਜਨਤਾ ਤੋਂ ਟੈਕਸ ਜਾਂ ਮਹਿੰਗਾਈ ਰਾਹੀਂ ਪੈਸਾ ਲਿਆ ਜਾਂਦਾ ਹੈ। ਇਸ ਨਾਲ ਜਨਤਾ ਕੋਲ ਵਿਕਾਸ ਕਰਨ ਜਾਂ ਖਰਚ ਕਰਨ ਜਾਂ ਤਰੱਕੀ ਕਰਨ ਲਈ ਘੱਟ ਪੈਸੇ ਰਹਿ ਜਾਂਦੇ ਹਨ।" [27]

ਜੋ ਕੁਝ ਕੀਤਾ ਜਾ ਰਿਹਾ ਹੈ ਇਸਦਾ ਮਤਲਬ ਇਹ ਨਹੀਂ ਹੈ ਕਿ ਇਹ ਕਰਨਾ ਸਭ ਤੋਂ ਲਾਭਕਾਰੀ ਚੀਜ਼ ਹੈ।

ਕੰਮ ਕਰਨ ਤੇ ਪ੍ਰਾਪਤੀ ਵਿੱਚ ਫਰਕ ਹੈ। ਖ਼ਾਸਕਰ ਜਦੋਂ ਸਰਕਾਰ ਸ਼ਾਮਲ ਹੁੰਦੀ ਹੈ।

ਜੇਕਰ ਲੋਕ ਬੁਨਿਆਦੀ ਢਾਂਚਾ ਚਾਹੁੰਦੇ ਹਨ, ਤਾਂ ਉਹ ਇਕੱਠੇ ਹੋ ਕੇ ਬੁਨਿਆਦੀ ਢਾਂਚਾ ਬਣਾਉਣ ਲਈ ਇੱਕ ਕੁਸ਼ਲ ਠੇਕੇਦਾਰ ਨੂੰ ਨਿਯੁਕਤ ਕਰ ਸਕਦੇ ਹਨ। ਜੋ ਪੈਸਾ ਸਰਕਾਰ ਟੈਕਸ ਅਤੇ ਮਹਿੰਗਾਈ ਨਾਲ ਲੋਕਾਂ ਤੋਂ ਇਕੱਠੇ ਕਰਦੀ ਹੈ, ਉਹ ਪੈਸੇ ਲੋਕ ਖੁਦ ਖਰਚ ਸਕਦੇ ਹਨ। ਲੋਕਾਂ ਦਾ ਡਰ ਹੋਵੇਗਾ ਤਾਂ ਠੇਕੇਦਾਰ ਵੀ ਬੁਨਿਆਦੀ ਢਾਂਚੇ ਨੂੰ ਕੁਸ਼ਲਤਾ ਨਾਲ ਬਣਾਉਣਗੇ।

ਨਿਵੇਸ਼ਕ (Investors) ਬੁਨਿਆਦੀ ਢਾਂਚੇ ਦੀ ਵਰਤੋਂ ਕਰਨ ਵਾਲਿਆਂ ਤੋਂ ਟੋਲ ਅਤੇ ਫੀਸਾਂ ਨਾਲ ਆਪਣੇ ਨਿਵੇਸ਼ (investment) ਨੂੰ ਪੂਰਾ ਕਰ ਸਕਦੇ ਹਨ। ਇਸਦਾ ਫਾਇਦਾ ਇਹ ਹੈ ਕੇ ਢਾਂਚੇ ਦੀ ਵਰਤੋਂ ਕਰਨ ਵਾਲੇ ਹੀ ਖਰਚੇ ਦੇਣਗੇ।

ਸਰਕਾਰ ਵਲੋਂ ਬਨਾਇਆ ਬੁਨਿਆਦੀ ਢਾਂਚਾ ਘਟੀਆ, ਨਿਕੰਮਾ, ਤੇ ਮਹਿੰਗਾ ਹੁੰਦਾ ਹੈ। ਪਰ ਕਮਜ਼ੋਰ ਸੁਭਾਅ ਵਾਲੇ ਲੋਕ ਇਸ ਢਾਂਚੇ ਦੇ 'ਵਿਕਾਸ' ਨੂੰ ਦੇਖ ਖੁਸ਼ ਹੁੰਦੇ ਹਨ।

Chapter 17

ਪਾਤਸ਼ਾਹੀ ਦਾਅਵਾ

ਸਿੱਖ ਆਪਣੇ ਜੀਵਨ ਅਤੇ ਆਪਣੀ ਕਿਸਮਤ ਦੇ ਨਿਯੰਤਰਣ (control) ਵਿੱਚ ਰਹਿਣਾ ਪਸੰਦ ਕਰਦੇ ਹਨ। ਉਹ ਨਿੱਜੀ ਜ਼ਿੰਮੇਵਾਰੀ ਅਤੇ ਨਿੱਜੀ ਪ੍ਰਭੂਸੱਤਾ ਵਿੱਚ ਵਿਸ਼ਵਾਸ ਰੱਖਦੇ ਹਨ। ਸਿੱਖ ਸਰਕਾਰੀ ਮੁਲਾਜ਼ਮਾਂ ਤੇ ਕਾਰਪੋਰੇਟ ਕਰਮਚਾਰੀ ਦੁਆਰਾ ਨਾਜਾਇਜ਼ ਨਿਰਦੇਸ਼ ਨੂੰ ਨਹੀਂ ਮਨਦੇ।

ਇਤਿਹਾਸ ਵਿੱਚ ਸਿਰਫ਼ ਦੋ ਪ੍ਰਮੁੱਖ ਰਾਜ ਨੇਕ ਕਦਰਾਂ-ਕੀਮਤਾਂ ਤੇ ਸਥਾਪਿਤ ਕੀਤੇ ਗਏ ਹਨ ਜਿਸ ਵਿੱਚ ਨਿੱਜੀ ਪ੍ਰਭੂਸੱਤਾ ਸ਼ਾਮਲ ਹੈ - ਅਮਰੀਕਾ ਅਤੇ ਸਿੱਖ ਰਾਜ। ਇਹ ਦੋਵੇਂ ਮਨੁੱਖੀ ਇਤਿਹਾਸ ਵਿੱਚ ਇੱਕੋ ਸਮੇਂ ਸਥਾਪਿਤ ਕੀਤੇ ਗਏ ਸਨ - ਦੋ ਸਿੱਖ ਰਾਜ 1710 ਅਤੇ 1799 ਵਿੱਚ, ਅਤੇ ਅਮਰੀਕਾ 1776 ਵਿੱਚ।

ਅਮਰੀਕਾ ਦੇ ਸੰਵਿਧਾਨ ਵਿੱਚ ਨਿਯਮ ਚੰਗੀ ਤਰ੍ਹਾਂ ਪਰਿਭਾਸ਼ਿਤ ਕੀਤੇ ਗਏ ਸਨ। ਸੰਵਿਧਾਨ ਅਤੇ ਅਦਾਲਤਾਂ ਸਰਕਾਰੀ ਤਾਕਤ ਤੇ ਇੱਕ ਰੋਕ ਹਨ ਕਿਉਂਕਿ ਨਿਯਮ ਲਿਖਣ ਵਾਲੇ ਲੜਾਕੂ ਦੇਸ਼ਾਂ ਦੇ ਯੂਰਪੀਅਨ ਇਤਿਹਾਸ ਨੂੰ ਜਾਣਦੇ ਸਨ। ਇਸ ਲਈ ਅਮਰੀਕਾ ਲੋਕਤੰਤਰ (democracy) ਨਾਲੋਂ ਜਿਆਦਾ ਰਿਪਬਲਿਕ (republic) ਹੈ।

ਬਹੁਤੇ ਆਧੁਨਿਕ ਰਾਸ਼ਟਰ-ਰਾਜ ਜੋ ਮੂਲ ਯੂਰਪ ਦੇ ਆਧਾਰ ਤੇ ਵਸੇ ਹਨ ਕਦੇ ਵੀ ਆਮ ਲੋਕਾਂ ਦੇ ਅਧਿਕਾਰਾਂ ਦੀ ਪਰਵਾਹ ਨਹੀਂ ਕਰਦੇ। ਨੇਸ਼ਨ-ਸਟੇਟਸ ਰਾਜ ਨੂੰ ਲੋਕਾਂ ਤੋਂ ਉੱਪਰ ਰੱਖਦੇ ਹਨ। ਲੋਕਾਂ ਤੋਂ ਜ਼ਬਤ ਕਰਨ ਅਤੇ ਜੁਰਮਾਨਾ ਕਰਨ ਲਈ 'ਕਲਿਆਣਕਾਰੀ ਰਾਜ' (welfare state) ਵਰਗੀਆਂ ਨਕਲੀ ਸਮਾਜਿਕ ਸਮਾਨਤਾਵਾਦੀ ਪ੍ਰਣਾਲੀਆਂ (social egalitarian systems) ਵਿਕਸਤ ਕੀਤੀਆਂ।

ਸਿਰਫ਼ ਅਮਰੀਕਾ ਅਤੇ ਸਿੱਖ ਰਾਜ ਨੇ ਨਿੱਜੀ ਪ੍ਰਭੂਸੱਤਾ, ਹਥਿਆਰ ਚੁੱਕਣ ਦਾ ਅਧਿਕਾਰ, ਗੈਰ-ਜ਼ਬਰਦਸਤੀ, ਜਾਇਦਾਦ ਦੇ ਅਧਿਕਾਰ, ਬੋਲਣ ਦੀ ਆਜ਼ਾਦੀ, ਮਨਮਾਨੀ ਦੀ ਗ੍ਰਿਫਤਾਰੀਆਂ ਤੋਂ ਆਜ਼ਾਦੀ, ਅਤੇ ਸਰਕਾਰੀ ਸ਼ਕਤੀ ਤੇ ਰੋਕ ਕੀਤੀ।

ਇਹ ਅੱਜ ਦੇ ਸੰਸਾਰ ਵਿੱਚ ਢੁਕਵਾਂ ਹੈ ਜਿੱਥੇ ਵਿਅਕਤੀ ਨੂੰ irrelevant ਮੰਨਿਆ ਜਾਂਦਾ ਹੈ। ਰਾਜ ਸੱਤਾ, ਰਾਸ਼ਟਰਵਾਦ, ਅਤੇ ਨੇਸ਼ਨ-ਸਟੇਟ ਲੋਕਾਂ ਦੀ ਸੁਰੱਖਿਆ ਅਤੇ ਨਕਲੀ ਪਰਉਪਕਾਰ ਦੇ ਨਾਮ ਤੇ ਲੋਕਾਂ ਦੇ ਨਿੱਜੀ ਜੀਵਨ ਵਿੱਚ ਘੁਸਪੈਠ ਕਰਕੇ ਹਲਕ ਵਿੱਚ ਆ ਗਏ ਹਨ।

ਸਿੱਖ ਰਾਜ ਪ੍ਰਭੂਸੱਤਾ ਸੰਪੰਨ ਵਿਅਕਤੀ (sovereign individual) ਦੇ ਜੀਵਨ ਵਿੱਚ ਘੁਸਪੈਠ ਨਹੀਂ ਕਰੇ ਗਾ।

Chapter 18

ਖੇਤੀਬਾੜੀ

ਖੇਤੀ ਮਾਡਲ ਛੋਟੇ ਪੱਧਰ ਦੀ ਜੈਵਿਕ ਖੇਤੀ ਦਾ ਹੋਵੇਗਾ:
ਰਵਾਇਤੀ ਭੋਜਨ ਵਾਲੀ ਫਸਲਾਂ, ਅਤੇ ਸੀਮਤ ਨਕਦੀ ਫਸਲਾਂ।

ਪੰਜਾਬ ਵਿੱਚ ਸਹਿਮਤੀ ਹੈ ਕਿ ਪੰਜਾਬ ਵਿੱਚ ਖੇਤੀ ਅਤੇ ਕਿਸਾਨਾਂ ਦਾ ਭਵਿੱਖ ਧੁੰਦਲਾ ਹੈ। ਹੱਲ ਚੰਗੀ ਤਰ੍ਹਾਂ ਪਤਾ ਹਨ।

ਖੇਤੀ ਰੂਸ ਤੋਂ ਹਜਾਰਾਂ ਮੀਲ ਤੋਂ ਆਏ ਤੇਲ, ਬਜਾਰੀ ਖਾਦ, ਆਯਾਤ ਕੀਟਨਾਸ਼ਕਾਂ, ਅਤੇ ਆਯਾਤ ਪ੍ਰਵਾਸੀ ਮਜ਼ਦੂਰਾਂ ਤੇ ਨਿਰਭਰ ਹੈ। ਉਪਰੋਂ ਸਰਕਾਰੀ ਸਬਸਿਡੀਆਂ ਦੇ ਬਾਵਜੂਦ ਇਹ ਵਿੱਤੀ ਤੌਰ ਤੇ ਸਮਰੱਥ ਨਹੀਂ ਹੈ।

ਖੇਤੀ ਪਰਦੂਸ਼ਨ ਕਰਦੀ ਹੈ। ਜੈਵ ਵਿਭਿੰਨਤਾ (bio diversity) ਦੇ ਨੁਕਸਾਨ, ਰਸਾਇਣਾਂ ਦੀ ਜ਼ਿਆਦਾ ਵਰਤੋਂ, ਅਤੇ ਧਰਤੀ ਹੇਠਲੇ ਪਾਣੀ ਦੀ ਜ਼ਿਆਦਾ ਵਰਤੋਂ ਨੇ ਸਿੰਧੂ ਘਾਟੀ ਸਭਿਅਤਾ ਦੀ ਉਪਜਾਊ ਜਮੀਨ ਨੂੰ ਇੱਕ ਜ਼ਹਿਰੀਲੇ ਧੂੜ ਦੇ ਕਟੋਰੇ ਵਿੱਚ ਬਦਲ ਦਿੱਤਾ ਹੈ।

ਪੰਜਾਬ ਨੂੰ ਰਵਾਇਤੀ ਖੁਰਾਕੀ ਫਸਲਾਂ ਅਤੇ ਸੀਮਤ ਨਕਦੀ ਫਸਲਾਂ (cash crops) ਦੀ ਛੋਟੇ ਪੱਧਰ ਦੀ ਖੇਤੀ ਦੀ ਲੋੜ ਹੈ।

ਭੋਜਨ ਅਤੇ ਨਕਦੀ ਫਸਲਾਂ ਸਿਰਫ ਸਥਾਨਕ ਖਪਤ (local consumption) ਲਈ ਉਗਾਈਆਂ ਜਾਣਗੀਆਂ।
ਪੰਜਾਬ ਮੱਧ ਪੂਰਬ ਜਾਂ ਯੂਰਪ ਜਾਂ ਭਾਰਤ ਨੂੰ ਨਿਰਯਾਤ (export) ਲਈ ਉਤਪਾਦਨ ਨਹੀਂ ਕਰ ਸਕਦਾ।

ਉੱਚ ਗੁਣਵੱਤਾ ਵਾਲੀਆਂ ਸਿਹਤਮੰਦ ਪੌਸ਼ਟਿਕ ਅਤੇ ਰਵਾਇਤੀ ਫਸਲਾਂ ਉਗਾਉਣ ਨਾਲ ਕਿਸਾਨਾਂ ਨੂੰ ਵਧੇਰੇ ਆਮਦਨ ਹੋਵੇਗੀ ਅਤੇ ਲੋਕਾਂ ਦੀ ਸਿਹਤ ਵਿੱਚ ਸੁਧਾਰ ਹੋਵੇਗਾ।

ਗੈਰ-ਕਾਨੂੰਨੀ ਤੌਰ ਤੇ ਪੰਜਾਬ ਤੋਂ ਲੁਟਿਆ ਗਿਆ ਦਰਿਆਈ ਪਾਣੀ ਵਾਪਿਸ ਮਿਲਣ ਨਾਲ ਤਾਜ਼ੇ ਪਾਣੀ ਵਿੱਚ ਮੱਛੀ ਪਾਲਣ ਨਾਲ ਲੋਕਾਂ ਨੂੰ ਵਧੀਆ ਪ੍ਰੋਟੀਨ ਮਿਲੇਗਾ। ਦਰਿਆਵਾਂ ਅਤੇ ਨਹਿਰਾਂ ਦੇ ਨੇੜੇ ਜ਼ਮੀਨ ਵਾਲੇ ਕਿਸਾਨਾਂ ਨੂੰ ਮੱਛੀ ਪਾਲਣ ਨਾਲ ਵਾਧੂ ਆਮਦਨ ਹੋਵੇਗੀ।

ਪਾਣੀ ਦੇ ਪ੍ਰਦੂਸ਼ਣ ਤੇ ਸਖ਼ਤ ਨਿਯੰਤਰਣ ਹੋਵੇਗਾ ਤਾਂ ਜੋ ਕੁਝ ਉਦਯੋਗ ਲੱਖਾਂ ਲੋਕਾਂ ਦੁਆਰਾ ਵਰਤੇ ਜਾਣ ਵਾਲੇ ਪਾਣੀ ਨੂੰ ਪ੍ਰਦੂਸ਼ਿਤ ਨਾ ਕਰ ਸਕਣ।

ਚੌਥੀ ਉਦਯੋਗਿਕ ਕ੍ਰਾਂਤੀ ਦੀਆਂ ਤਕਨੀਕਾਂ ਜਿਵੇਂ ਕਿ ਡਰੋਨ ਅਤੇ ਐਕਸੋਸਕੇਲੇਟਨ (exoskeleton) ਦੀ ਵਰਤੋਂ ਖੇਤੀ ਨੂੰ ਦਿਲਚਸਪ ਬਣਾ ਦੇਵੇਗੀ। ਚੌਥੀ ਉਦਯੋਗਿਕ ਕ੍ਰਾਂਤੀ ਦੀਆਂ ਤਕਨੀਕਾਂ ਪ੍ਰਵਾਸੀ ਮਜ਼ਦੂਰਾਂ ਤੇ ਨਿਰਭਰਤਾ ਨੂੰ ਘਟਾਏਗੀ, ਅਤੇ ਸਿੱਖਾਂ ਦੀ ਜਨਸੰਖਿਆ ਨੂੰ ਘੱਟ ਹੋਨ ਤੋਂ ਰੋਕੇਗੀ। ਜਨਸੰਖਿਆ ਅਨੁਪਾਤ ਬਦਲਣਾ ਪੰਜਾਬ ਦੀ ਸਭ ਤੋਂ ਵੱਡੀ ਸਮਾਜਿਕ ਅਤੇ ਰਾਜਨੀਤਿਕ ਸਮੱਸਿਆ ਹੈ।

ਜਿਨ੍ਹਾਂ ਫ਼ਸਲਾਂ ਨੂੰ ਸਟੋਰੇਜ ਜਾਂ ਪ੍ਰੋਸੈਸਿੰਗ ਦੀ ਲੋੜ ਹੁੰਦੀ ਹੈ, ਉਨ੍ਹਾਂ ਨੂੰ ਪ੍ਰੋਸੈਸਿੰਗ ਅਤੇ ਪੈਕਿੰਗ ਲਈ ਸਥਾਨਕ ਪ੍ਰਾਈਵੇਟ ਕਾਰਪੋਰੇਸ਼ਨਾਂ ਨੂੰ ਵੇਚਿਆ ਜਾਵੇਗਾ। ਸਬਜ਼ੀਆਂ ਅਤੇ ਫਲਾਂ ਨੂੰ ਛੋਟੇ ਪੱਧਰ ਦੇ ਵਪਾਰੀਆਂ ਦੁਆਰਾ ਹੁਣ ਦੀ ਤਰ੍ਹਾਂ ਸਥਾਨਕ ਬਾਜ਼ਾਰ ਵਿੱਚ ਵੇਚਿਆ ਜਾਵੇਗਾ। ਇਸ ਨੂੰ ਚੰਗੇ ਕਾਨੂੰਨਾਂ ਦੁਆਰਾ ਨਿਯੰਤ੍ਰਿਤ ਕੀਤਾ ਜਾਵੇਗਾ।

ਖੇਤੀ ਕਾਨੂੰਨਾਂ ਦਾ ਖਰੜਾ ਤਿਆਰ ਕਰਨ ਤੋਂ ਇਲਾਵਾ ਸਰਕਾਰੀ ਦਖਲ ਜਾਂ ਸ਼ਮੂਲੀਅਤ ਨਹੀਂ ਹੋਵੇਗੀ।

ਪੰਜਾਬ ਦੀ ਧਰਤੀ ਪੰਜਾਬ ਤੋ ਬਿਨਾ ਕਿਸੇ ਦੀ ਰੋਟੀ ਦੀ ਟੋਕਰੀ ਨਹੀਂ ਹੋ ਸਕਦੀ। ਪੰਜਾਬ ਦੀ ਧਰਤੀ ਭਾਰਤ ਯਾਂ ਕਿਸੇ ਹੋਰ ਨੂੰ ਭੋਜਨ ਨਹੀਂ ਦੇ ਸਕਦੀ।

ਪੰਜਾਬ ਦੀ ਧਰਤੀ ਕਾਰਪੋਰੇਟ ਖੇਤੀ ਲਈ ਗਿੰਨੀ ਪਿਗ ਨਹੀਂ ਹੋ ਸਕਦੀ ਜਿਵੇਂ ਕੇ ਵਿਨਾਸ਼ਕਾਰੀ ਹਰੇ ਇਨਕਲਾਬ ਦੌਰਾਨ ਸੀ ਜਿਸ ਨੇ ਪੰਜਾਬ ਨੂੰ ਧੂੜ ਦਾ ਕਟੋਰਾ ਬਣਾ ਦਿੱਤਾ।

ਖੁਰਲੀ ਵਿੱਚ ਸੂਰਾ ਦਾ ਮੂੰਹ (Snouts in the trough)

"ਮੈਨੂੰ ਕੀ ਮਿਲੂ" ਅਤੇ "ਮੇਰੇ ਲਈ ਇਸ ਵਿੱਚ ਕੀ ਹੈ" ਮਾਨਸਿਕਤਾ ਨਾਲ ਖੇਤੀ ਨਾਲ ਜੁੜੇ ਫੈਸਲੇ ਕੀਤੇ ਜਾਂਦੇ ਹਨ।

ਕਿਸੇ ਵੀ ਗੁੰਝਲਦਾਰ ਸਮੱਸਿਆ ਦੇ ਕਈ ਜ਼ਿੰਮੇਵਾਰ ਹੁੰਦੇ ਹਨ। ਇਹਨਾਂ ਵਿੱਚ ਕਿਸਾਨ ਵੀ ਸ਼ਾਮਲ ਹਨ।

"ਬੁਰੇ ਵਿਚਾਰ ਫੈਲਦੇ ਹਨ ਕਿਉਂਕਿ ਉਹ ਤਾਕਤਵਰ ਸਮੂਹਾਂ ਦੇ ਹਿੱਤ ਵਿੱਚ ਹੁੰਦੇ ਹਨ।" (ਪਾਲ ਕ੍ਰੂਗਮੈਨ, ਅਰਥ ਸ਼ਾਸਤਰ ਦੇ ਪ੍ਰੋਫੈਸਰ, ਅਤੇ ਅਰਥ ਸ਼ਾਸਤਰ ਵਿੱਚ ਨੋਬਲ ਪੁਰਸਕਾਰ)।

ਸਪਸ਼ਟਤਾ ਦੀ ਘਾਟ, ਬੌਧਿਕ ਇਮਾਨਦਾਰੀ ਦੀ ਘਾਟ, ਆਤਮ-ਵਿਸ਼ਵਾਸ ਦੀ ਘਾਟ, ਦੂਰਅੰਦੇਸ਼ੀ ਦੀ ਘਾਟ, ਸੰਸਥਾਵਾਂ ਤੇ ਵਿਸ਼ਵਾਸ ਦੀ ਘਾਟ, ਲਾਲਚ, ਪਰਵਾਸੀ ਮਜ਼ਦੂਰਾਂ ਦੀ ਪਿਠ ਤੇ ਆਸਾਨ ਜ਼ਿੰਦਗੀ, ਸਰਕਾਰ ਦਾ ਲੁਕਿਆ ਹੋਇਆ ਸਿਆਸੀ ਏਜੰਡਾ, ਅਤੇ ਬੇਬਸੀ ਦੀ ਭਾਵਨਾ।

ਖੇਤੀਬਾੜੀ ਦੀ ਸਮੱਸਿਆ ਚਾਣਕਯ-ਨੀਤੀ ਸਰਕਾਰ ਦੇ ਅਧੀਨ ਹੋਣ ਕਰਕੇ ਲੰਬਾ ਲਟਕ ਰਹੀ ਹੈ।

ਕਸੂਰਵਾਰਾਂ ਦਾ ਖੁਰਲੀ ਵਿੱਚ ਕੇਵਲ ਮੂੰਹ ਹੀ ਨਹੀਂ, ਬਲਕੇ ਦੋਨੋ ਪੈਰ ਵੀ ਹਨ ਤੇ ਪੰਜਾਬ ਨੂੰ ਖਾ ਰਹੇ ਹਨ।

***

ਇਸ ਮਨਮੋਹਕ, ਪਵਿੱਤਰ, ਪਿਆਰ ਤੋਂ ਰਹਿਤ, ਜ਼ਿਆਦਾ ਸ਼ੋਸ਼ਣ ਵਾਲੀ ਅਤੇ ਥੱਕੀ ਹੋਈ ਧਰਤੀ ਨੂੰ ਛੁੱਟੀ ਦਿਉ।

ਪੰਜਾਬ ਨੂੰ ਰਿਪੇਰੀਅਨ ਕਾਨੂੰਨਾਂ ਦੇ ਤਹਿਤ ਦਰਿਆਈ ਪਾਣੀ ਦੀ ਵਰਤੋਂ ਤੇ ਆਪਣੇ ਲੋਕਾਂ ਲਈ ਰਵਾਇਤੀ ਭੋਜਨ ਪੈਦਾ ਕਰਨ ਦਿਓ।

ਪੰਜਾਬ ਦੀ ਧਰਤੀ ਅਤੇ ਇਸ ਦੇ ਕਿਸਾਨ ਥੱਕ ਚੁੱਕੇ ਹਨ। ਉਹ ਦੁਨੀਆਂ ਦਾ ਢਿੱਡ ਨਹੀਂ ਭਰ ਸਕਦੇ, ਅਤੇ ਨਾ ਹੀ ਕਿਸੇ ਵੱਡੀਆਂ ਯੋਜਨਾਵਾਂ ਵਿੱਚ ਸ਼ਾਮਲ ਹੋ ਸਕਦੇ ਹਨ।

ਪੰਜਾਬ ਵਿੱਚ ਖੇਤੀ ਦੀ ਹਾਲਤ।

Chapter 19

ਵਾਤਾਵਰਣ:

ਧਰਤੀ ਅਤੇ ਮਨੁੱਖੀ ਜੀਵਨ ਨੂੰ ਮੁੜ ਸੁਰਜੀਤ ਕਰਨਾ

ਨਵੇਂ ਤੇ ਗਰੀਬ ਦੇਸ਼ਾਂ ਦਾ ਆਮ ਤੌਰ ਤੇ ਵਾਤਾਵਰਨ ਦੀ ਸੰਭਾਲ ਕਰਨ ਦਾ ਰਿਕਾਰਡ ਮਾੜਾ ਹੈ। ਤੀਜੀ ਦੁਨੀਆਂ (Third World) ਦੀਆਂ ਸਰਕਾਰਾਂ ਥੋੜ੍ਹੇ ਸਮੇਂ ਦੇ ਲਾਭ ਲਈ ਵਾਤਾਵਰਨ ਦਾ ਸ਼ੋਸ਼ਣ ਕਰਦੀਆਂ ਹਨ। ਵਾਤਾਵਰਣ ਸੁਰੱਖਿਆ ਲਈ ਜ਼ਿਆਦਾਤਰ ਦੇਸ਼ਾਂ ਵਿੱਚ ਕਾਨੂੰਨ ਮੌਜੂਦ ਹਨ, ਪਰ ਉਹ ਜਾਂ ਤਾਂ ਲਾਗੂ ਨਹੀਂ ਕੀਤੇ ਜਾਂਦੇ, ਯਾਂ ਕਾਰਪੋਰੇਸ਼ਨਾਂ ਨੂੰ ਲਾਭ ਪਹੁੰਚਾਉਣ ਲਈ ਕਮਜੋਰ ਕੀਤੇ ਜਾਂਦੇ ਹਨ।

ਵਾਤਾਵਰਣ ਦਾ ਲੋਕਾਂ ਦੀ ਮਾਨਸਿਕ ਅਤੇ ਅਧਿਆਤਮਿਕ ਸਿਹਤ ਨਾਲ ਡੂੰਘਾ ਸਬੰਧ ਹੈ। ਲੋਕ ਘੱਟ ਵਿਕਸਤ, ਘੱਟ ਸ਼ਹਿਰੀ ਵਾਤਾਵਰਣ ਵਿੱਚ ਹਰੀਆਂ ਥਾਵਾਂ ਅਤੇ ਜੈਵ-ਵਿਭਿੰਨਤਾ (bio-diversity) ਦੇ ਨਾਲ ਤੰਦਰੁਸਤ ਰਹਿੰਦੇ ਹਨ।

ਇਸ ਅਰਧ ਜੰਗਲੀ ਵਾਤਾਵਰਣ ਵਿੱਚ ਵਾਪਸ ਜਾਣਾ 'ਫੇਰਲ' (Feral) ਕਿਹਾ ਜਾਂਦਾ ਹੈ।

ਜਾਰਜ ਮੋਨਬੀਓਟ ਨੇ ਇਸ ਬਾਰੇ ਆਪਣੀ ਕਿਤਾਬ 'Feral: Rewilding the Land, the Sea, and Human Life' ਵਿੱਚ ਲਿਖਿਆ ਹੈ। ਉਹ ਕਿਤਾਬ ਵਾਤਾਵਰਣ ਸੰਭਾਲ ਲਈ ਦ੍ਰਿਸ਼ਟੀਕੋਣ ਰੱਖਦਾ ਹੈ ਜੋ ਲੋਕਾਂ ਲਈ ਹੈ, ਲੋਕਾਂ ਨੂੰ ਪਹਿਲ ਦਿੰਦਾ ਹੈ, ਅਤੇ ਵਾਤਾਵਰਣ ਅਤੇ ਜੰਗਲੀ ਜੀਵਣ ਲਈ ਵੀ ਬਿਹਤਰ ਸਾਬਤ ਹੁੰਦਾ ਹੈ।

"ਫੇਰਲ ਵਿੱਚ ਮੈਂ ਜੋ ਵਾਤਾਵਰਣਵਾਦ ਵਿਕਸਿਤ ਕਰਦਾ ਹਾਂ, ਉਸ ਦਾ ਉਦੇਸ਼ ਇੱਕ ਬਿਹਤਰ ਸਥਾਨ ਦਾ ਦ੍ਰਿਸ਼ਟੀਕੋਣ ਬਣਾਉਣਾ ਹੈ।" (ਜਾਰਜ ਮੋਨਬਿਓਟ, 'Feral: Rewilding the Land, the Sea, and Human Life', p. xxi)

ਮੋਨੋ-ਕਲੋਨਲ ਜੀਵਨ ਦੀ ਬਜਾਏ, ਸ਼ਹਿਰੀ, ਪੇਂਡੂ ਅਤੇ ਜੰਗਲੀ ਖੇਤਰਾਂ ਵਿੱਚ ਜੈਵਿਕ ਵਿਭਿੰਨਤਾ (bio-diversity) ਉੱਚ ਪੱਧਰ ਦੀ ਹੋਵੇਗੀ।

"ਇਹਨਾਂ ਭੋਜਨ ਜਾਲਾਂ (food web) ਦੀ ਬਹੁਤ ਸਾਰੀ ਅਮੀਰੀ ਅਤੇ ਗੁੰਝਲਦਾਰਤਾ - ਟ੍ਰੌਫਿਕ ਵਿਭਿੰਨਤਾ - ਰਿਕਾਰਡ ਕੀਤੇ ਜਾਣ ਤੋਂ ਪਹਿਲਾਂ ਹੀ ਖਤਮ ਹੋ ਗਈ ਸੀ। ਅਸੀਂ ਇੱਕ ਪਰਛਾਵੇਂ ਵਾਲੀ ਧਰਤੀ ਵਿੱਚ ਰਹਿੰਦੇ ਹਾਂ, ਇੱਕ ਧੁੰਦਲਾ, ਚਪਟਾ ਹੋਇਆ ਅਵਸ਼ੇਸ਼ ਜੋ ਪਹਿਲਾਂ ਸੀ, ਜੋ ਦੁਬਾਰਾ ਹੋ ਸਕਦਾ ਹੈ।"

ਰੀਵਾਈਲਡਿੰਗ (rewilding) ਦਾ ਦੂਜਾ ਅਤੇ ਸੰਭਵ ਤੌਰ ਤੇ ਵਧੇਰੇ ਮਹੱਤਵਪੂਰਨ ਪਹਿਲੂ ਹੈ "ਮਨੁੱਖੀ ਜੀਵਨ ਦਾ ਰੀਵਾਈਲਡਿੰਗ"। ਇਸਦਾ ਅਰਥ ਹੈ "ਮੇਰੀ ਆਪਣੀ ਜ਼ਿੰਦਗੀ ਨੂੰ ਸ਼ਹਿਰੀ, ਪਾਲਤੂ ਦੀ ਜਗਹ ਅਰਧ ਜੰਗਲੀ ਦੁਬਾਰਾ ਬਣਾਓ।"

ਬਹੁਤ ਕੁਝ ਗੁਆਚ ਗਿਆ ਹੈ, ਅਤੇ ਬਹੁਤ ਕੁਝ ਵਾਤਾਵਰਣ ਵਾਦੀਆਂ (environmentalists) ਅਤੇ ਸਰਕਾਰ ਦੁਆਰਾ ਸਰਗਰਮੀ ਨਾਲ ਤਬਾਹ ਕੀਤਾ ਜਾ ਰਿਹਾ ਹੈ।

ਨਲੈਕ ਬੁੱਧੀਜੀਵੀਆਂ ਦੁਆਰਾ ਜ਼ਹਿਰੀਲੀਆਂ ਵਿਚਾਰਧਾਰਾਵਾਂ ਨੂੰ ਇੱਕ ਸਮੂਹਿਕ ਸੋਚ ਵਿੱਚ ਅੱਗੇ ਵਧਾਇਆ ਜਾਂਦਾ ਹੈ। ਇਹ ਵਿਚਾਰਧਾਰਾ ਫਿਰ ਨੌਕਰਸ਼ਾਹਾਂ ਅਤੇ ਸਰਕਾਰਾਂ ਦੁਆਰਾ ਅਪਣਾਈ ਜਾਂਦੀ ਹੈ।

ਵਾਤਾਵਰਣ ਪ੍ਰਤੀ ਸਿੱਖ ਰਾਜ ਦਾ ਸੰਕਲਪ ਵਿੱਚ ਪਹਿਲੇ ਲੋਕਾਂ ਦਾ ਫਾਇਦਾ; ਮਨੁੱਖੀ ਜੀਵਨ ਅਤੇ ਵਾਤਾਵਰਣ ਨੂੰ ਮੁੜ ਸੁਰਜੀਤ, 'ਅਰਧ ਜੰਗਲੀ' (feral) ਕਰਨਾ; ਪ੍ਰਦੂਸ਼ਣ ਦੇ ਸਖ਼ਤ ਨਿਯੰਤਰਣ; ਅਤੇ ਜੰਗਲੀ ਸਥਾਨਾਂ ਅਤੇ ਕੁਦਰਤੀ ਸਰੋਤਾਂ ਦੀ ਸੰਭਾਲ।

Chapter 20

ਤਬਦੀਲੀ

ਸਮਝਦਾਰੀ ਨਾਲ ਤਬਦੀਲੀ

ਤਬਦੀਲੀ ਧਿਆਨ ਨਾਲ ਕੀਤੀ ਜਾਂਦੀ ਹੈ। ਜਲਦੀ ਵਿੱਚ ਥੋਪਿਆ ਬਦਲਾਵ ਇਕ ਤੇਜ਼ ਦਵਾਈ ਵਰਗਾ ਹੁੰਦਾ ਹੈ ਜੋ ਭਲਾਈ ਨਾਲੋਂ ਜ਼ਿਆਦਾ ਨੁਕਸਾਨ ਕਰ ਸਕਦਾ ਹੈ।

ਸਿੱਖਾਂ ਵਿਚ 1947 ਵਿਚ ਪੰਜਾਬ ਦੀ ਵੰਡ ਦੌਰਾਨ 1 ਕਰੋੜ ਲੋਕਾਂ ਦੇ ਮਰਨ ਦੀ ਦਰਦਨਾਕ ਅਤੇ ਕੌੜੀ ਯਾਦ ਹੈ। ਇਸਤੋਂ ਪ੍ਰਾਪਤ ਵੀ ਕੁਛ ਨਹੀਂ ਹੋਇਆ। ਪੰਜਾਬ ਦੀ ਵੰਡ ਤੋਂ ਪਹਿਲਾਂ ਦੀਆਂ ਘਟਨਾਵਾਂ ਨੇ ਸਿੱਖਾਂ ਨੂੰ ਰਾਜਨੀਤਿਕ ਤੌਰ ਤੇ ਬੇਘਰ ਤੇ ਲਾਵਾਰਿਸ ਬਣਾਇਆ। ਉਹਨਾਂ ਦਾ ਕੋਈ ਪ੍ਰਬੰਧਕ, ਮਾਰਗ ਦਰਸ਼ਕ, ਯਾਂ ਮੈਨੇਜਰ ਨਹੀਂ ਸੀ।

ਤਬਦੀਲੀ ਦਾ ਸਮਾਂ ਇੱਕ ਔਖਾ ਸਮਾਂ ਹੈ। ਲੋਕ ਡਰਦੇ ਹਨ। ਉਹਨਾਂ ਕੋਲ ਗਿਆਨ, ਸੂਝ, ਹੁਨਰ ਅਤੇ ਕੰਮ ਕਰਨ ਦੇ ਨਵੇਂ ਤਰੀਕੇ ਤੇ ਅਨੁਭਵ ਦੀ ਘਾਟ ਹੋ ਜਾਂਦੀ ਹੈ। ਮੌਜੂਦਾ ਸਿਸਟਮ ਟੁੱਟ ਜਾਂਦਾ ਹੈ। ਹਫੜਾ-ਦਫੜੀ ਮਚੀ ਹੁੰਦੀ ਹੈ। ਪੂੰਜੀਪਤੀ ਨਵੇਂ ਕਮ ਵਿੱਚ ਪੈਸ ਲਗਾਉਣ ਤੋਂ ਡਰਦੇ ਹਨ।

ਤਬਦੀਲੀ ਦੇ ਸਮੇਂ ਗਲਤ-ਜਾਣਕਾਰੀ, ਗਲਤ ਪ੍ਰਚਾਰ, ਅਤੇ ਸੰਸਥਾਵਾਂ ਦਾ ਝੂਠ (institutional lying) ਹੁੰਦਾ ਹੈ। ਕੋਈ ਨਹੀਂ ਜਾਣਦਾ ਕਿ ਸੱਚ ਕੀ ਹੈ ਅਤੇ ਝੂਠ ਕੀ ਹੈ। ਕੋਈ ਨਹੀਂ ਜਾਣਦਾ ਕੀ ਕਰਨਾ ਚਾਹੀਦਾ ਹੈ।

ਉਦਾਹਰਣ ਦੇ ਤੋਰ ਤੇ ਜੇ ਜੰਗ ਕਾਰਨ ਤੇਲ ਬੰਦ ਹੋ ਜਾਵੇ ਤਾਂ ਪੰਜਾਬ ਕੀ ਕਰੇਗਾ?

ਜਾਪਾਨ 1868 ਦੇ ਆਸਪਾਸ ਆਪਣੀ *ਮੀਜੀ* ਬਦਲਾਅ (meiji restoration) ਵੇਲੇ ਇਸੇ ਤਰ੍ਹਾਂ ਦੇ ਪਰਿਵਰਤਨ ਵਿੱਚੋਂ ਲੰਘਿਆ। 1868 ਵਿੱਚ ਜਾਪਾਨ *ਸ਼ੋਗੁਨੇਟ* (ਮੱਧਯੁਗੀ ਜਾਪਾਨ) ਤੋਂ ਇੱਕ ਆਧੁਨਿਕ ਨੇਸ਼ਨ-ਸਟੇਟ ਵਿੱਚ ਤਬਦੀਲੀ ਵਲ ਤੁਰਿਆ।

ਜਾਪਾਨ ਦੀ *ਮੀਜੀ* ਬਦਲਾਅ (meiji restoration) ਦੇ ਦੌਰਾਨ ਵਿਚਾਰ ਦੇ ਦੋ ਧੜੇ ਸੀ। ਚਰਚਾ ਕੀਤੀ ਜਾ ਰਹੀ ਸੀ ਕੀ ਸਰਕਾਰ ਨੂੰ ਯੂਰਪ ਅਤੇ ਅਮਰੀਕਾ ਤੋਂ ਪ੍ਰੇਰਿਤ *ਲੇਸੇਜ਼-ਫੇਅਰ* (*Laissez-faire*) ਫ੍ਰੀ-ਮਾਰਕੀਟ ਅਰਥ ਸ਼ਾਸਤਰ ਨੂੰ ਅਪਣਾਉਣਾ ਚਾਹੀਦਾ ਹੈ? ਦੂਸਰੀ ਸੋਚ ਸੀ ਕੀ ਸਰਕਾਰ ਨੂੰ ਇਸ ਤਬਦੀਲੀ ਦਾ ਸਰਗਰਮੀ ਨਾਲ ਪ੍ਰਬੰਧਨ ਕਰਨਾ ਚਾਹੀਦਾ ਹੈ ਕਿਉਂਕਿ 1860 ਦੇ ਦਹਾਕੇ ਵਿੱਚ ਜਾਪਾਨ ਵਿਸ਼ਵ ਪੱਧਰੀ ਉੱਦਮੀ ਨਹੀਂ ਸੀ।

"ਕਮਜ਼ੋਰ ਸੁਭਾਅ" ਵਾਲੇ ਲੋਕਾਂ ਤੇ ਥੋਪਿਆ ਗਿਆ ਫ੍ਰੀ-ਮਾਰਕੀਟ ਅਰਥ ਸ਼ਾਸਤਰ (free market) ਹਫੜਾ-ਦਫੜੀ ਦਾ ਕਾਰਨ ਬਣ ਸਕਦਾ ਹੈ। ਪਰ ਲੋਕਾਂ ਦਾ ਹੱਥ ਫੜਨ ਨਾਲ ਸਥਾਈ ਨਿਰਭਰਤਾ (perpetual dependency) ਹੋ ਸਕਦੀ ਹੈ।

ਮਾਰਕ ਜੇ. ਰਵੀਨਾ 'To Stand with the Nations of the World: Japan's Meiji Restoration in World History' ਵਿੱਚ ਲਿਖਦੇ ਹਨ: "ਇਹ ਟਕਰਾਅ ਉਦੋਂ ਸੁਲਝਿਆ ਜਦੋਂ ਇੱਕ ਨੇਤਾ ਨੇ ਅਸਤੀਫ਼ਾ ਦੇ ਦਿੱਤਾ, "ਲੰਮੇ ਸੰਘਰਸ਼ ਤੋਂ ਨਿਰਾਸ਼ ਅਤੇ ਥੱਕ ਕੇ"।

ਨੌਕਰਸ਼ਾਹੀ ਵਿਚਾਰ-ਵਟਾਂਦਰੇ ਨਾਲ ਮਜ਼ਬੂਤ ਸਰਕਾਰ ਦੀ ਵਿਚਾਰਧਾਰਾ ਜਿੱਤ ਗਈ। ਫ੍ਰੀ-ਮਾਰਕੀਟ ਅਰਥ ਸ਼ਾਸਤਰ (free market) ਦੀ ਸੋਚ ਹਾਰ ਗਈ।

ਇਹ ਏਸ਼ੀਅਨ ਸੱਭਿਆਚਾਰ ਦੇ ਅਨੁਕੂਲ ਵੀ ਹੈ ਜੋ ਮਜ਼ਬੂਤ ਸਰਕਾਰ ਅਤੇ ਸਥਿਰਤਾ ਦੀ ਕਦਰ ਕਰਦਾ ਹੈ।

ਤਬਦੀਲੀ ਜ਼ਰੂਰੀ ਹੈ। ਪਰ ਜੇ ਸਮਝਦਾਰੀ ਅਤੇ ਤਰਕਸ਼ੀਲਤਾ ਨਾਲ ਪ੍ਰਬੰਧਿਤ ਨਾ ਕੀਤੀ ਜਾਵੇ ਤਾਂ ਇਹ ਹਫੜਾ-ਦਫੜੀ, ਓਖ, ਤੇ ਨਿਰਾਸ਼ਤਾ ਦਾ ਕਾਰਨ ਬਣ ਸਕਦੀ ਹੈ।

"ਕਈ ਥਾਵਾਂ ਤੇ, ਭਰਤੀ, ਨਵੇਂ ਸਕੂਲਾਂ, ਅਤੇ ਸੱਭਿਆਚਾਰਕ ਤਬਦੀਲੀਆਂ ਨੂੰ ਲੈ ਕੇ ਵੱਡੇ ਪੱਧਰ ਤੇ ਵਿਰੋਧ ਹੋਇਆ। 1873 ਦੀਆਂ ਗਰਮੀਆਂ ਵਿੱਚ, ਪੱਛਮੀ ਜਾਪਾਨ ਵਿੱਚ ਵੱਡੇ ਵਿਰੋਧ ਪ੍ਰਦਰਸ਼ਨਾਂ ਵਿੱਚ 60,000 ਤੋਂ ਵੱਧ ਲੋਕਾਂ ਨੂੰ ਗ੍ਰਿਫਤਾਰ ਕੀਤਾ ਗਿਆ ਸੀ।" (ਮਾਰਕ ਜੇ. ਰਵੀਨਾ, 'To Stand with the Nations of the World: Japan's Meiji Restoration in World History' ਪੰਨਾ 184)

ਪਹਿਲਕਦਮੀਆਂ ਅਤੇ ਉੱਦਮ ਲਈ ਲੋਕਾਂ ਦੀਆਂ ਕੁਦਰਤੀ ਯੋਗਤਾਵਾਂ ਨੂੰ ਸਰਕਾਰ ਦੁਆਰਾ ਦਬਾਇਆ ਜਾਂਦਾ ਹੈ। ਇਹ ਲੋਕਾਂ ਨੂੰ ਡਰ, ਅਕੁਸ਼ਲ, ਗਿਆਨ ਤੋਂ ਬਿਨਾਂ, ਅਤੇ ਨਿਪੁੰਸਕ (dysfunctional) ਬਣਾਉਂਦਾ ਹੈ।

ਪਰਿਵਰਤਨ ਦੇ ਪ੍ਰਬੰਧਨ (management) ਲਈ ਸਾਰੇ ਵਿਕਲਪਾਂ ਦੀ ਪੜਚੋਲ ਕਰਨ ਦੀ ਲੋੜ ਹੁੰਦੀ ਹੈ। ਫੇਰ ਚੁਣੋ ਕਿ ਕੀ ਢੁਕਵਾਂ ਹੈ। ਜਨਤਾ ਲਈ ਯੋਗ ਅਤੇ ਸੱਭਿਆਚਾਰਕ ਤੌਰ ਤੇ ਸਵੀਕਾਰ ਯੋਗ ਕੀ ਹੈ। ਨੌਕਰਸ਼ਾਹੀ ਵਿਚਾਰ-ਵਟਾਂਦਰੇ, ਸਾਵਧਾਨੀਪੂਰਵਕ ਲੰਬੇ ਸਮੇਂ ਦੀ ਯੋਜਨਾਬੰਦੀ, ਹੈਂਡਹੋਲਡਿੰਗ, ਤਰਕਸ਼ੀਲਤਾ, ਆਪਣੇ ਨਾਗਰਿਕਾਂ ਨੂੰ ਸ਼ਕਤੀ ਪ੍ਰਦਾਨ ਕਰਨਾ, ਫੀਡਬੈਕ, ਸਥਿਰਤਾ, ਕੋਈ ਗੋਡੇ-ਝਟਕੇ (knee jerk) ਵਾਲੀ ਪ੍ਰਤੀਕਿਰਿਆ ਨਹੀਂ, ਕੋਈ

ਮਨਮਾਨੀ ਦੇ ਕਾਨੂੰਨ ਨਾ ਬਣਾਉਣੇ, ਸਮਝਦਾਰੀ ਨਾਲ ਕਾਨੂੰਨ ਬਣਾਉਣੇ ਅਤੇ ਜਾਇਦਾਦ ਸੰਪਤੀ ਜ਼ਬਤ ਨਹੀਂ ਕਰਨੀ। ਇਹ ਕੁਝ ਤਰੀਕੇ ਹਨ ਜਿਸ ਨਾਲ ਤਬਦੀਲੀ ਨੂੰ ਸਾਂਭਿਆ ਜਾ ਸਕਦਾ ਹੈ।

ਰੀਅਲਪੋਲੀਟਿਕ (realpolitik) ਰਾਜਨੀਤੀ ਪ੍ਰਣਾਲੀ ਦੇ ਅਨੁਸਾਰ ਨੈਤਿਕ (moral) ਜਾਂ ਵਿਚਾਰਧਾਰਕ (ideological) ਸੋਚ ਦੀ ਬਜਾਏ ਵਿਹਾਰਕ (practical) ਸੋਚ ਦੇ ਅਧਾਰ ਤੇ ਚਲੋ।

ਫ੍ਰੀ-ਮਾਰਕੀਟ ਅਰਥ ਸ਼ਾਸਤਰ (free market) ਟੀਚਾ ਹੁੰਦਾ ਹੈ ਪਰ ਕਈ ਵਾਰ ਤੁਰੰਤ ਲਾਗੂ ਨਹੀਂ ਹੁੰਦਾ ਕਿਉਂਕਿ ਲੋਕ ਤਿਆਰ ਨਹੀਂ ਹੁੰਦੇ।

ਤਬਦੀਲੀ "ਇੱਕ ਬਹੁਤ ਤਾਕਤਵਰ ਦਵਾਈ ਨਹੀਂ ਹੋਣੀ ਚਾਹੀਦੀ ਜੋ ਮਰੀਜ਼ ਨੂੰ ਠੀਕ ਕਰਨ ਦੀ ਬਜਾਏ ਮਾਰ ਦੇਵੇ।"।

ਸਟੇਟਸਮੈਨ ਦੀ ਭੂਮਿਕਾ
ਸਟੇਟਸਮੈਨ ਤਬਦੀਲੀ ਦਾ ਪ੍ਰਬੰਧਨ (management) ਕਰਦਾ ਹੈ।

ਹੈਨਰੀ ਕਿਸਿੰਗਰ 'Leadership: Six Studies in World Strategy' ਵਿੱਚ ਲਿਖਦੇ ਹਨ: "ਲੋਕਾਂ ਨੂੰ ਉਸ ਥਾਂ ਤੱਕ ਪਹੁੰਚਣ ਵਿੱਚ ਮਦਦ ਕਰਨ ਲਈ ਲੀਡਰਸ਼ਿਪ [ਸਟੇਟਸਮੈਨ] ਦੀ ਲੋੜ ਹੁੰਦੀ ਹੈ... ਜਿੱਥੇ ਉਹ ਕਦੇ ਨਹੀਂ ਗਏ ਅਤੇ, ਜਾਣ ਦੀ ਕਲਪਨਾ ਵੀ ਨਹੀਂ ਕਰ ਸਕਦੇ"।

ਕਿਸਿੰਗਰ ਨੇ ਆਪਣੀ ਕਿਤਾਬ ਵਿੱਚ ਛੇ ਨੇਤਾਵਾਂ ਦੀ ਪ੍ਰੋਫਾਈਲ ਕੀਤੀ ਹੈ ਜਿਨ੍ਹਾਂ ਤੋਂ ਅਸੀਂ ਪ੍ਰੇਰਣਾ ਅਤੇ ਮਾਰਗਦਰਸ਼ਨ ਲੈ ਸਕਦੇ ਹਾਂ:

- ਲੀ ਕੁਆਨ ਯੂ: ਉੱਤਮਤਾ ਦੀ ਰਣਨੀਤੀ
- ਚਾਰਲਸ ਡੀ ਗੌਲ: ਇੱਛਾ ਦੀ ਰਣਨੀਤੀ
- ਮਾਰਗਰੇਟ ਥੈਚਰ: ਦ੍ਰਿੜਤਾ ਦੀ ਰਣਨੀਤੀ
- ਕੋਨਰਾਡ ਅਡੇਨੌਰ: ਨਿਮਰਤਾ ਦੀ ਰਣਨੀਤੀ
- ਅਨਵਰ ਸਾਦਤ: ਟਰਾਂਸੈਂਡੈਂਸ (Transcendence) ਦੀ ਰਣਨੀਤੀ
- ਰਿਚਰਡ ਨਿਕਸਨ: ਸੰਤੁਲਨ ਦੀ ਰਣਨੀਤੀ

ਇੱਕ ਸਟੇਟਸਮੈਨ ਨੂੰ ਉਪਰੋਕਤ ਸਾਰੇ ਗੁਣਾਂ ਦੀ ਲੋੜ ਨਹੀਂ ਹੁੰਦੀ। ਸਿਰਫ਼ ਇੱਕ ਜਾਂ ਦੋ ਹੀ ਕਾਫ਼ੀ ਹਨ।

ਸਟੇਟਮੈਨਾਂ ਨੂੰ ਉਭਰਨ ਅਤੇ ਪ੍ਰਭਾਵਸ਼ਾਲੀ ਹੋਣ ਲਈ ਢਾਂਚੇ, ਸੰਸਥਾਵਾਂ, ਅਤੇ ਸਾਥੀਆਂ ਦੀ ਲੋੜ ਹੁੰਦੀ ਹੈ। ਉਹ ਇਕਲੇ ਕੁਛ ਨਹੀਂ ਕਰ ਸਕਦੇ।

ਸਟੇਟਮੈਨ ਤਬਦੀਲੀਆਂ ਦਾ ਪ੍ਰਬੰਧਨ (management) ਕਰਦੇ ਹਨ। ਸਟੇਟਮੈਨ ਪਰਿਵਰਤਨ ਦੌਰਾਨ ਲੋਕਾਂ ਦਾ ਮਾਰਗ ਦਰਸ਼ਨ ਕਰਦੇ ਹਨ। ਸਟੇਟਮੈਨ ਲੋਕਾਂ ਦਾ ਹਥ ਫੜ ਕੇ ਉਹਨਾਂ ਦੇ ਨਾਲ ਚਲਦੇ ਹਨ।

ਸਟੇਟਸਮੈਨ ਹਮੇਸ਼ਾ ਰਾਜ ਦਾ ਮੁਖੀ ਨਹੀਂ ਹੁੰਦਾ।

ਸੰਸਾਰ ਚਲਦਾ ਹੈ ਬੁੱਧੀ ਅਤੇ ਚਰਿੱਤਰ ਦੀ ਤਾਕਤ ਤੇ। ਫੌਜ, ਰਾਜ ਦੀ ਤਾਕਤ, ਅਤੇ ਪੈਸਾ ਬਹੁਤ ਮਹਿੰਗਾ ਹਥਿਆਰ ਹੈ। ਬੁੱਧੀ ਅਤੇ ਚਰਿੱਤਰ ਜਿਆਦਾ ਪ੍ਰਭਾਵਸ਼ਾਲੀ ਹੁੰਦਾ ਹੈ ਕਿਓਂਕੀ ਇਹ ਸੂਖਮ ਹੁੰਦਾ ਹੈ।

ਸਹੀ ਫੈਸਲਾ ਕਈ ਵਾਰ ਧਰੁਵੀਕਰਨ (polarizing) ਅਤੇ ਵੰਡਣ (divisive) ਵਾਲਾ ਹੁੰਦਾ ਹੈ।

ਪਰਿਵਰਤਨ ਵਿੱਚ ਦੇਰੀ ਨਹੀਂ ਹੋਣੀ ਚਾਹੀਦੀ ਭਾਵੇਂ ਇਹ ਸਖ਼ਤ ਜਾਂ ਧਰੁਵੀਕਰਨ ਹੋਵੇ। ਪਰਿਵਰਤਨ ਆਮ ਤੌਰ ਤੇ ਮੁਸ਼ਕਲ ਹੁੰਦਾ ਹੈ।

ਲੀਡਰ ਕਿੱਥੋਂ ਆਉਂਦੇ ਹਨ?

ਲੀਡਰ ਕਿੱਥੋਂ ਆਉਂਦੇ ਹਨ? ਕੀ ਉਹ ਪੈਦਾ ਹੋਏ ਹਨ ਜਾਂ ਬਣਾਏ ਜਾਂਦੇ ਹਨ? ਦੋਵੇਂ।

ਅਫ਼ਸੋਸ ਦੀ ਗੱਲ ਹੈ ਕਿ ਅਸੀਂ ਮਹਾਨ ਰਾਜਨੇਤਾਵਾਂ ਲਈ ਉਭਰਨ ਦੇ ਹਾਲਾਤ ਨਹੀਂ ਬਣਾਉਂਦੇ।

ਲੀਡਰ ਉਭਰਨ ਲਈ ਢਾਂਚਾ, ਸੰਸਥਾਵਾਂ, ਸਮਰਥਨ, ਤੇ ਸਾਥੀਆਂ ਦੀ ਲੋੜ ਹੁੰਦੀ ਹੈ।

ਸਾਨੂੰ ਅੱਜ ਚੰਗੇ ਨੇਤਾ ਨਹੀਂ ਮਿਲਦੇ ਕਿਉਂਕਿ ਸਰੀਰਕ ਤੇ ਮਾਨਸਿਕ ਥਕਾਵਟ ਦੀ ਸਥਿਤੀ (lassitude) ਵਿੱਚ ਅਸੀਂ ਰਹਿੰਦੇ ਹਾਂ। ਆਪਣਾ ਸਾਰਾ ਦਿਨ ਫਾਲਤੂ ਕੰਮਾਂ ਨਾਲ ਭਰ ਕੇ ਥਕੇ ਰਹਿੰਦੇ ਹਾਂ।

"ਮੈਕਿਆਵੇਲੀ... ਲੀਡਰਸ਼ਿਪ ਦੀ ਕਮੀ ਬਾਰੇ ਲਿਖਦੇ ਹਨ। ਜਦੋਂ ਸਮਾਜਾਂ ਨੂੰ ਸ਼ਾਂਤੀਪੂਰਨ ਸਮੇਂ ਦੀ ਬਖਸ਼ਿਸ਼ ਹੁੰਦੀ ਹੈ ਤਾਂ ਮਿਆਰਾਂ (standards) ਦਾ ਭ੍ਰਿਸ਼ਟਾਚਾਰ ਹੁੰਦਾ ਹੈ।" (ਹੈਨਰੀ ਕਿਸਿੰਗਰ, 'Leadership: Six Studies in World Strategy', ਪੰਨਾ 529)।

"ਇੱਕ ਨੈਤਿਕ ਅਤੇ ਰਣਨੀਤਕ ਦ੍ਰਿਸ਼ਟੀਕੋਣ ਦੀ ਘਾਟ ਕਰਕੇ, ਅਜੋਕਾ ਯੁੱਗ ਗੁਆਚਾ ਹੈ। ਸਾਡੇ ਭਵਿੱਖ ਦੀ ਵਿਸ਼ਾਲਤਾ ਸਾਡੀ ਸਮਝ ਤੋਂ ਬਾਹਰ ਹੈ।" (ਹੈਨਰੀ ਕਿਸਿੰਗਰ, 'Leadership: Six Studies in World Strategy', ਪੰਨਾ 529)।

ਸ਼ਾਇਦ ਇਸੇ ਲਈ ਸਾਡੀਆਂ ਸਮੱਸਿਆਵਾਂ ਦਾ ਹੱਲ ਨਹੀਂ ਹੁੰਦਾ। ਅਸੀਂ ਕਲਪਨਾ ਵੀ ਨਹੀਂ ਕਰ ਸਕਦੇ ਕਿ ਅਸੀਂ ਕਿੱਥੇ ਪਹੁੰਚ ਸਕਦੇ ਹਾਂ।

ਅਸੀ ਮਜਾ, ਮਲਾਈ, ਮਾਯਾ, ਮਖੌਲ, ਮਰਯਾਦਾ, ਮੁਫਤਖੋਰੀ, ਮੌਰਚੇ, ਮੰਗ ਪਤਰ ਵਾਲੇ ਬਣ ਗਏ ਹਾਂ। ਸਾਡੀ ਪ੍ਰਾਪਤੀਆਂ ਦਾ ਪਧਰ ਬਹੁਤ ਨੀਵਾਂ ਹੈ।

ਡੀਪ ਸਟੇਟ ਆਪਣੇ ਫਾਇਦੇ ਲਈ ਸਾਡੇ ਉੱਤੇ ਨਕਲੀ, ਨਿਰਮਿਤ (manufactured), ਅਤੇ ਡਿਸਪੋਸੇਬਲ ਮਖੋਲ ਕਰਨ ਵਾਲੇ ਲੀਡਰਾਂ ਨੂੰ ਥੋਪਦੀ ਹੈ।

***

ਸਫਲਤਾ ਦਾ ਰਾਹ ਸਮਝਦਾਰੀ ਨਾਲ ਪ੍ਰਬੰਧਿਤ ਤਬਦੀਲੀ ਹੈ (sensibly managed transition)।

ਸਟੇਟਸਮੈਨ ਤਬਦੀਲੀਆਂ ਦਾ ਪ੍ਰਬੰਧਨ (management) ਕਰਦੇ ਹਨ।

ਸਟੇਟਸਮੈਨ ਇਕਲੇ ਕੁਛ ਨਹੀਂ ਕਰ ਸਕਦੇ। ਤਬਦੀਲੀ ਨੂੰ ਸਫਲ ਹੋਣ ਲਈ ਢਾਂਚੇ, ਪੈਸਾ, ਸੰਸਥਾਵਾਂ, ਸਮਰਥਨ, ਸਾਥੀਆਂ ਦੀ ਲੋੜ ਹੁੰਦੀ ਹੈ।

ਭਾਗ 4
ਤਿਆਰ ਬਰ ਤਿਆਰ

Chapter 21

ਵਿਚਾਰਧਾਰਾ

ਪੈਸਾ, ਰਾਜਨੀਤਿਕ ਤਾਕਤ, ਫੌਜੀ ਤਾਕਤ, ਅਤੇ ਬਿਬੇਕ - ਤਾਕਤ ਦੇ ਚਾਰ ਥੰਮ੍ਹ ਹਨ (four pillars/networks of power)। ਸੰਸਾਰ ਚੱਲਦਾ ਬਿਬੇਕ ਨਾਲ ਹੈ। ਸੰਸਾਰ ਕਾਬੂ ਵੀ ਬਿਬੇਕ ਨਾਲ ਰਹਿੰਦਾ ਹੈ। ਬਾਕੀ ਥੰਮ੍ਹ ਸੈਕੰਡਰੀ ਹਨ।

ਆਪਣੇ ਬਿਬੇਕ ਨਾਲ ਜਨਤਾ ਨੂੰ ਕਾਬੂ ਕਰਨ ਦਾ ਸਾਧਨ ਵਿਚਾਰਧਾਰਾ ਹੈ। ਇਹ ਘੱਟ ਮਹਿੰਗਾ ਅਤੇ ਘੱਟ ਪਰਤੱਖ ਤਰੀਕਾ ਹੈ। ਬੇਰਹਿਮ ਰਾਜ ਤਾਕਤ, ਹਿੰਸਾ, ਅਤੇ ਪੈਸੇ ਦੀ ਬੁਨਿਆਦ ਦਾ ਰਾਜ ਜਿਆਦਾ ਦੇਰ ਨਹੀਂ ਚਲਦਾ ਕਿਉਂਕੇ ਇਹ ਬਹੁਤ ਮਹਿੰਗ ਹੁੰਦਾ ਹੈ ਯਾਂ ਲੋਕ ਇਸਦਾ ਵਿਰੋਧ ਕਰਦੇ ਹਨ।

ਅਮਰੀਕਾ, ਯੂਰਪੀਅਨ ਯੂਨੀਅਨ, ਅਤੇ ਚੀਨ ਦੀ ਆਰਥਿਕਤਾ ਦਾ ਆਕਾਰ ਲਗਭਗ ਬਰਾਬਰ ਹੈ। ਪਰ ਅਮਰੀਕਾ ਹਰ ਤਰ੍ਹਾਂ ਨਾਲ ਯੂਰਪ ਅਤੇ ਚੀਨ ਤੇ ਹਾਵੀ ਹੈ ਅਤੇ ਉਨ੍ਹਾਂ ਨੂੰ ਪ੍ਰਭਾਵਿਤ ਕਰਦਾ ਹੈ। ਇਹ ਅਮਰੀਕਾ ਦਾ ਗਲੋਬਲ ਬਿਰਤਾਂਤ ਤੇ ਵੱਡਾ ਪ੍ਰਭਾਵ ਕਾਰਕੇ ਹੈ।

ਲੋਕਾਂ ਨੂੰ ਜੋੜਨ ਦਾ ਸਾਧਨ ਵੀ ਵਿਚਾਰਧਾਰਾ ਹੈ। ਸਾਂਝੀਆਂ ਕਦਰਾਂ-ਕੀਮਤਾਂ, ਧਰਮ, ਸੱਭਿਆਚਾਰ ਆਦਿ ਤੇ ਆਧਾਰ ਤੇ ਵਿਚਾਰਧਾਰਾ ਲੋਕਾਂ ਨੂੰ ਜੋੜਦੀ ਹੈ। ਵਿਚਾਰਧਾਰਾ ਬਿਨਾ ਲੋਕਾਂ ਨੂੰ ਲਾਮਬੰਦ ਨਹੀਂ ਕੀਤਾ ਜਾ ਸਕਦਾ।

ਵਿਚਾਰਧਾਰਾ ਦੀ ਦੁਰਵਰਤੋਂ ਵੀ ਕੀਤੀ ਜਾ ਸਕਦੀ ਹੈ, ਜਿਵੇਂ ਕਿ ਅਸੀਂ ਭਾਰਤ ਦੇ 'ਉੱਚ ਜਾਤੀ' ਰਾਜਪਾਲਾਂ ਨੂੰ ਦੇਖਦੇ ਹਾਂ। ਵਿਚਾਰਧਾਰਾ ਦੀ ਵਰਤੋਂ ਚੰਗੇ ਕੰਮ ਲਈ ਵੀ ਕੀਤੀ ਜਾ ਸਕਦੀ ਹੈ ਜਿਵੇਂ ਕਿ ਸਿੱਖ ਵਿਚਾਰਧਾਰਾ ਨੇ ਲੋਕਾਂ ਨੂੰ ਉੱਚਾ ਚਕਿਆ।

"ਇਤਿਹਾਸ ਵਿੱਚ ਮਹਾਨਤਾ ਵਿਸ਼ਾਲ ਵਿਅਕਤੀਗਤ ਸ਼ਕਤੀਆਂ ਕਰ ਕੇ ਹੈ; ਇਸਦੇ ਪਰਿਭਾਸ਼ਤ ਤੱਤ (defining elements) ਮਨੁੱਖ ਦੁਆਰਾ ਬਣਾਏ ਗਏ ਹਨ।" (ਹੈਨਰੀ ਕਿਸਿੰਗਰ, 'Leadership: Six Studies in World Strategy', ਪੰਨਾ 530)।

ਲੋਕ ਉਦੋਂ ਵਧੀਆ ਕੰਮ ਕਰਦੇ ਹਨ ਜਦੋਂ ਉਨ੍ਹਾਂ ਦੀ ਵਿਚਾਰਧਾਰਕ ਅਨੁਕੂਲਤਾ ਹੁੰਦੀ ਹੈ। ਨਹੀਂ ਤਾਂ, ਬਹੁਤ ਜ਼ਿਆਦਾ ਟਕਰਾਅ ਹੁੰਦਾ ਹੈ।

ਅਮਰੀਕਾ ਭਾਰਤ ਨਾਲ ਇਹ ਮਹਿਸੂਸ ਕਰ ਰਿਹਾ ਹੈ। ਪ੍ਰੋ: ਕਿਸ਼ੋਰ ਮਹਿਬੂਬਾਨੀ ਦੋ ਵਾਰ ਸੰਯੁਕਤ ਰਾਸ਼ਟਰ ਸੁਰੱਖਿਆ ਪ੍ਰੀਸ਼ਦ ਦੇ ਪ੍ਰਧਾਨ ਰਹੇ। ਉਹ ਲਿਖਦੇ ਹਨ, "... ਕਿਸੇ ਵੀ ਅਮਰੀਕੀ ਨੀਤੀ ਨਿਰਮਾਤਾ ਲਈ ਇਹ ਮੰਨਣਾ ਗਲਤ ਹੋਵੇਗਾ ਕਿ ਭਾਰਤ ਇੱਕ ਦਿਨ (ਜਾਪਾਨ ਜਾਂ ਯੂ.ਕੇ. ਵਾਂਗ) ਚੀਨ ਦੇ ਵਿਰੁੱਧ ਵਰਤੇ ਜਾਣ ਲਈ ਇੱਕ ਭਰੋਸੇਯੋਗ ਸਹਿਯੋਗੀ ਬਣ ਸਕਦਾ ਹੈ।" (ਪ੍ਰੋ. ਕਿਸ਼ੋਰ ਮਹਿਬੂਬਾਨੀ, 'ਕੀ ਚੀਨ ਜਿੱਤਿਆ ਹੈ', ਪੰਨਾ 173)

ਐਸ਼ਲੇ ਜੇ. ਟੇਲਿਸ Foreign Affairs ਵਿਚ ਕਹਿੰਦੇ ਹਨ: "ਨਵੀਂ ਦਿੱਲੀ ਬੀਜਿੰਗ ਦੇ ਵਿਰੁੱਧ ਵਾਸ਼ਿੰਗਟਨ ਦਾ ਸਾਥ ਨਹੀਂ ਦੇਵੇਗੀ"। [28]

ਭਾਰਤੀ ਰੱਖਿਆ ਮੰਤਰੀ ਰਾਜਨਾਥ ਨੇ ਦਸੰਬਰ 2024 ਵਿੱਚ ਰੂਸੀ ਰਾਸ਼ਟਰਪਤੀ ਪੁਤਿਨ ਨਾਲ ਆਪਣੀ ਮੁਲਾਕਾਤ ਵਿੱਚ ਸਪੱਸ਼ਟ ਕੀਤਾ ਸੀ ਕਿ "ਭਾਰਤ ਹਮੇਸ਼ਾ ਆਪਣੇ ਰੂਸੀ ਦੋਸਤਾਂ ਦੇ ਨਾਲ ਖੜ੍ਹਾ ਹੈ ਅਤੇ ਭਵਿੱਖ ਵਿੱਚ ਵੀ ਅਜਿਹਾ ਕਰਦਾ ਰਹੇਗਾ", ਅਤੇ ਭਾਰਤ-ਰੂਸ ਰਿਸ਼ਤੇ ਨੂੰ "ਸਭ ਤੋਂ ਡੂੰਘੇ ਸਮੁੰਦਰ" ਨਾਲੋਂ ਡੂੰਘੇ ਕਿਹਾ। "। [29] [30]

ਪਰ, **ਸਿੱਖ ਅਤੇ ਅਮਰੀਕੀ ਕਦਰਾਂ-ਕੀਮਤਾਂ ਵਿਚ ਵਿਚਾਰਧਾਰਕ ਅਨੁਕੂਲਤਾ ਹੈ।**

"ਆਪਣਾ ਇਤਿਹਾਸ ਪੜ੍ਹੋ। ਸਿੱਖ ਪੱਛਮੀ ਸੱਭਿਅਤਾ ਦੇ ਰਖਿਅਕ ਹਨ - ਵਿਨਾਸ਼ਕਾਰੀ ਨਹੀਂ।" [1]

ਅਮਰੀਕੀ ਸਿਵਲ ਵਾਰ ਵਿੱਚ ਹਿਸਾ ਲੈਨ ਵਾਲਾ ਸਿੱਖ।
ਸਿੱਖ ਕਿਸ ਪਾਸੇ ਸੀ?
ਸਿੱਖ ਹਮੇਸ਼ਾ ਜੇਤੂ ਪਾਸੇ ਹੁੰਦੇ ਹਨ!

ਕਰਨਲ ਅਲੈਗਜ਼ੈਂਡਰ ਗਾਰਡਨਰ ਦਾ ਜਨਮ ਵਿਸਕਾਨਸਿਨ, ਅਮਰੀਕਾ ਵਿੱਚ ਹੋਇਆ ਸੀ। ਉਹਨਾਂ ਨੇ ਮਹਾਰਾਜਾ ਰਣਜੀਤ ਸਿੰਘ ਦੀ ਸਿੱਖ ਫੌਜ ਵਿੱਚ ਕਰਨਲ ਵਜੋਂ ਸੇਵਾ ਕੀਤੀ।

ਸਿੱਖ ਅਤੇ ਅਮਰੀਕੀ ਕਦਰਾਂ-ਕੀਮਤਾਂ ਵਿਚ ਵਿਚਾਰਧਾਰਕ ਅਨੁਕੂਲਤਾ			
ਤਾਕਤ ਦੇ ਥੰਮ੍ਹ	**ਕਦਰਾਂ-ਕੀਮਤਾਂ**	**ਸਿੱਖ**	**ਅਮਰੀਕੀ**
ਵਿਚਾਰਧਾਰਾ	ਲਿਖਤੀ ਸ਼ਬਦ ਵਿੱਚ ਵਿਸ਼ਵਾਸ	ਹਾਂ, ਗੁਰੂ ਗ੍ਰੰਥ ਸਾਹਿਬ	ਹਾਂ, ਸੰਵਿਧਾਨ
	ਗੈਰ-ਜ਼ਬਰਦਸਤੀ	ਹਾਂ, ਸਰਕਾਰੀ ਜ਼ੁਲਮ ਦਾ ਇਤਿਹਾਸ ਕਰਕੇ ਗੈਰ-ਜ਼ਬਰਦਸਤੀ ਦੀ ਇੱਛਾ	ਹਾਂ, ਸੰਵਿਧਾਨ ਸਰਕਾਰ ਦੀ ਸ਼ਕਤੀ ਨੂੰ ਸੀਮਤ ਕਰਦਾ ਹੈ
	ਜਾਇਦਾਦ ਦੇ ਅਧਿਕਾਰ	ਹਾਂ, ਜ਼ਮੀਨ ਨਾਲ ਡੂੰਘਾ ਸਬੰਧ	ਹਾਂ
	ਖੁਦ ਮੁਖਤਿਆਰੀ	ਹਾਂ, ਪਾਤਸ਼ਾਹੀ ਦਾਵਾ	ਹਾਂ
	ਨਿੱਜੀ ਜ਼ਿੰਮੇਵਾਰੀ ਦਾ ਸੱਭਿਆਚਾਰ	ਹਾਂ	ਹਾਂ
	ਸੰਘਵਾਦ (federalism)	ਹਾਂ, ਮਿਸਲਾਂ ਦੀ ਖੁਦਮੁਖਤਿਆਰੀ	ਹਾਂ, ਸੰਘੀ ਰਾਜ
	ਕਿਰਤ ਦੀ ਇਜ਼ਤ	ਹਾਂ, ਖੇਤੀ, ਸਿਪਾਹੀ, ਨਰਸਿੰਗ, ਵਪਾਰ, ਡ੍ਰਾਈਵਿੰਗ ਸਮੇਤ ਸਾਰੇ ਕੰਮ ਦੀ ਸ਼ਾਨ।	ਹਾਂ
	ਹਥਿਆਰ ਚੁੱਕਣ ਦਾ ਅਧਿਕਾਰ	ਹਾਂ	ਹਾਂ
	ਚਾਰ ਪਰੂਸੀ (Sycophancy)	ਨਹੀਂ	ਨਹੀਂ
	ਬੇਇਨਸਾਫ਼ੀ ਨਾਲ ਲੜਨ ਦਾ ਸੱਭਿਆਚਾਰ ਅਤੇ ਮੂਕ ਦਰਸ਼ਕ ਨਹੀਂ ਬਣਨਾ	ਹਾਂ	ਹਾਂ
ਆਰਥਿਕ	ਵਿੱਤੀ ਜ਼ਿੰਮੇਵਾਰੀ	ਹਾਂ, 1849 ਵਿੱਚ ਸਿੱਖ ਸਾਮਰਾਜ ਦੇ ਅੰਤ ਤੱਕ	ਹਾਂ, 1971 ਤੱਕ
	ਘੱਟ ਟੈਕਸ	ਹਾਂ	ਹਾਂ
ਸਿਆਸੀ	ਛੋਟੀ ਸਰਕਾਰ	ਹਾਂ	ਹਾਂ
	ਕੋਈ ਕਲਿਆਣਕਾਰੀ ਰਾਜ ਨਹੀਂ (No Welfare State)	ਹਾਂ	ਹਾਂ
	ਕੋਈ ਸਮਾਜਵਾਦੀ ਸਮਾਨਤਾਵਾਦੀ ਸਿਸਟਮ ਨਹੀਂ (No socialist egalitarian systems)	ਹਾਂ	ਹਾਂ
	ਨਿੱਜੀ, ਸਵੈ-ਇੱਛਤ, ਗੈਰ-ਸਰਕਾਰੀ ਸਮਾਜਿਕ ਸੁਰੱਖਿਆ	ਹਾਂ, ਗੁਰਦੁਆਰੇ ਵਿੱਚ	ਹਾਂ
	ਸ਼ਾਸਨ	ਖਾਲਸੇ ਦੁਆਰਾ	ਹਾਂ, ਪਲੈਟੋ ਦੇ epistocrats ਰਾਹੀਂ

Chapter 22

ਭਾਰਤ ਕੱਚਾ ਦੇਸ਼ ਹੈ

ਭਾਰਤ ਵਿੱਚ ਕੋਈ ਏਕਤਾ ਨਹੀਂ ਹੈ, ਕੋਈ ਸਮਾਜਿਕ ਏਕਤਾ ਨਹੀਂ ਹੈ, ਕੋਈ ਸਮਾਜਿਕ ਅਨੁਸ਼ਾਸਨ ਨਹੀਂ ਹੈ। ਚੰਗੇ ਕੱਲ੍ਹ ਦੀ ਕੋਈ ਉਮੀਦ ਨਹੀਂ ਹੈ। ਸੰਸਥਾਵਾਂ ਫੇਲ (dysfunctional institutions) ਹਨ। ਕੋਈ ਸੰਵਿਧਾਨਕ ਅਧਿਕਾਰ ਨਹੀਂ ਹਨ। ਆਰਥਿਕਤਾ ਅੱਜ ਵੀ ਸਮਾਜਵਾਦੀ ਕੇਂਦਰੀਕ੍ਰਿਤ ਸੋਵੀਅਤ ਪ੍ਰੇਰਿਤ (socialist Soviet Union inspired) ਹੈ। ਆਰਥਿਕਤਾ 'ਉੱਚ ਜਾਤੀ' ਦੇ ਅਮੀਰਾਂ ਲਈ ਇੱਕ 'ਵੇਲਥ ਪੰਪ' (wealth pump) ਹੈ।

"ਜੇਕਰ ਲੋਕ ਸੜਕ ਦੇ ਨਿਯਮਾਂ ਦੀ ਪਾਲਣਾ ਨਹੀਂ ਕਰਦੇ, ਇੱਕ ਸਮਾਨ ਯੋਜਨਾ ਦੇ ਅਨੁਸਾਰ ਖਾਦ ਨਹੀਂ ਵੰਡਦੇ, ਨਿਯਮਤਤਾ ਦੇ ਨਾਲ ਕੰਮ ਨਹੀਂ ਕਰਦੇ, ਤਾਂ ਆਧੁਨਿਕੀਕਰਨ (development) ਦਾ ਆਧਾਰ ਹੀ ਨਹੀਂ ਹੈ।" (ਬਰਨਾਰਡ ਡੀ. ਨੋਸਿਟਰ, 'ਸਾਫਟ ਸਟੇਟ: ਏ ਨਿਊਜ਼ਪੇਪਰਮੈਨਜ਼ ਕ੍ਰੋਨਿਕਲ ਆਫ ਇੰਡੀਆ', ਪੰਨਾ 77)।

ਭਾਰਤ ਦੇ ਲੋਕ ਭਾਰਤ ਨੂੰ ਆਪਣਾ ਦੇਸ਼ ਨਹੀਂ ਮੰਨਦੇ। ਉਹ ਭਾਰਤ ਨਾਲ ਪਛਾਣ ਨਹੀਂ ਰੱਖਦੇ। ਨਸਲੀ, ਧਾਰਮਿਕ, ਭਾਸ਼ਾਈ, ਖੇਤਰੀ ਪਛਾਣਾਂ ਉਨ੍ਹਾਂ ਦੀ ਪਛਾਣ ਕਰਦੀਆਂ ਹਨ।

ਕੈਨੇਡੀਅਨ ਪ੍ਰਧਾਨ ਮੰਤਰੀ ਜਸਟਿਨ ਟਰੂਡੋ ਨੇ ਪੰਜਾਬੀ ਗਾਇਕ ਦਿਲਜੀਤ ਦੋਸਾਂਝ ਦੇ ਇੱਕ ਸਮਾਰੋਹ ਵਿੱਚ ਕਿਹਾ, "***ਪੰਜਾਬ*** ਦਾ ਇੱਕ ਮੁੰਡਾ ਇਤਿਹਾਸ ਰਚ ਸਕਦਾ ਹੈ ਅਤੇ ਸਟੇਡੀਅਮ ਭਰ ਸਕਦਾ ਹੈ।" [31]

ਪੰਜਾਬੀ (ਅਤੇ ਸਿੱਖ) ਭਾਰਤੀ ਨਹੀਂ ਹਨ। ਉਹਨਾਂ ਦੀ ਪਛਾਣ ਪੰਜਾਬੀ (ਖੇਤਰੀ, ਸੱਭਿਆਚਾਰਕ, ਸੱਭਿਅਤਾ ਅਤੇ ਭਾਸ਼ਾਈ), ਅਤੇ ਸਿੱਖ (ਨਸਲੀ-ਧਾਰਮਿਕ) ਹੈ। ਸਿੱਖ ਭਾਰਤੀ ਨਹੀਂ ਹਨ। ਕੈਨੇਡੀਅਨ ਪ੍ਰਧਾਨ ਮੰਤਰੀ ਇਸ ਨੂੰ ਪਛਾਣਦੇ ਹਨ, ਤੁਹਾਨੂੰ ਵੀ ਪਛਾਣਨਾ ਚਾਹੀਦਾ ਹੈ।

ਕਬੀਲਾਵਾਦ (Tribalism) ਭਾਰਤ ਵਿੱਚ ਰਾਸ਼ਟਰਵਾਦ (Nationalism) ਤੋਂ ਭਾਰੀ ਹੈ ਕਿਉਂਕਿ ਕਬਾਇਲੀ ਪਛਾਣਾਂ (tribal identities) ਲੋਕਾਂ ਨੂੰ ਭ੍ਰਿਸ਼ਟ ਸੰਸਥਾਵਾਂ ਅਤੇ ਭਾਰਤ ਦੀ ਸਰਕਾਰ ਨਾਲੋਂ ਵੱਧ ਫਾਇਦਾ ਦੇਂਦੀਆਂ ਹਨ।

ਸ਼ਾਇਦ 'ਭਾਰਤੀਆਂ' ਨੂੰ ਇਕਜੁੱਟ ਕਰਨ ਵਾਲੀ ਇਕੋ ਇਕ ਭਾਵਨਾ ਹੈ ਕਿ ਉਹ ਮਰਨ ਤੋਂ ਬਾਦ ਸਵਰਗ ਵਿਚ ਜਾਣਗੇ, ਕਿਉਂਕਿ ਉਹ ਪਹਿਲਾਂ ਹੀ ਇਸ ਧਰਤੀ ਤੇ ਭਾਰਤ ਨਾਮ ਦੇ ਨਰਕ ਵਿਚ ਆਪਣਾ ਸਮਾਂ ਬਿਤਾਂ ਚੁੱਕੇ ਹਨ।

ਅਸਥਿਰਤਾ ਅਤੇ ਢਹਿ

ਭਾਰਤ ਵਰਗੇ ਵੱਡੇ ਤੇ ਗੈਰ-ਕੁਦਰਤੀ ਰਾਜ ਅਪਨੇ ਆਪ ਨੂੰ ਇਕੱਠਾ ਰੱਖਣ ਲਈ ਬਹੁਤ ਜ਼ਿਆਦਾ ਮਿਹਨਤ ਅਤੇ ਪੈਸਾ ਖਰਚ ਕਰਦੇ ਹਨ। ਸਮੇਂ ਦੇ ਨਾਲ, ਇਹ ਪਾਗਲਪਣ (paranoia) ਬਣ ਜਾਂਦਾ ਹੈ। ਇਹੋ ਅਸੀਂ ਦੇਖ ਰਹੇ ਹਾਂ।

ਭਾਰਤ ਕੋਲ ਦੁਨੀਆ ਦੇ ਚੌਥੇ ਨੰਬਰ ਤੇ ਸਭ ਤੋਂ ਵੱਧ ਥਿੰਕ ਟੈਂਕ ਹਨ। ਇਹ ਸਾਰੇ ਨਾਜ਼ੀਆਂ, ਮੈਕਿਆਵੇਲੀ, ਅਤੇ ਚਾਣਕਿਆ-ਨੀਤੀ ਤੋਂ ਸਿਖਿਆਂ ਤਕਨੀਕਾਂ ਦੀ ਵਰਤੋਂ ਕਰ ਆਪਣੀ ਆਬਾਦੀ ਦੇ ਕੰਟਰੋਲ ਕਰਨ ਵਿੱਚ ਲੱਗੇ ਹੋਏ ਹਨ। [32]

ਭਾਰਤ ਦੇ 293 ਥਿੰਕ ਟੈਂਕਾਂ ਵਿੱਚੋਂ ਕੁਛ ਚੰਗਾ ਨਹੀਂ ਨਿਕਲਦਾ। ਸਿਰਫ ਹੇਰਾਫੇਰੀ ਅਤੇ ਪ੍ਰਚਾਰ ਨਿਕਲਦਾ ਹੈ। ਭਾਰਤ ਵਿੱਚ ਭਾਰਤੀਆਂ ਵਲੋਂ ਇੱਕ ਵੀ ਨਵਾਂ ਵਿਚਾਰ ਜਾਂ ਖੋਜ ਜਾਂ ਕਿਤਾਬ ਜਾਂ ਪੇਪਰ ਨਹੀਂ ਹੈ ਜਿਸ ਨੂੰ ਵਿਸ਼ਵ ਪੱਧਰੀ ਮੰਨਿਆ ਜਾ ਸਕੇ। ਲਗਭਗ ਸਾਰੇ ਭਾਰਤੀ ਬੁੱਧੀਜੀਵੀ 'ਰਾਜ ਦੇ ਬੁੱਧੀਜੀਵੀ' (State Intellectuals) ਅਤੇ 'ਠਗ ਬਾਬੇ' (Witch Doctors) ਹਨ ਜੋ ਰਾਜ ਦੇ ਪ੍ਰਚਾਰ (propaganda) ਵਿਚ ਲੱਗੇ ਹੋਏ ਹਨ।

ਆਇਨ ਰੈਂਡ (Ayn Rand) ਨੇ ਕਿਹਾ ਕਿ 'ਠਗ ਬਾਬੇ' (Witch Doctors) 'ਅਟਿਲਾ ਦਿ ਹੁਨ' (Atila the Hun) ਦੇ ਕਿਰਦਾਰਾਂ ਦੇ ਲੋਕਾਂ ਨਾਲ ਕੰਮ ਕਰਦੇ ਹਨ। ਹੇਰਾਫੇਰੀ ਅਤੇ ਪ੍ਰਚਾਰ ਅਸਫਲ ਹੋਣ ਤੇ ਭਾਰਤ ਹੁਨ ਆਪਣੇ ਲੋਕਾਂ ਨੂੰ ਦਬਾਉਣ ਲਈ ਵੱਡੀ ਪੁਲਿਸ ਫੋਰਸ ਤੇ ਫੌਜ ਵਰਤਦਾ ਹੈ।

ਪੰਜਾਬ ਦਾ ਬਜਟ ਇਸ ਪਾਗਲਪਣ (paranoia) ਨੂੰ ਦਰਸਾਉਂਦਾ ਹੈ। **ਪੰਜਾਬ ਵਿੱਚ ਪੁਲਿਸ ਦਾ ਬਜਟ ਵਿਕਾਸ ਦੇ ਬਜਟ ਨਾਲੋਂ 4 ਗੁਣਾ ਹੈ। ਪੁਲਿਸ ਦਾ ਬਜਟ ਵੱਧ ਰਿਹਾ ਹੈ ਤੇ ਵਿਕਾਸ ਦਾ ਬਜਟ ਘਟ ਰਿਹਾ ਹੈ।**

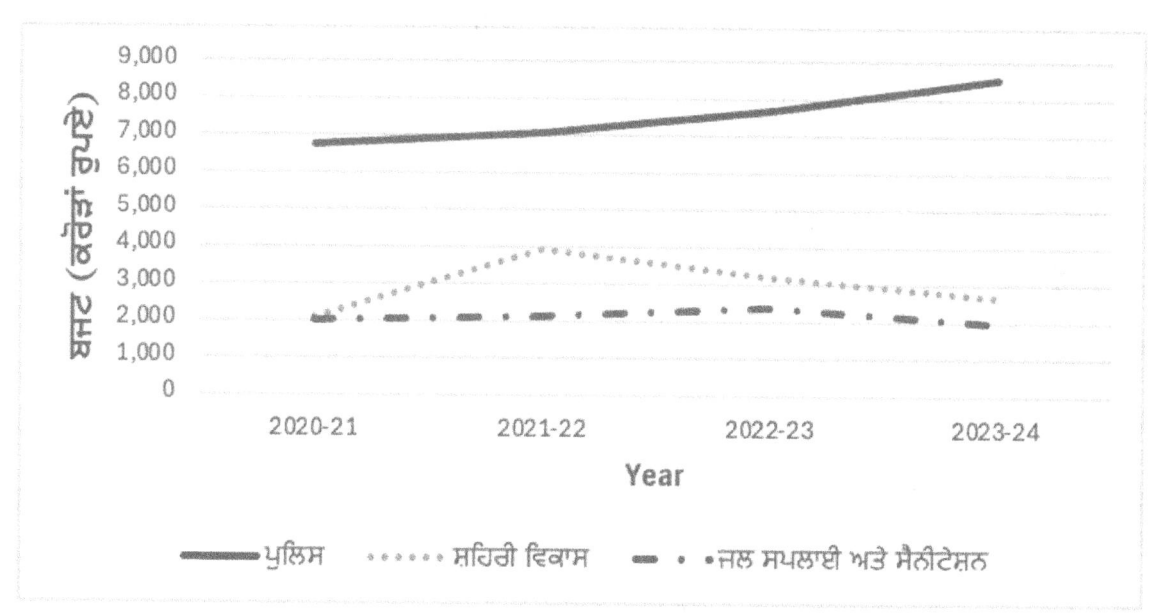

ਭਾਰਤ ਦੀਆਂ ਨਲੈਕ 'ਉੱਚ ਜਾਤੀਆਂ' ਬੇਰਹਿਮੀ ਨਾਲ ਸ਼ਾਸਨ ਕਰਦੀਆਂ ਹਨ, ਅਤੇ ਵਡੀਆਂ ਤਾਕਤਾਂ ਦੀ ਚਾਰਪਰੂਸੀ ਕਰ ਕੇ ਸਤਾੱ ਵਿੱਚ ਰਹਿੰਦੀਆਂ ਹਨ।

ਭਾਰਤ ਵਰਗੇ ਦੇਸ਼ ਢਹਿਨ ਤੋਂ ਪਹਿਲਾਂ ਇਹਨਾਂ ਪੜਾਵਾਂ ਵਿੱਚੋਂ ਲੰਘਦੇ ਹਨ:

- ਪਾਗਲਪਣ (paranoia)
- ਦਮਨ
    - ਵੱਡੀ ਸਰਕਾਰ
    - ਪ੍ਰਚਾਰਕ ਅਤੇ 'ਠਗ ਬਾਬੇ'
    - ਇੱਕ ਗੈਰ-ਕੁਦਰਤੀ ਰਾਜ ਨੂੰ ਇਕੱਠਾ ਰੱਖਣ ਲਈ ਵੱਡੀ ਪੁਲਿਸ ਅਤੇ ਫੌਜ
    - ਮੀਡੀਆ ਉੱਤੇ ਸਖ਼ਤ ਨਿਯੰਤਰਣ
    - ਮਨੁੱਖੀ ਵਿਕਾਸ (human development) ਨੂੰ ਨਜ਼ਰਅੰਦਾਜ਼ ਕਰਨਾ
    - ਵਿਦੇਸ਼ੀ ਨਿਵੇਸ਼ (foreign investment) ਨੂੰ ਆਕਰਸ਼ਿਤ ਕਰਨ ਲਈ ਬੁਨਿਆਦੀ ਢਾਂਚੇ ਦਾ ਵਿਕਾਸ
    - ਰਾਸ਼ਟਰਵਾਦ ਦੇ ਨਾਮ ਤੇ ਵੱਡੇ ਮੰਦਰ
- ਗੁਆਂਢੀ ਦੇਸ਼ਾਂ ਤੇ ਮਾੜਾ ਪ੍ਰਭਾਵ
    - ਗੁਆਂਢੀਆਂ ਅਤੇ ਹੋਰ ਦੇਸ਼ਾਂ ਨਾਲ ਲਗਾਤਾਰ ਭੂ-ਰਾਜਨੀਤਿਕ ਤਣਾਅ
    - ਸਰਹੱਦੀ ਝੜਗੇ
- ਵਧਦੀ ਅਸਥਿਰਤਾ
    - ਮਾਮੂਲੀ ਅਤੇ ਛੋਟੀਆਂ ਗਲਤੀਆਂ ਤੇ ਦਮਨ
    - ਕੁਦਰਤੀ ਸਰੋਤਾਂ ਦਾ ਸ਼ੋਸ਼ਣ
    - ਭਿਆਨਕ ਰਾਸ਼ਟਰਵਾਦ ਸੜਕਾਂ ਤੇ ਫੈਲਾਨਾ
    - ਪੂੰਜੀ ਜ਼ਬਤ (ਜਿਵੇਂ ਕਿ ਨੋਟਬੰਦੀ)
    - ਬ੍ਰੇਨ ਡਰੇਨ
    - ਪੂੰਜੀ ਦੀ ਉਡਾਣ (capital flight)
- **ਬਾਹਰੋਂ ਆਇਆ ਸੰਕਟ**
- **ਬਹੁਤ ਜ਼ਿਆਦਾ ਤੇ ਵਧਦੀ ਅਸਥਿਰਤਾ ਅਤੇ ਸੰਕਟ**
- **ਢਹਿ ਢੇਰੀ ਹੋਣਾ**

ਭਾਰਤ ਵਿੱਚ ਆਖਰੀ ਤਿੰਨ ਦੀ ਕਮੀ ਹੈ, ਤੇ ਫੇਰ ਭਾਰਤ ਢਹਿ ਢੇਰੀ ਹੋ ਜਾਏ ਗਾ।

ਪ੍ਰੋ. ਪੀਟਰ ਟਰਚਿਨ ਨੇ ਆਪਣੀ ਕਿਤਾਬ 'End Times: Elites, Counter-Elites, and the Path of Political Disintegration' ਵਿੱਚ ਦੇਸ਼ਾਂ ਦੀ ਅਸਥਿਰਤਾ ਬਾਰੇ ਲਿਖਿਆ ਹੈ।

ਦੇਸ਼ਾਂ ਦੀ ਅਸਥਿਰਤਾ ਦੇ ਕੁਝ ਕਾਰਕ ਗੌਰ ਯੋਗ ਹਨ।

ਘਟਦਾ ਰੁਪਿਆ

ਪਿਛਲੇ 10 ਸਾਲਾਂ ਵਿੱਚ ਅਮਰੀਕੀ ਡਾਲਰ ਦੇ ਮੁਕਾਬਲੇ ਭਾਰਤੀ ਰੁਪਿਆ 27% ਘਟਿਆ ਹੈ।

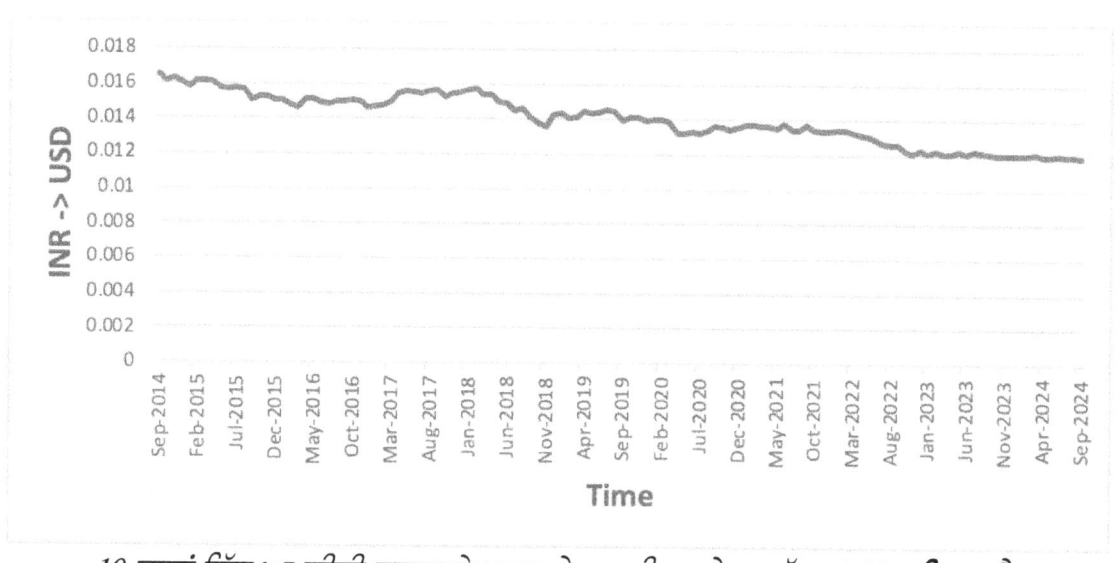

*10 ਸਾਲਾਂ ਵਿੱਚ ਅਮਰੀਕੀ ਡਾਲਰ ਦੇ ਮੁਕਾਬਲੇ ਭਾਰਤੀ ਰੁਪਏ ਦਾ ਮੁੱਲ **27% ਘਟਿਆ** ਹੈ।*
1 Rupee -> US $ 0.016526 (Sep **2014**)
1 Rupee -> US $ 0.0119205 (Sep **2024**)
1 US $ -> Rs 60.51 (Sep **2014**)
1 US $ -> Rs 83.88 (Sep **2024**)

ਬ੍ਰੇਨ ਡਰੇਨ: ਭਾਰਤ ਛੱਡ ਕੇ ਜਾ ਰਹੇ ਖੁਸ਼ਹਾਲ ਮੱਧ ਵਰਗ ਭਾਰਤੀ

ਪਿਊ (Pew) ਰਿਸਰਚ ਸੈਂਟਰ 2001 ਰਿਪੋਰਟ ਦੇ ਅਨੁਸਾਰ ਅਮਰੀਕਾ ਵਿੱਚ, "ਭਾਰਤੀ ਸੰਯੁਕਤ ਰਾਜ ਵਿੱਚ ਗੈਰ-ਦਸਤਾਵੇਜ਼ ਰਹਿਤ ਪ੍ਰਵਾਸੀਆਂ ਦਾ ਤੀਜਾ ਸਭ ਤੋਂ ਵੱਡਾ ਸਮੂਹ ਹੈ। ਅਜਿਹੇ ਭਾਰਤੀਆਂ ਦੀ ਗਿਣਤੀ 725,000 ਹੈ।

ਲਾਤੀਨ ਅਮਰੀਕਾ ਤੋਂ ਇਲਾਵਾ ਭਾਰਤ ਇੱਕਮਾਤਰ ਦੇਸ਼ ਹੈ, ਅਤੇ 2011 ਤੋਂ, ਸੰਯੁਕਤ ਰਾਜ ਵਿੱਚ ਗੈਰ-ਦਸਤਾਵੇਜ਼ੀ ਭਾਰਤੀਆਂ ਦੀ ਗਿਣਤੀ ਵਿੱਚ 70 ਪ੍ਰਤੀਸ਼ਤ ਵਾਧਾ ਹੋਇਆ ਹੈ, ਜੋ ਕਿ ਸਾਰੀਆਂ ਕੌਮੀਅਤਾਂ ਦਾ ਸਭ ਤੋਂ ਤੇਜ਼ ਵਾਧਾ ਹੈ। ਅਮਰੀਕੀ ਕਸਟਮਜ਼ ਅਤੇ ਬਾਰਡਰ ਪ੍ਰੋਟੈਕਸ਼ਨ ਦੇ ਅੰਕੜੇ ਦਰਸਾਉਂਦੇ ਹਨ ਕਿ 2020 ਅਤੇ 2023 ਦੇ

ਵਿਚਕਾਰ ਗੈਰ-ਦਸਤਾਵੇਜ਼ੀ ਭਾਰਤੀ ਪ੍ਰਵਾਸੀਆਂ ਦੀ ਗਿਣਤੀ ਵਿੱਚ ਸਭ ਤੋਂ ਤੇਜ਼ੀ ਨਾਲ ਵਾਧਾ ਹੋਇਆ ਹੈ।" (ਵਾਸ਼ਿੰਗਟਨ ਪੋਸਟ, ਮਾਰਚ 2024)। [33]

ਅੰਤਰਰਾਸ਼ਟਰੀ "ਪ੍ਰਵਾਸੀ ਅਕਸਰ ਮੱਧ-ਵਰਗੀ ਪਰਿਵਾਰਾਂ ਤੋਂ ਹੁੰਦੇ ਹਨ।" "ਇਹ ਪ੍ਰਵਾਸੀ "ਬਹੁਤ ਗਰੀਬ ਨਹੀਂ" ਹਨ ਅਤੇ ਅਕਸਰ ਭਾਰਤ ਦੇ ਸਭ ਤੋਂ ਖੁਸ਼ਹਾਲ ਸੂਬੇ ਤੋਂ ਆਉਂਦੇ ਹਨ"।

"ਉਹ ਯਾਤਰਾ ਲਈ ਭੁਗਤਾਨ ਕਰਨ ਲਈ ਅਕਸਰ ਆਪਣੀ ਜ਼ਮੀਨ ਵੇਚਦੇ ਹਨ - ਜਿਸ ਬਾਰੇ ਪਰਿਵਾਰਾਂ ਦਾ ਕਹਿਣਾ ਹੈ ਕਿ ਪ੍ਰਤੀ ਵਿਅਕਤੀ $ 40,000 ਤੋਂ $ 100,000 ਹੈ।" (ਵਾਸ਼ਿੰਗਟਨ ਪੋਸਟ, ਮਾਰਚ 2024)। [33]

40-100 ਹਜ਼ਾਰ ਡਾਲਰ ਦੇ ਮਾਲਿਕ ਮੱਧ ਵਰਗ ਪਰਿਵਾਰ ਭਾਰਤ ਵਿੱਚ ਨਿਵੇਸ਼ ਜਾਂ ਕੰਮ ਕਰਨ ਦੀ ਬਜਾਏ ਭਾਰਤ ਛੱਡ ਰਹੇ ਹਨ।

ਮੱਧ ਵਰਗ ਵਾਲੇ ਲੋਕ ਦੇਸ਼ ਦੇ ਵਿਕਾਸ ਲਈ ਬਹੁਤ ਜ਼ਰੂਰੀ ਹਨ। ਖੁਸ਼ਹਾਲ ਮੱਧ ਵਰਗ ਦਾ ਭਾਰਤ ਛੱਡਣਾ ਭਾਰਤ ਲਈ ਬਹੁਤ ਖਤਰੇ ਵਾਲਾ ਹੈ।

ਪੈਸੇ ਦੀ ਉਡਾਰ (Capital Flight)
ਅਕਤੂਬਰ 2024 ਲਈ, "ਭਾਰਤੀ ਬਜ਼ਾਰ ਪ੍ਰਮੁੱਖ ਅਰਥਚਾਰਿਆਂ ਵਿੱਚ ਸਭ ਤੋਂ ਵੱਧ ਵਿਦੇਸ਼ੀ ਪੋਰਟਫੋਲੀਓ ਨਿਵੇਸ਼ (FPI) ਆਊਟਫਲੋ ਰਿਕਾਰਡ ਕਰ ਰਹੇ ਹਨ।" [34]

"ਭਾਰਤ ਦਾ ਐਫਪੀਆਈ ਆਊਟਫਲੋ 10.43 ਬਿਲੀਅਨ ਡਾਲਰ ਸੀ, ਜੋ ਕਿ ਉਪਲਬਧ ਅੰਕੜਿਆਂ ਵਿੱਚੋਂ ਸਭ ਤੋਂ ਵੱਧ ਹੈ।"

ਭਾਰਤ ਵਿੱਚ ਵਿਦੇਸ਼ੀ ਨਿਵੇਸ਼ ਵਿੱਚ ਗਿਰਾਵਟ (Declining Foreign Investment in India)
"ਭਾਰਤ ਸਿੱਧੇ ਵਿਦੇਸ਼ੀ ਨਿਵੇਸ਼ (Foreign Investment) ਵਿੱਚ ਇੱਕ ਗਿਰਾਵਟ ਦਾ ਸਾਹਮਣਾ ਕਰ ਰਿਹਾ ਹੈ। ਆਰ.ਬੀ.ਆਈ. ਦੇ ਅਨੁਸਾਰ, 2016 ਤੋਂ, ਐਫ.ਡੀ.ਆਈ. ਜੀ.ਡੀ.ਪੀ. ਦੇ ਲਗਭਗ 1.7 ਪ੍ਰਤੀਸ਼ਤ ਤੋਂ ਘਟ ਕੇ 0.5 ਪ੍ਰਤੀਸ਼ਤ ਹੋ ਗਿਆ ਹੈ।" (ਡਿਪਲੋਮੈਟ, ਮਾਰਚ 2024) [35]

"ਵਿਦੇਸ਼ੀ ਨਿਵੇਸ਼ਕ ਭਾਰਤੀ ਸਟਾਕਾਂ ਨੂੰ ਰੱਦ ਕਰ ਰਹੇ ਹਨ, ਭਾਰਤੀ ਆਰਥਿਕਤਾ ਕਾਫ਼ੀ ਨਹੀਂ ਹੈ।" (ਦ ਇਕਨਾਮਿਸਟ, ਮਈ 2024) [36]

"ਭਾਰਤ ਦੇ ਦਬਦਬੇ ਵਾਲੇ ਰੈਗੂਲੇਟਰ ਵਿਦੇਸ਼ੀ ਕਾਰੋਬਾਰ ਨੂੰ ਘੁੱਟ ਰਹੇ ਹਨ, ਭਾਰਤ ਦੇ ਗੁੰਝਲਦਾਰ ਟੈਕਸ ਢਾਂਚੇ ਅਤੇ ਰੈਗੂਲੇਟਰੀ ਢਾਂਚੇ ਨੇ ਵਿਦੇਸ਼ੀ ਨਿਵੇਸ਼ਕਾਂ ਨੂੰ ਰੋਕਿਆ ਹੈ, ਜੋ ਭਾਰੀ ਜੁਰਮਾਨੇ ਨਾਲ ਪ੍ਰਭਾਵਿਤ ਹੋਣ ਤੋਂ ਡਰਦੇ ਹਨ। ਇਸ ਨਾਲ ਪੂੰਜੀ ਦੀ ਉਡਾਣ ਵਧੀ ਹੈ।" (ਫੇਅਰ ਅਬਜ਼ਰਵਰ, ਮਈ 2024) [37]

ਭਾਰਤ ਦੀ ਕਾਰੋਬਾਰੀ ਦਰਜਾਬੰਦੀ (ease of business ranking) ਵਿੱਚ 63 ਹੈ। ਮੈਕਸੀਕੋ, ਸਾਊਦੀ ਅਰਬ ਅਤੇ ਰਵਾਂਡਾ ਅਫਰੀਕਾ ਵਿੱਚ ਕਾਰੋਬਾਰ ਕਰਨਾ ਭਾਰਤ ਨਾਲੋਂ ਆਸਾਨ ਹੈ। (ਵਰਲਡ ਬੈਂਕ, ਈਜ਼ ਆਫ ਡੂਇੰਗ ਬਿਜ਼ਨਸ ਰੈਂਕਿੰਗ) [38]

"ਮੈਂ ਜਾਤੀ ਪ੍ਰਣਾਲੀ, ਵੱਧ ਆਬਾਦੀ, ਜਮਹੂਰੀ ਪ੍ਰਣਾਲੀ ਦੀਆਂ ਸਭ ਤੋਂ ਭੈੜੀਆਂ ਮੂਰਖਤਾਵਾਂ ਨੂੰ ਗ੍ਰਹਿਣ ਕਰਦਿਆਂ ਭਾਰਤੀ ਸਭਿਅਤਾ ਦੇ ਨਾਲ ਕੰਮ ਕਰਨ ਨਾਲੋਂ ਚੀਨੀਆਂ ਦੇ ਨਾਲ ਕੰਮ ਕਰਨਾ ਪਸੰਦ ਕਰਾਂਗਾ, ਭਾਰਤ ਵਿੱਚ ਕੁਝ ਵੀ ਕਰਨਾ ਮੁਸ਼ਕਲ ਹੈ ਅਤੇ ਰਿਸ਼ਵਤ ਬਹੁਤ ਭਿਆਨਕ ਹਨ।" (ਵਾਰਨ ਬਫੇ) [39]

ਭਾਰਤ ਦੀ ਸਫ਼ਲਤਾ ਦੀ ਝੂਠੀ ਕਹਾਣੀ

ਸਾਬਕਾ IMF ਅਰਥ ਸ਼ਾਸਤਰੀ ਦੇਵ ਕਾਰ ਲਿਖਦੇ ਹਨ, "ਰਾਜਨੇਤਾ ਅਜਿਹੇ ਬੁਨਿਆਦੀ ਢਾਂਚੇ ਵਿੱਚ ਨਿਵੇਸ਼ (investment) ਕਰਨਾ ਪਸੰਦ ਕਰਨਗੇ ਜਿੱਥੇ ਵੋਟਰ ਅੰਤਮ ਨਤੀਜੇ ਨੂੰ ਦੇਖ ਸਕਣ ਅਤੇ ਉਹਨਾਂ ਦੀ ਪ੍ਰਸ਼ੰਸਾ ਕਰ ਸਕਣ, ਨਾ ਕਿ ਸਰਕਾਰੀ ਸਕੂਲਾਂ ਵਿੱਚ ਸਿੱਖਿਆ ਦੀ ਗੁਣਵੱਤਾ ਜਿੱਥੇ ਤਰੱਕੀ ਅਤੇ ਅਦਾਇਗੀਆਂ ਆਸਾਨੀ ਨਾਲ ਸਪੱਸ਼ਟ ਨਹੀਂ ਹੁੰਦੀਆਂ ਹਨ।" [40]

'ਬੁਨਿਆਦੀ ਢਾਂਚਾ ਵਿਕਾਸ' (infrastructure development) ਭਾਰਤ ਦੀ ਸਫ਼ਲਤਾ ਦੀ ਕਹਾਣੀ ਨੂੰ ਵਧਾਵਾ ਦਿੰਦਾ ਹੈ। ਭਾਰਤ ਦਿਖਾਵੇ ਲਈ ਖਰਚ ਕਰਦਾ ਹੈ। ਕੋਈ ਮਨੁੱਖੀ ਵਿਕਾਸ ਜਾਂ ਲੰਮੀ ਮਿਆਦ ਦੀ ਤਰੱਕੀ ਤੇ ਨਹੀਂ। ਜੇਕਰ ਭਾਰਤ ਵਿੱਚ ਕੋਈ ਵਿਕਾਸ ਹੁੰਦਾ, ਤਾਂ ਸਰਕਾਰ ਨੂੰ 80 ਕਰੋੜ ਭਾਰਤੀਆਂ ਲਈ ਭੁੱਖਮਰੀ ਦੇ ਰਾਸ਼ਨ ਤੇ ਹਰ ਸਾਲ 142 ਬਿਲੀਅਨ ਡਾਲਰ ਖਰਚਣ ਦੀ ਲੋੜ ਨਹੀਂ ਹੁੰਦੀ। [9]

ਗਰੀਬਾਂ ਦੀ ਪਿੱਠ ਤੇ ਗੁਜ਼ਾਰਾ ਕਰਦਾ ਭਾਰਤ

ਭਾਰਤ ਰੈਮਿਟੈਂਸ (ਅੰਤਰਰਾਸ਼ਟਰੀ ਮਨੀ ਟ੍ਰਾਂਸਫਰ) ਦਾ ਦੁਨੀਆ ਦਾ ਸਭ ਤੋਂ ਵੱਡਾ ਪ੍ਰਾਪਤਕਰਤਾ ਹੈ।

ਭਾਰਤ ਆਪਣੇ ਸਭ ਤੋਂ ਗਰੀਬਾਂ ਦੀ ਪਿੱਠ ਤੇ ਗੁਜ਼ਾਰਾ ਕਰਦਾ ਹੈ।

ਭਾਰਤ ਦੇ ਗਰੀਬ ਕੰਮ ਕਰਨ ਲਈ ਵਿਦੇਸ਼ ਜਾਂਦੇ ਹਨ ਅਤੇ ਪੈਸਾ ਭਾਰਤ ਭੇਜ ਦੇ ਹਨ। ਭਾਰਤ ਦਾ ਸਭ ਤੋਂ ਵੱਡਾ ਉਦਯੋਗ ਇਸਦਾ ਹਰਾਸਮੈਂਟ ਇੰਡਸਟਰੀਅਲ ਕੰਪਲੈਕਸ (Harassment Industrial Complex) ਹੈ ਜੋ ਆਪਣੇ ਹੀ ਲੋਕਾਂ ਨੂੰ ਪਰੇਸ਼ਾਨ ਕਰਦਾ ਹੈ, ਵਿਦੇਸ਼ ਭੇਜਦਾ ਹੈ, ਤੇ ਭਾਰਤ ਨੂੰ ਚਲਾਨ ਲਈ ਉਹਨਾਂ ਤੋਂ ਪੈਸੇ ਮੰਗਵਾਂਦਾ ਹੈ। ਇਹ ਵਿਦੇਸ਼ੀ ਪੂੰਜੀ ਤੇ ਹੀ ਭਾਰਤ ਦਾ ਹਰਾਸਮੈਂਟ ਇੰਡਸਟਰੀਅਲ ਕੰਪਲੈਕਸ ਜਿੰਦਾ ਰਹਿੰਦਾ ਹੈ।

"ਭਾਰਤ 2023 ਵਿੱਚ USD 125 ਬਿਲੀਅਨ ਦੇ [ਵਿਸ਼ਵ ਭਰ ਵਿੱਚ] ਸਭ ਤੋਂ ਵਧ ਰੈਮਿਟੈਂਸ: ਵਿਸ਼ਵ ਬੈਂਕ"। [41]

“ਭ੍ਰਿਸ਼ਟਾਚਾਰ ਅਤੇ ਮਾੜਾ ਸ਼ਾਸਨ ਭਾਰਤੀ ਦੇ ਜੀਵਨ ਨੂੰ ਹੋਰ ਵਿਗਾੜੇਗਾ। ਇਹ ਆਰਥਿਕ ਵਿਕਾਸ ਵਿੱਚ ਰੁਕਾਵਟ ਬਨੇਗਾ। ਭਾਰਤ ਗੰਦੇ ਪੈਸੇ ਦੀ ਨਿਰੰਤਰ ਖੁਰਾਕ ਤੇ ਬਿਮਾਰ ਹੋ ਰਿਹਾ ਹੈ। ਇਹ ਸਪੱਸ਼ਟ ਹੋ ਜਾਵੇਗਾ ਕਿ ਕਿਵੇਂ ਮਾੜਾ ਪ੍ਰਸ਼ਾਸਨ ਭਾਰਤੀਆਂ ਦੇ ਜੀਵਨ ਦੀ ਗੁਣਵੱਤਾ ਨੂੰ ਘਟਾਉਂਦਾ ਹੈ, ਜਿੰਨਾ ਕਿ ਵਿਕਾਸ ਨਹੀਂ ਸੁਧਾਰ ਸਕਦਾ।“ (ਦੇਵ ਕਰ, ‘India: Still A Shackled Giant’, ਪੰਨਾ xii)

ਮਾਰਚ 2024 ਵਿੱਚ ਪ੍ਰਕਾਸ਼ਿਤ ਵਿਸ਼ਵ ਅਸਮਾਨਤਾ ਲੈਬ (World Inequality Lab) ਦੀ ਰਿਪੋਰਟ ਦੇ ਅਨੁਸਾਰ, “'ਬਿਲਿਅਨੀਅਰ ਭਾਰਤ ਦੀ ਅਗਵਾਈ ਵਾਲਾ ਰਾਜ ਹੁਣ ਬਸਤੀਵਾਦੀ ਤਾਕਤਾਂ ਦੀ ਅਗਵਾਈ ਵਾਲੇ ਬ੍ਰਿਟਿਸ਼ ਰਾਜ ਨਾਲੋਂ ਜ਼ਿਆਦਾ ਅਸਮਾਨ ਹੈ।” [42]

***

ਵਿਸ਼ਵ ਅਸਮਾਨਤਾ ਲੈਬ ਦੀ ਰਿਪੋਰਟ ਕਹਿੰਦੀ ਹੈ, "ਅਜਿਹੇ ਅਸਮਾਨਤਾ ਕਿੰਨੀ ਦੇਰ ਤੱਕ ਰਾਜਨੀਤਿਕ ਉਥਲ-ਪੁਥਲ ਤੋਂ ਬਿਨਾਂ ਚਲ ਸਕਦੀ ਹੈ।" [42]

“ਭਾਰਤੀ ਏਕਤਾ ਬਾਰੇ ਕੁਝ ਵੀ ਕੁਦਰਤੀ ਜਾਂ ਪੂਰਵ-ਨਿਰਧਾਰਤ ਨਹੀਂ ਹੈ... ਯੂਗੋਸਲਾਵ ਵੀ ਸੋਚਦੇ ਸਨ ਕਿ ਉਹ ਵਿਸ਼ੇਸ਼ ਅਤੇ ਅਲੌਕਿਕ ਤੌਰ ਤੇ ਬਖਸ਼ਿਸ਼ ਕੀਤੇ ਗਏ ਸਨ। ਅਤੇ ਇੱਕ ਵਾਰ ਜਦੋਂ ਇਹ ਢਹ ਢੇਹਰੀ ਹੋਨਾ ਸ਼ੁਰੂ ਹੋ ਗਿਆ, ਤਾਂ ਇਹ ਸਭ ਕੁਝ ਖਤਮ ਹੋ ਗਿਆ। (ਕੇ. ਐੱਸ. ਕੋਮੀਰੇਦੀ, 'ਮੈਲੇਵੋਲੈਂਟ ਰਿਪਬਲਿਕ: ਨਿਊ ਇੰਡੀਆ ਦਾ ਛੋਟਾ ਇਤਿਹਾਸ', ਪੰਨਾ 171)

ਅਸਫਲ ਅਤੇ ਕਮਜ਼ੋਰ ਕਚਾਂ ਦੇਸ਼ ਭਾਰਤ ਦਾ ਭੂ-ਰਾਜਨੀਤਿਕ ਪੁਨਰਗਠਨ ਅਤੇ ਬਾਲਕਨੀਕਰਨ (Balkanization) ਨਸਲੀ-ਧਾਰਮਿਕ-ਸੱਭਿਆਚਾਰਕ ਲੀਹਾਂ ਦੇ ਨਾਲ, ਅਤੇ ਲੋਕਾਂ ਦਾ ਆਪਣੀ ਪਸੰਦ ਦੇ ਨਵੇਂ

ਰਾਸ਼ਟਰ-ਦੇਸ਼ਾਂ ਵਿੱਚ ਪਰਵਾਸ ਹੀ 1.5 ਬਿਲੀਅਨ ਲੋਕਾਂ ਲਈ ਇੱਕੋ ਇੱਕ ਮੁਕਤੀ ਹੈ। ਇਹ ਵਿਸ਼ਵ ਸ਼ਕਤੀਆਂ ਲਈ ਇੱਕੋ ਇੱਕ ਸਮਝਦਾਰ ਵਿਕਲਪ ਹੈ।

ਬਿਮਾਰ ਨੇਸ਼ਨ-ਸਟੇਟ ਭਾਰਤ ਨੂੰ ਤੋੜੋ; ਇਸ ਵਿੱਚ ਫਸੇ ਦੱਬੇ-ਕੁਚਲੇ ਅਤੇ ਅਗਾਂਹਵਧੂ ਲੋਕਾਂ ਨੂੰ ਆਜ਼ਾਦ ਕਰੋ।

'ਉੱਚ ਜਾਤੀ' ਦੇ ਵਿਚਾਰਾਂ ਨੂੰ ਮੰਦਰਾਂ ਅਤੇ ਧਾਰਮਿਕ ਸਮਾਰੋਹਾਂ ਵਿੱਚ ਡਰ ਦੀ ਵਰਤੋਂ ਕਰਕੇ ਜਨਤਾ ਨੂੰ ਨਿਯੰਤਰਿਤ ਕਰਨ ਲਈ ਵਿਕਸਤ ਕੀਤਾ ਗਿਆ ਸੀ। ਉਨ੍ਹਾਂ ਦੇ ਵਿਚਾਰ ਇੱਕ ਆਧੁਨਿਕ ਰਾਸ਼ਟਰ-ਰਾਜ ਨੂੰ ਚਲਾਉਣ ਦੇ ਅਨੁਕੂਲ ਨਹੀਂ ਹਨ।

ਕੁਛ ਨਾ ਕਰਨ ਦਾ ਨੁਕਸਾਨ ਇਹ ਹੈ ਕੀ ਭਾਰਤ ਉੱਤਰੀ ਕੋਰੀਆ ਜਾਂ ਸੂਡਾਨ ਜਾਂ ਅਫਗਾਨਿਸਤਾਨ ਵਰਗੇ ਠੱਗ ਅਤੇ ਨਿਪੁੰਸਕ ਢਹਿ-ਢੇਰੀ ਰਾਜ ਦੇ ਰਾਹ ਤੇ ਚੱਲੇ ਗਾ। ਭਾਰਤੀਆਂ ਦਾ ਵੱਡੇ ਪੱਧਰ ਤੇ ਪਰਵਾਸ ਵਧੇਗਾ। ਗੈਰ-ਅਨੁਸ਼ਾਸਿਤ ਅਤੇ ਗੈਰ-ਸ਼ਾਸਨਹੀਣ ਭਾਰਤੀ ਤੀਜੀ ਦੁਨੀਆਂ ਦੀ ਨੈਤਿਕਤਾ, ਅਤੇ ਪਿਛੜੀ ਸੱਭਿਆਚਾਰ ਅਤੇ ਅਭਿਆਸਾਂ ਨੂੰ ਪੱਛਮ ਵਿੱਚ ਲਿਆਉਣਗੇ।

Chapter 23

ਅੰਦੋਲਨ ਤੇ ਲਹਿਰਾਂ ਕਿਉਂ ਅਸਫਲ ਹੁੰਦੀਆਂ ਹਨ

ਆਕੂਪਾਈ ਵਾਲ ਸਟ੍ਰੀਟ (Occupy Wall St.), ਮੀ ਟੂ (MeToo), ਬਲੈਕ ਲਾਈਵਜ਼ ਮੈਟਰ (ਬੀ.ਐਲ.ਐਮ.), ਅਰਬ ਸਪਰਿੰਗ (Arab Spring) ਵਰਗੀਆਂ ਕਈ ਲਹਿਰਾਂ ਹੋਈਆਂ ਹਨ। ਇਨ੍ਹਾਂ ਦਾ ਘੱਟ ਪ੍ਰਭਾਵ ਹੋਇਆ ਹੈ।

"Activists ਗਲਤ ਤੇ ਦੁਖਦਾਈ ਤਰੀਕਿਆਂ ਨਾਲ ਕੰਮ ਕਰ ਰਹੇ ਹਨ। ਜਿੱਤਾਂ ਹੋਇਆਂ ਹਨ, ਪਰ ਅਸਫਲਤਾਵਾਂ ਵਧੇਰੀਆਂ ਅਤੇ ਕੌੜੀਆਂ ਰਹੀਆਂ ਹਨ।" (Fredrik DeBoer, 'How Elites Ate the Social Justice Movement', p. 5).

"ਰਾਜਨੀਤਿਕ ਤਬਦੀਲੀ ਔਖੀ ਹੁੰਦੀ ਹੈ; ਪ੍ਰਗਤੀਸ਼ੀਲ ਰਾਜਨੀਤਿਕ ਤਬਦੀਲੀ ਹੋਰ ਵੀ ਔਖੀ ਹੈ।... ਇਸ ਦੇ ਬਾਵਜੂਦ, ਮੇਰੇ ਜੀਵਨ ਕਾਲ ਵਿੱਚ **ਰਾਜਨੀਤਿਕ ਚੇਤਨਾ ਦੇ ਬਾਵਜੂਦ ਤਬਦੀਲੀ ਦੀ ਘਾਟ ਕਮਾਲ ਦੀ ਹੈ।"** (Fredrik DeBoer, 'How Elites Ate the Social Justice Movement', p. 10).

ਫੈਸਲਾ ਲੈਣ ਵਾਲਿਆਂ ਲਈ ਸਧਾਰਨ ਸਪੱਸ਼ਟ ਸੰਦੇਸ਼ ਦੀ ਘਾਟ

'ਮੈਨੂੰ ਇਨਸਾਫ਼ ਦਿਓ', 'ਮੈਨੂੰ ਸਮਾਨਤਾ ਦਿਓ', ਜਾਂ 'ਮੈਨੂੰ ਸ਼ਾਂਤੀ ਦਿਓ' ਕਹਿਨ ਦਾ ਕੋਈ ਫਾਇਦਾ ਨਹੀਂ ਹੈ। ਸੱਤਾ ਵਿੱਚ ਬੈਠੇ ਲੋਕਾਂ ਨੂੰ "ਮੈਨੂੰ ਖਾਲਸਤਾਨ ਦਿਓ" ਕਹਿਨ ਦਾ ਕੋਈ ਫਾਇਦਾ ਨਹੀਂ ਹੈ। ਉਹ ਇਹ ਕਿਵੇਂ ਕਰ ਸਕਦੇ ਹਨ? ਭਾਰਤ ਵਿੱਚ ਨਾਟੋ (NATO) ਫੌਜ ਭੇਜ ਕੇ? ਭਾਰਤੀਆਂ ਦੇ H1B ਵੀਜ਼ਾ ਰੱਦ ਕਰਕੇ ਅਮਰੀਕੀ ਸਟਾਕ ਮਾਰਕੀਟ ਕਰੈਸ਼ ਹੋ ਜਾਏਗੀ ਕਿਓਂਕੀ 50% ਇੰਜੀਨੀਅਰ ਭਾਰਤ ਚਲੇ ਜਾਨ ਗੇ।

ਕੀ ਅਸੀਂ ਫੈਸਲਾ ਲੈਣ ਵਾਲਿਆਂ ਨੂੰ ਖੋਜ, ਇਤਿਹਾਸ, ਸੰਦਰਭ, ਲਾਭ, SWOT ਵਿਸ਼ਲੇਸ਼ਣ ਦਿੱਤਾ ਹੈ? ਫੈਸਲਾ ਲੈਣ ਵਾਲੇਆਂ ਦਾ ਕੰਮ ਆਸਾਨ ਕਰੋ। ਪੰਜਾਬ ਦੇ ਸਿੱਖ UP ਬਿਹਾਰ ਤੋਂ ਮਜ਼ਦੂਰਾਂ, ਅਤੇ ਭਾਰਤ ਤੋਂ ਚੀਜ਼ਾਂ ਖਰੀਦਣਾ ਕਿਉਂ ਨਹੀਂ ਬੰਦ ਕਰ ਦਿੰਦੇ?

ਪਾਕਿਸਤਾਨ ਇਸ ਲਈ ***ਨਹੀਂ*** ਬਣਾਇਆ ਗਿਆ ਸੀ ਕਿਉਂਕਿ ਮੁਸਲਮਾਨ ਇੱਕ ਵੱਖਰਾ ਦੇਸ਼ ਚਾਹੁੰਦੇ ਸਨ। ਪਾਕਿਸਤਾਨ ਅਤੇ ਹੋਰ ਮੱਧ ਪੂਰਬੀ ਦੇਸ਼ ਇਸ ਲਈ ਬਣਾਏ ਗਏ ਸਨ ਕਿਉਂਕਿ ਉਹ ਮਹਾਨ ਸ਼ਕਤੀਆਂ ਦੇ ਭੂ-ਰਾਜਨੀਤਿਕ ਅਤੇ ਰਣਨੀਤਕ ਹਿੱਤਾਂ ਦੀ ਲੋੜ ਸੀ।

ਸਿੱਖ ਜਨਤਾ ਨੂੰ ਸਧਾਰਨ ਸਪੱਸ਼ਟ ਸੰਦੇਸ਼ ਦੀ ਘਾਟ

ਸਿੱਖ ਜਨਤਾ ਨੂੰ ਕੀ ਕਰਨਾ ਚਾਹੀਦਾ ਹੈ? ਕੀ ਅਸੀਂ ਸਭ ਤੋਂ ਵਧੀਆ ਤੇ ਸਮਰੱਥ ਸਿੱਖਾਂ ਨੂੰ ਕੰਮ ਤੇ ਲਗਾ ਸਕਦੇ ਹਾਂ?

ਸਿੱਖ ਆਗੂਆਂ ਅਤੇ ਸੰਗਠਨਾਂ ਕੋਲ ਕੋਈ ਦ੍ਰਿਸ਼ਟੀ ਜਾਂ ਯੋਜਨਾ ਨਹੀਂ ਹੈ ਕਿਉਂਕਿ ਸਿੱਖ ਜਨਤਾ ਮਨੋਰੰਜਨ ਚਾਹੁੰਦੀ ਹੈ। ਸਿੱਖ ਆਗੂ ਸਿੱਖਾਂ ਨਾਲ ਮਿੱਠੀਆਂ ਗੱਲਾਂ ਕਰਦੇ ਹਨ, ਮਨੋਰੰਜਨ ਕਰਦੇ ਹਨ, ਅਤੇ ਅੰਤ ਵਿੱਚ ਉਨ੍ਹਾਂ ਨੂੰ ਗੁੰਮਰਾਹ ਕਰਦੇ ਹਨ। ਇਸ ਤਰਾਂ ਦੇ ਲੋਕਾਂ ਨੂੰ Ayn Rand ਨੇ 'Witch Doctor' (ਨੀਮ ਹਕੀਮ, ਠੱਗ ਬਾਬਾ) ਕਿਹਾ ਸੀ।

ਢਾਂਚੇ ਅਤੇ ਨੇਤਾ ਦੀ ਘਾਟ

'ਹਰ ਕੋਈ ਆਗੂ ਹੈ' ਕਿਸੇ ਕੰਪਨੀ ਜਾਂ ਅੰਦੋਲਨ ਨੂੰ ਚਲਾਉਣ ਦਾ ਬਹੁਤ ਮਾੜਾ ਤਰੀਕਾ ਹੈ। Division of labor ਮਹੱਤਵਪੂਰਨ ਹੈ। ਦਰਜਾਬੰਦੀ (hierarchy) ਬਹੁਤ ਮਹੱਤਵਪੂਰਨ ਹੈ।

ਕੀ ਕੋਈ ਸਫਲ ਕੰਪਨੀ, ਕਾਰੋਬਾਰ, ਸਰਕਾਰੀ ਵਿਭਾਗ ਹੈ ਜਿੱਥੇ 'ਹਰ ਕੋਈ ਆਗੂ ਹੈ' ਦੀ ਨੀਤੀ ਚਲਦੀ ਹੈ? ਆਪਣਾ ਗੈਸ ਸਟੇਸ਼ਨ, ਸਟੋਰ, ਫਾਰਮ, ਜਾਂ ਕਾਰੋਬਾਰ ਚਲਾਉਣ ਦੀ ਕੋਸ਼ਿਸ਼ ਕਰੋ ਜਿੱਥੇ 'ਹਰ ਕੋਈ ਆਗੂ ਹੈ'।

ਮੁਫ਼ਤ ਵਿੱਚ ਮਿਸ਼ਨਰੀ ਯਾਂ ਵਲੰਟੀਅਰ ਕੰਮ

ਇੱਕ ਸਧਾਰਨ ਦਸਤਾਵੇਜ਼ ਯਾਂ ਸੁਨੇਹਾ ਤਿਆਰ ਕਰਨ ਲਈ ਡੂੰਘੇ ਗਿਆਨ, ਬੁੱਧੀ, ਵਿਸ਼ਲੇਸ਼ਣ, ਮਿਹਨਤ, ਫੰਡ ਅਤੇ ਹੋਰ ਬਹੁਤ ਕੁਝ ਦੀ ਲੋੜ ਹੁੰਦੀ ਹੈ। ਇਹ 'ਆਪੇ' ਨਹੀਂ ਹੋ ਜਾਂਦਾ ਤੇ ਨਾਂ ਰੋਥਸਚਾਈਲਡ ਜਾਂ ਮਹਾਨ ਸ਼ਕਤੀਆਂ ਨੇ ਕਰਕੇ ਤੁਹਾੜੀ ਝੋਲੀ ਪਾਉਨਾ ਹੈ।

ਆਪਣਾ ਗੈਸ ਸਟੇਸ਼ਨ, ਸਟੋਰ, ਫਾਰਮ ਜਾਂ ਕਾਰੋਬਾਰ ਵਲੰਟੀਅਰਾਂ ਜਾਂ ਮਿਸ਼ਨਰੀ ਜਾਂ ਮੁਫ਼ਤ ਵਿੱਚ ਚਲਾਉਣ ਦੀ ਕੋਸ਼ਿਸ਼ ਕਰ ਕੇ ਦੇਖੋ।

ਏਕਤਾ ਦੀ ਘਾਟ

ਛੋਟੇ ਸਮੂਹ ਅਸਫਲ ਹੋ ਜਾਂਦੇ ਹਨ। ਲੋਕਾਂ ਨੂੰ **ਇੱਕ** ਸੰਗਠਨ ਵਿੱਚ **ਇੱਕ** ਖਾਸ ਏਜੰਡੇ ਦੇ ਨਾਲ **ਇੱਕ** ਨੇਤਾ ਦੇ ਨਾਲ ਇੱਕਜੁੱਟ ਹੋਣ ਦੀ ਲੋੜ ਹੈ।

'ਹਰ ਕਿਸੇ ਨੂੰ ਉਹ ਕਰਨਾ ਚਾਹੀਦਾ ਹੈ ਜੋ ਉਹ ਕਰ ਸਕਦੇ ਹਨ' - ਇੱਕ ਬਹੁਤ ਬੁਰਾ ਵਿਚਾਰ ਹੈ। ਏਕਤਾ ਮਹੱਤਵਪੂਰਨ ਹੈ। ਢਿੱਲੀਆਂ ਫੈਡਰੇਸ਼ਨਾਂ ਘੱਟ ਪ੍ਰਭਾਵਸ਼ਾਲੀ ਹੁੰਦੀਆਂ ਹਨ।

ਜੇ ਅਸੀਂ ਇੱਕਜੁੱਟ ਨਹੀਂ ਹੋ ਸਕਦੇ, ਜੇ ਅਸੀਂ ਸੰਗਠਿਤ ਨਹੀਂ ਕਰ ਸਕਦੇ, ਤਾਂ ਅਸੀਂ ਇੱਕ ਦੇਸ਼ ਨੂੰ ਕਿਵੇਂ ਇਕੱਠੇ ਰੱਖਾਂਗੇ? ਏਕਤਾ ਤੋਂ ਬਿਨਾਂ ਸਿੱਖ ਰਾਜ ਵਿੱਚ ਘਰੇਲੂ ਯੁੱਧ (civil war) ਹੋਵੇਗਾ।

21 ਵੀਂ ਸਦੀ ਦੀ ਅਰਥਵਿਵਸਥਾ ਅਤੇ ਰਾਜ ਲਈ 'ਮਿਸਲ ਕਲ' ਪ੍ਰਣਾਲੀ ਕੰਮ ਨਹੀਂ ਕਰੇਗੀ।

"ਸਮਾਜਿਕ-ਆਰਥਿਕ ਤੰਗੀ" ("socioeconomic hardship") ਨੂੰ ਮੁੱਖ ਮੁੱਦਾ ਬਣਾਓ

ਅੰਦੋਲਨ ਲੋਕਾਂ ਦੀਆਂ 'ਸਮਾਜਿਕ-ਆਰਥਿਕ ਤੰਗੀ' ਦੇ ਆਧਾਰ ਤੇ ਚਲਨਾ ਚਾਹੀਦਾ ਹੈ। ਅੰਦੋਲਨ ਲਗਜ਼ਰੀ ਵਿਸ਼ਵਾਸਾਂ (luxury beliefs) ਜਾਂ ਅਮੂਰਤ ਵਿਚਾਰਾਂ (abstract ideas) ਬਾਰੇ ਨਹੀਂ ਹੋਣਾ ਚਾਹੀਦਾ। 'ਸਮਾਜਿਕ-ਆਰਥਿਕ ਤੰਗੀ' ਨਾਲ ਹੀ ਆਮ ਲੋਕ ਜੁੜਨ ਗੇ।

ਨਾ ਕਰਨ ਵਾਲੀਆਂ ਗੱਲਾਂ:

- **ਕੋਈ ਨਾਟਕ ਨਹੀਂ, ਕੋਈ ਸਟੰਟ ਨਹੀਂ।** ਸਮਰੱਥ, ਵਾਜਬ, ਅਨੁਸ਼ਾਸਿਤ, ਸੰਗਠਿਤ, ਸੁਲਝੇ ਲੋਕਾਂ ਨਾਲ ਕੰਮ ਕਰੋ। ਉਦਾਹਰਨ ਲਈ ਸਿੰਗਾਪੁਰ ਦੇ ਪ੍ਰਧਾਨ ਮੰਤਰੀ ਲੀ ਕੁਆਨ ਯੂ।
- **ਵਿਰੋਧ ਪ੍ਰਦਰਸ਼ਨ ਤੇ ਮੋਰਚਾ ਇਕਲੇ ਕੁਝ ਪ੍ਰਾਪਤ ਨਹੀਂ ਕਰਦੇ।**
- **ਪ੍ਰਚਾਰ ਕਾਫ਼ੀ ਨਹੀਂ:** ਖ਼ਬਰਾਂ ਹਰ ਰੋਜ਼ ਸੰਕਟ ਨਾਲ ਭਰੀਆਂ ਹੁੰਦੀਆਂ ਹਨ। ਘੱਲੂਘਾਰਾ ਜਾਂ ਟ੍ਰਾਂਸ ਨੈਸ਼ਨਲ ਦਮਨ ਦੀ ਕੋਈ ਪਰਵਾਹ ਨਹੀਂ ਕਰਦਾ। ਰੋਜ਼ਾਨਾ ਸੈਂਕੜੇ ਮਰਦੇ ਹਨ।
- **ਔਨਲਾਈਨ ਸਰਗਰਮੀ ਦਾ ਕੋਈ ਫਾਇਦਾ ਨਹੀਂ:** "ਔਨਲਾਈਨ ਸਮਾਜਿਕ ਲਹਿਰ ਵਰਗੀ ਕੋਈ ਚੀਜ਼ ਨਹੀਂ ਹੈ।" ਔਨਲਾਈਨ ਫੇਸਬੁੱਕ ਅਤੇ ਯੂਟਿਊਬ ਪੋਸਟਾਂ ਦਾ ਕੋਈ ਫਾਇਦਾ ਨਹੀਂ ਹੈ। ਉਹ ਕੋਈ ਬਿਰਤਾਂਤ ਸਥਾਪਤ ਨਹੀਂ ਕਰਦੇ।
- **ਅਗਲੀ ਪੀੜ੍ਹੀ ਦੀ ਉਡੀਕ ਨਾ ਕਰੋ।** ਇਹ ਤੁਹਾਡਾ ਅਤੇ ਮੇਰਾ ਕੰਮ ਹੈ। ਕੰਮ ਕਰਨ ਦਾ ਸਮਾਂ ਹੁਣ ਹੈ।
- **ਸੱਤਾ ਨਾਲ ਟਕਰ ਨਾ ਲਓ:** ਨੋਮ ਚੌਮਸਕੀ ਆਪਣੀ ਕਿਤਾਬ 'How the World Works' ਵਿੱਚ ਲਿਖਦੇ ਹਨ: "ਸੱਤਾ ਨੂੰ ਸੱਚ ਬੋਲਣ ਦਾ ਕੋਈ ਫਾਇਦਾ ਨਹੀਂ ਹੈ। ਹੈਨਰੀ ਕਿਸਿੰਗਰ ਨੂੰ ਸੱਚ ਬੋਲਣ ਦਾ ਕੋਈ ਫਾਇਦਾ ਨਹੀਂ ਹੈ - ਉਹ ਪਹਿਲਾਂ ਹੀ ਸੱਚ ਜਾਣਦਾ ਹੈ। ਇਸ ਦੀ ਬਜਾਏ, ਸ਼ਕਤੀਹੀਣਾਂ ਨਾਲ ਸੱਚ ਬੋਲੋ - ਜਾਂ, ਬਿਹਤਰ, ਸ਼ਕਤੀਹੀਣਾਂ ਨਾਲ ਕੰਮ ਕਰੋ। ਫਿਰ ਉਹ ਨਾਜਾਇਜ਼ ਤਾਕਤ ਨੂੰ ਖਤਮ ਕਰਨ ਲਈ ਕਾਰਵਾਈ ਕਰਨਗੇ।"
- **ਪਖੰਡ ਤੇ ਮਨੋਰੰਜਨ ਨੂੰ ਫੰਡ ਨਾ ਦਿਓ:** ਸਿੱਖ ਫੇਸਬੁੱਕ ਅਤੇ ਯੂਟਿਊਬ ਤੇ ਪਖੰਡ ਤੇ ਮਨੋਰੰਜਨ ਕਰਨ ਵਾਲਿਆਂ ਨੂੰ ਫੰਡ ਦਿੰਦੇ ਹਨ। ਝੂਠੀ 'ਨਿਮਰਤਾ' ਵਾਲੇ ਸਿੱਖ ਆਗੂਆਂ ਦੀ ਪੇਸ਼ਗੀ ਕਰਦੇ ਹਨ। ਉਹ 'Witch Doctor' (ਨਿਮ ਹਕੀਮ ਅਤੇ ਠੱਗ ਬਾਬਾ) ਹਨ।

ਸਮਾਜਿਕ ਅੰਦੋਲਨ ਕਿਵੇਂ ਅਸਫਲ ਹੁੰਦੇ ਹਨ, ਇਸ ਬਾਰੇ ਜਾਣਨ ਦਾ ਇੱਕ ਹੋਰ ਵਧੀਆ ਤਰੀਕਾ ਹੈ ਉਹਨਾਂ ਦੀ ਤੁਲਨਾ ਕਾਰਪੋਰੇਸ਼ਨਾਂ ਦੁਆਰਾ ਕੰਮ ਕਰਨ ਦੇ ਤਰੀਕੇ ਨਾਲ ਕਰੋ। ਜਦੋਂ ਕਾਰਪੋਰੇਸ਼ਨਾਂ ਅਤੇ ਕੁਲੀਨ ਵਰਗ ਕੰਮ ਕਰਵਾਨਾ ਚਾਹੁੰਦੇ ਹਨ, ਤਾਂ ਉਹ ਇਹ ਕਰਦੇ ਹਨ:

- **ਸਪੱਸ਼ਟ ਏਜੰਡਾ:** ਉਦਾਹਰਨ ਲਈ, ਰਾਹਤ ਲੈਣ ਲਈ ਟੈਕਸ ਕਾਨੂੰਨ ਵਿੱਚ ਬਦਲਾਅ

- **ਸਪਸ਼ਟ ਭੂਮਿਕਾਵਾਂ ਅਤੇ ਜ਼ਿੰਮੇਵਾਰੀਆਂ ਵਾਲਾ ਸਪਸ਼ਟ ਸੰਗਠਨ ਢਾਂਚਾ** ਜਿਵੇਂ ਕਿ ਵਕੀਲ, ਲਾਬਿਸਟ, ਰਣਨੀਤੀ ਅਤੇ ਫੈਸਲਿਆਂ ਲਈ ਬੋਰਡ ਆਫ਼ ਡਾਇਰੈਕਟਰਜ਼, ਪਰਚਾਰਕ। ਕੋਈ 'ਫਲੈਟ' ਢਾਂਚਾ ਨਹੀਂ।
- **ਕੋਈ ਡਰਾਮਾ ਨਹੀਂ, ਕੋਈ ਸ਼ੌਂਕੀਆ ਨਾਟਕ ਨਹੀਂ, ਕੋਈ ਸਟੰਟ ਨਹੀਂ।**
- **ਪ੍ਰਚਾਰ** ਪਰਚਾਰਕ ਵਲੋਂ ਸੋਚ ਕੇ ਕੀਤਾ ਜਾਂਦਾ ਹੈ।
- **ਨਿਯੁਕਤ ਫੰਡ:** ਕੋਈ ਮਿਸ਼ਨਰੀ ਯਾਂ ਵਲੰਟੀਅਰ ਨਹੀਂ।

Role model
ਲੋਕ ਸਫਲ ਰੋਲ ਮਾਡਲ ਦੀ ਨਕਲ ਕਰਦੇ ਹਨ।

***

ਅੰਦੋਲਨ ਤੇ ਲਹਿਰਾਂ ਲਈ ਬਿਬੇਕ, ਫੰਡ, ਮਿਹਨਤ, ਸੰਗਠਨ, ਨੇਤਾ ਆਦਿ ਦੀ ਲੋੜ ਹੁੰਦੀ ਹੈ।

ਅੰਦੋਲਨ ਤੇ ਲਹਿਰਾਂ ਉਦੋਂ ਅਸਫਲ ਹੋ ਜਾਂਦੇ ਹਨ ਜਦੋਂ ਲੋਕ ਭਾਵਨਾਤਮਕ ਤੌਰ ਤੇ ਪ੍ਰੇਰਿਤ ਹੁੰਦੇ ਹਨ ਅਤੇ ਮਨੋਰੰਜਨ ਜਾਂ ਭੜਾਸ ਕਡਦੇ ਹਨ।

ਜੋ ਸੰਗਠਿਤ, ਅਨੁਸ਼ਾਸਿਤ, ਫੰਡ ਪ੍ਰਾਪਤ... ਹਨ, ਜਿੱਤਦੇ ਹਨ।

ਬ੍ਰਿਟਿਸ਼ ਟੀਵੀ ਸੀਰੀਜ਼ ਯੈੱਸ ਮਨਿਸਟਰ (Yes Minister) ਵਿੱਚ ਸਰ ਹੰਫਰੀ ਕਹਿੰਦੇ ਹਨ: "ਦੁਨੀਆਂ ਦਾ ਇਤਿਹਾਸ ਬੇਰਹਿਮ ਲੋਕਾਂ ਦਾ ਬੇਸਮਝ ਲੋਕਾਂ ਉੱਤੇ ਜਿੱਤ ਦਾ ਇਤਿਹਾਸ ਹੈ"।

Chapter 24

ਦੇਸ਼ ਕਿਵੇਂ ਬਣਦੇ ਹਨ

ਨਵੇਂ ਦੇਸ਼ ਮੌਜੂਦਾ ਵੱਡੇ ਦੇਸ਼ਾਂ ਦੇ ਟੁੱਟਣ ਨਾਲ ਬਣਦੇ ਹਨ। ਇਹ ਬਹੁਤ ਘਟ ਹੁੰਦਾ ਹੈ ਕਿ ਛੋਟੇ ਰਾਜ ਮਿਲਕੇ ਵੱਡਾ ਰਾਜ ਬਨਾਂਦੇ ਹਨ।

ਉਦਾਹਰਨਾਂ ਹਨ ਸੋਵੀਅਤ ਯੂਨੀਅਨ, ਓਟੋਮੈਨ ਸਾਮਰਾਜ, ਅਤੇ ਆਸਟ੍ਰੋ-ਹੰਗਰੀ ਸਾਮਰਾਜ ਦਾ ਟੁੱਟਣਾ। ਇਹ ਸਾਮਰਾਜ ਅੰਦਰੂਨੀ ਸਮੱਸਿਆਵਾਂ ਵਾਲੇ ਬਹੁ-ਜਾਤੀ ਯੂਨੀਅਨ ਸਨ ਜੋ ਪਹਿਲੇ ਵਿਸ਼ਵ ਯੁੱਧ ਵਰਗੇ ਬਾਹਰੀ ਆਫਤ ਸਾਹਮਣੇ ਢਹਿ-ਢੇਰੀ ਹੋ ਗਏ।

ਦੁਨੀਆ ਭਰ ਵਿੱਚ ਵੱਖਵਾਦੀ ਰਾਜ ਦੀਆਂ ਲਹਿਰਾਂ

ਫਲਸਤੀਨ
ਕਸ਼ਮੀਰ (ਭਾਰਤ)
ਬਲੋਚਿਸਤਾਨ (ਪਾਕਿਸਤਾਨ)
ਕੈਟਾਲੋਨੀਆ (ਸਪੇਨ)
ਨਾਗੋਰਨੋ-ਕਰਾਬਾਖ (ਅਜ਼ਰਬਾਈਜਾਨ)
ਦੱਖਣੀ ਸੂਡਾਨ (ਸੂਡਾਨ)
ਚੇਚਨੀਆ (ਰੂਸ)
ਟ੍ਰਾਂਸਨਿਸਟ੍ਰੀਆ (ਮੋਲਡੋਵਾ)
ਕਲਮੀਕੀਆ (ਰੂਸ)
ਦਾਗੇਸਤਾਨ (ਰੂਸ)
ਤਾਤਾਰਸਤਾਨ (ਰੂਸ)
ਕ੍ਰੀਮੀਆ (ਰੂਸ)
ਕੁਰਦਿਸਤਾਨ (ਇਰਾਨ, ਇਰਾਕ, ਸੀਰੀਆ, ਤੁਰਕੀ)
ਅਬਖਾਜ਼ੀਆ (ਜਾਰਜੀਆ)
ਦੱਖਣੀ ਓਸੇਸ਼ੀਆ (ਜਾਰਜੀਆ)
ਅਜਾਰੀਆ (ਜਾਰਜੀਆ)
… ਅਤੇ ਦਰਜਨਾਂ ਹੋਰ।

ਸੰਕਟ ਦੇ ਦੌਰਾਨ ਹਰ ਦੇਸ਼ ਨਹੀਂ ਢਹਿ ਜਾਂਦਾ। ਸਾਰੀਆਂ ਵੱਖਵਾਦੀ ਲਹਿਰਾਂ ਕਾਮਯਾਬ ਨਹੀਂ ਹੁੰਦੀਆਂ।

ਦੇਸ਼ ਕਿਵੇਂ ਬਣਦੇ ਹਨ

ਇਤਿਹਾਸ ਦੇ ਚੌਰਾਹੇ ਤੇ ਨਵੇਂ ਦੇਸ਼ ਬਣਦੇ ਹਨ। **ਸਹੀ ਸਮਾਂ ਬਹੁਤ ਜਰੂਰੀ ਹੈ।** ਨਵੇਂ ਦੇਸ਼ ਉਦੋਂ ਬਣਦੇ ਹਨ ਜਦੋਂ ਵੱਡੇ ਰਾਜ ਟੁੱਟ ਜਾਂਦੇ ਹਨ। (**ਕਦੋਂ**)

ਨਵੇਂ ਦੇਸ਼ ਇੱਕ ਪ੍ਰਤੀਬੱਧ ਘੱਟਗਿਣਤੀ (committed minority) **ਦੁਆਰਾ** ਬਣਾਏ ਜਾਂਦੇ ਹਨ ਜੋ ਸੰਗਠਿਤ ਅਤੇ ਰਾਜਨੀਤਿਕ ਸਰਦਾਰੀ ਵਾਲੀ ਹੁੰਦੀ ਹੈ। (**ਕੌਣ**).

ਨਵੇਂ ਰਾਸ਼ਟਰ-ਰਾਜ ਉਦੋਂ ਬਣਦੇ ਹਨ **ਜਦੋਂ** ਸੰਗਠਿਤ ਪ੍ਰਤੀਬੱਧ ਘੱਟ ਗਿਣਤੀ ਲੋਕਾਂ ਦੇ ਸਵੈ-ਨਿਯਮ, ਸ਼ਿਕਾਇਤਾਂ ਅਤੇ ਨਸਲੀ ਮਾਤਭੂਮੀ ਦੇ ਇਤਿਹਾਸ ਨੂੰ ਇੱਕ ਬਿਰਤਾਂਤ ਵਿੱਚ ਲਿਆਉਂਦੀ ਹੈ। ਉਹ ਢਹਿ-ਢੇਰੀ ਪ੍ਰਣਾਲੀ ਦੇ ਸਮਾਨਾਂਤਰ ਇੱਕ ਵਿਕਲਪਿਕ ਪ੍ਰਣਾਲੀ ਦਾ ਪ੍ਰਸਤਾਵ ਲਾਗੂ ਕਰਦੇ ਹਨ। ਲੋਕ ਬਦਲਵੇਂ ਸਿਸਟਮ ਨੂੰ ਅਪਣਾਉਂਦੇ ਹਨ ਕਿਉਂਕਿ ਖਰਾਬ ਪ੍ਰਣਾਲੀ ਫੇਲ ਹੋ ਰਹੀ ਹੈ। ਵਿਚਾਰਧਾਰਾ ਲੋਕਾਂ ਨੂੰ ਇਕੱਠਿਆਂ ਲਿਆਉਂਦੀ ਹੈ ਅਤੇ ਉਨ੍ਹਾਂ ਨੂੰ ਜੋੜ ਸਕਦੀ ਹੈ। (**ਕਿਵੇਂ**)।

ਸਫਲ ਵੱਖਵਾਦੀ ਅੰਦੋਲਨ ਲਈ **ਸਭ ਤੋਂ ਮਹੱਤਵਪੂਰਨ ਕਾਰਕ ਰਾਜਨੀਤਿਕ ਸਰਦਾਰੀ ਵਾਲੀ ਇਕ ਸਮਰਪਿਤ ਸੰਗਠਨ ਦੀ ਮੌਜੂਦਗੀ ਹੈ**। (single dedicated organization for Sovereignty with political hegemony)

ਇਹ **ਸਭ ਤੋਂ ਵੱਡੀ ਚੀਜ਼ ਹੈ** ਜੋ ਅਸਫਲ ਅੰਦੋਲਨਾਂ ਨੂੰ ਸਫਲ ਅੰਦੋਲਨ ਬਨਾਂਦੀ ਹੈ।

ਢਿੱਲੀ ਫੈਡਰੇਸ਼ਨਾਂ ਤੇ ਇਕਲੇ ਇਕਲੇ ਕੰਮ ਕਰਨਾ ਘੱਟ ਪ੍ਰਭਾਵਸ਼ਾਲੀ ਹੁੰਦਾ ਹੈ।

"ਲੋਕ ਤਖਤਾ ਪਲਟਣ ਜਾਂ ਨਵੇਂ ਦੇਸ਼ ਦਾ ਸਿਰਜਣ ਨਹੀਂ ਕਰਦੇ। ਸਿਰਫ਼ 'ਸੰਗਠਿਤ ਲੋਕ' (organized people) ਹੀ ਸਮਾਜਿਕ ਤਬਦੀਲੀਆਂ ਨੂੰ ਪ੍ਰਾਪਤ ਕਰ ਸਕਦੇ ਹਨ।" (ਪ੍ਰੋ. ਪੀਟਰ ਟਰਚਿਨ, 'End Times: Elites, Counter-Elites, and the Path of Political Disintegration', ਪੰਨਾ 176)।

"ਇੱਕ ਸਫਲ ਕ੍ਰਾਂਤੀ ਲਈ ਡੂੰਘੀ ਲੋਕ-ਸਮਰਥਨ ਵਾਲੀ ਇਕਜੁੱਟ ਅਤੇ ਸੰਗਠਿਤ ਇਨਕਲਾਬੀ ਪਾਰਟੀ ਦੀ ਲੋੜ ਹੁੰਦੀ ਹੈ।" (ਪ੍ਰੋ. ਪੀਟਰ ਟਰਚਿਨ, 'End Times: Elites, Counter-Elites, and the Path of Political Disintegration', ਪੰਨਾ 207)।

ਸਹੀ ਸਮੇ ਤੇ ਕੰਮ ਕਰਨਾ ਬਹੁਤ ਜਰੂਰੀ ਹੈ। ਨਵੇਂ ਨੇਸ਼ਨ-ਸਟੇਟ ਉਦੋਂ ਬਣਦੇ ਹਨ ਜਦੋਂ ਵੱਡੇ ਰਾਜ ਟੁੱਟ ਜਾਂਦੇ ਹਨ। ਇਹ ਆਮ ਤੌਰ ਤੇ ਵਿਸ਼ਵ ਯੁੱਧ ਜਾਂ ਆਰਥਿਕ ਪਤਨ ਜਾਂ ਮੁਦਰਾ ਰੀਸੈਟ ਦੇ ਸਮੇਂ ਵਾਪਰਦਾ ਹੈ।

ਜੇਕਰ ਲੋਕ ਇਤਿਹਾਸ ਦੇ ਚੌਰਾਹੇ ਤੇ ਨਹੀਂ ਸੰਭਲਦੇ, ਤਾਂ ਉਹਨਾਂ ਨੂੰ ਅਗਲੇ ਮੌਕੇ ਲਈ ਦਹਾਕਿਆਂ, ਜਾਂ ਸੈਂਕੜੇ ਸਾਲਾਂ ਦੀ ਉਡੀਕ ਕਰਨੀ ਪਵੇਗੀ। ਇਹ ਵੀ ਹੋ ਸਕਦਾ ਹੈ ਕਿ ਦੁਬਾਰਾ ਕਦੇ ਵੀ ਵਾਰੀ ਨਾ ਆਵੇ।

"ਸਿਰਫ ਇੱਕ **ਸੰਕਟ ਅਸਲ ਤਬਦੀਲੀ ਪੈਦਾ ਕਰਦਾ ਹੈ।** ਜਦੋਂ ਉਹ ਸੰਕਟ ਹੁੰਦਾ ਹੈ, ਤਾਂ ਉਹ ਕਾਰਵਾਈਆਂ ਕੀਤੀਆਂ ਜਾਂਦੀਆਂ ਹਨ ਜੋ ਆਲੇ ਦੁਆਲੇ ਪਈਆਂ ਹੁੰਦਿਆਂ ਹਨ। ਮੇਰਾ ਮੰਨਣਾ ਹੈ ਕਿ ਇਹ ਸਾਡਾ ਬੁਨਿਆਦੀ ਕੰਮ

ਹੈ: ਮੌਜੂਦਾ ਨੀਤੀਆਂ ਦੇ ਵਿਕਲਪਾਂ ਨੂੰ ਵਿਕਸਤ ਕਰਨਾ, ਉਹਨਾਂ ਨੂੰ ਜ਼ਿੰਦਾ ਰੱਖਣਾ ਅਤੇ ਉਦੋਂ ਤੱਕ ਉਪਲਬਧ ਰੱਖਣਾ ਜਦੋਂ ਤੱਕ ਸਿਆਸੀ ਤੌਰ ਤੇ ਅਸੰਭਵ ਸਿਆਸੀ ਤੌਰ ਤੇ ਅਟੱਲ ਨਹੀਂ ਹੋ ਜਾਂਦਾ।" (ਮਿਲਟਨ ਫਰੀਡਮੈਨ)।

ਸਿਆਸੀ ਦਬਦਬਾ ਅਤੇ ਲੋਕਾਂ ਦਾ ਸਮਰਥਨ ਮਹੱਤਵਪੂਰਨ ਹੈ ਤਾਂ ਜੋ ਸੰਕਟ ਤੇ ਆਪਣੀ ਸਿਆਸੀ ਸਰਦਾਰੀ ਦੀ ਵਰਤੋਂ ਕਰਕੇ ਲੋਕਾਂ ਨੂੰ ਲਾਮਬੰਦ ਕਰ ਸਕੇ।

ਪ੍ਰੋ. ਪੀਟਰ ਟਰਚਿਨ ਕਹਿੰਦੇ ਹਨ: "ਰਾਜ ਦਾ ਪਤਨ (downfall) ਇਤਿਹਾਸ ਵਿੱਚ ਵਾਰ ਵਾਰ ਵਾਪਰਦਾ ਹੈ।"

"ਗੁੰਝਲਦਾਰ ਮਨੁੱਖੀ ਸਮਾਜਾਂ ਨੂੰ ਨਿਯੰਤਰਿਤ ਕਰਨ ਵਾਲੀ ਰਾਜਨੀਤਿਕ ਅਥਾਰਟੀ ਨਾਜ਼ੁਕ ਹੈ... " (ਪ੍ਰੋ. ਪੀਟਰ ਟਰਚਿਨ, 'End Times: Elites, Counter-Elites, and the Path of Political Disintegration', ਪੰਨਾ 188)।

ਭਾਰਤ ਵਰਗੇ ਦੇਸ਼ ਆਖਰੀ ਪੜਾਅ ਵਿੱਚ ਹਨ। ਕੁਝ ਵੀ ਕੰਮ ਨਹੀਂ ਕਰਦਾ, ਕੁਝ ਵੀ ਠੀਕ ਨਹੀਂ ਕੀਤਾ ਜਾ ਸਕਦਾ। ਭਾਰਤ ਉੱਤਰੀ ਕੋਰੀਆ ਜਾਂ ਸੁਡਾਨ ਜਾਂ ਅਫਗਾਨਿਸਤਾਨ ਵਰਗੇ ਨਿਪੁੰਸਕ ਢਹਿ-ਢੇਰੀ ਰਾਜ ਦੇ ਤੌਰ ਤੇ ਸਦੀਵੀ ਅੰਤ ਦੇ ਸਮੇਂ (end times) ਦੀ ਸਥਿਤੀ ਵਿੱਚ ਰਹੇਗਾ ਜਾਂ ਟੁਟ ਜਾਏਗਾ।

	ਨਵੇਂ ਦੇਸ਼ ਬਨਨ ਲਈ ਕਾਰਕ	ਕੀ ਸਿੱਖਾਂ ਕੋਲ ਹੈ?
1	ਪ੍ਰਭੂਸੱਤਾ ਲਈ ਸਮਰਪਿਤ ਇੱਕ ਸੰਸਥਾ	ਹਾਂ
	• ਟੀਮ, ਲੜੀ, ਨੇਤਾ	ਟੀਮ ਅਤੇ ਲੜੀ ਤਿਆਰ। ਲੀਡਰ ਦਾ ਫੈਸਲਾ ਅਤੇ ਉਚਿਤ ਮੋੜ ਤੇ ਪ੍ਰਗਟ ਹੋਏਗਾ
	• ਰਾਜਨੀਤਿਕ ਸਰਦਾਰੀ ਅਤੇ ਲੋਕ ਸਮਰਥਨ	ਹਾਂ, ਸੰਗਠਨ ਸਿੱਖ ਭਾਈਚਾਰੇ ਵਿੱਚ ਬਹੁਤ ਸਰਗਰਮ ਹੈ ਅਤੇ ਸਿੱਖ ਪ੍ਰਭੂਸੱਤਾ ਲਈ ਅਗਵਾਈ ਪ੍ਰਦਾਨ ਕਰ ਰਹੀ ਹੈ।
	• ਜ਼ੁਲਮ ਦਾ ਵਿਰੋਧ ਕਰਨ ਦੀ ਤਾਕਤ	ਹਾਂ, ਭਾਰਤ ਦੇ ਜਬਰ ਦੇ ਬਾਵਜੂਦ ਸਿੱਖ ਪ੍ਰਭੂਸੱਤਾ ਦੀ ਇੱਛਾ ਵਧਦੀ ਰਹਿੰਦੀ ਹੈ।
	• ਸੰਕਟ ਪੈਦਾ ਕਰਨ ਦੀ ਸਮਰੱਥਾ	ਹਾਂ, ਕਿਸਾਨ ਮੋਰਚਾ ਅਤੇ ਚੱਲ ਰਹੇ ਸਿੱਖ ਰੈਫਰੈਂਡਮ ਨੇ ਦਿਖਾਇਆ ਹੈ ਕਿ ਸਿੱਖ ਲੱਖਾਂ ਦੀ ਗਿਣਤੀ ਵਿੱਚ ਉੱਠ ਸਕਦੇ ਹਨ ਅਤੇ ਸਿਆਸੀ ਸੰਕਟ ਪੈਦਾ ਕਰ ਸਕਦੇ ਹਨ।
	• ਕੁਲੀਨਾਂ, ਬੁੱਧੀਜੀਵੀਆਂ ਦਾ ਪਾਲਣ ਪੋਸ਼ਣ ਕਰਨਾ	ਹਾਂ, ਕਿਤਾਬਾਂ, ਕਾਨਫਰੰਸਾਂ ਅਤੇ ਸੋਸ਼ਲ ਮੀਡੀਆ ਰਾਹੀਂ
	• ਫੰਡਿੰਗ	ਹਮੇਸ਼ਾ ਤੰਗੀ, ਕਿਰਪਾ ਦਾਨ ਕਰੋ।
	• ਗੱਲਬਾਤ ਕਰਨ ਦੀ ਸਮਰੱਥਾ	ਹਾਂ, ਟੀਮ ਅਤੇ ਨੇਤਾ ਦੁਆਰਾ.
2	ਬਹੁਮਤ ਵਾਲਾ ਨਸਲੀ ਹੋਮਲੈਂਡ	ਹਾਂ, ਪੰਜਾਬ
3	ਰਾਜ ਦਾ ਇਤਿਹਾਸ	ਹਾਂ, ਦੋ ਸਿੱਖ ਰਾਜ
4	ਪ੍ਰਭੂਸੱਤਾ ਦਾ ਦਾਅਵਾ:	
	• ਵੱਖਰੀ ਪਛਾਣ	ਹਾਂ, ਸਿੱਖਾਂ ਨੂੰ ਵੱਖਰੀ ਕੌਮ ਵਜੋਂ ਮਾਨਤਾ ਪ੍ਰਾਪਤ ਹੈ। ਸਿੱਖ (ਅਤੇ ਪੰਜਾਬੀਆਂ) ਭਾਰਤੀ ਨਹੀਂ ਹਨ। ਉਹਨਾਂ ਦੀ ਪਛਾਣ ਸਿੱਖ (ਨਸਲੀ-ਧਾਰਮਿਕ) ਅਤੇ ਪੰਜਾਬੀ (ਖੇਤਰੀ, ਸੱਭਿਆਚਾਰਕ ਅਤੇ ਸੱਭਿਅਤਾ) ਹੈ।
	• ਸ਼ਿਕਾਇਤਾਂ	ਹਾਂ, ਦਸਤਾਵੇਜ਼ੀ। 1984 ਸਿੱਖ ਘੱਲੂਘਾਰਾ (ਨਸਲਕੁਸ਼ੀ), ਪੰਜਾਬ ਦੇ ਦਰਿਆਈ ਪਾਣੀਆਂ ਦੀ ਲੁੱਟ, ਜਬਰ ਅਤੇ ਟਰਾਂਸ ਨੈਸ਼ਨਲ ਦਮਨ, ਭਾਰਤ ਵਿੱਚ ਸਿੱਖਾਂ ਨਾਲ ਵਿਤਕਰਾ।
	• ਲਾਲਚ	ਹਾਂ, ਭਾਰਤ ਤੋਂ ਬਾਹਰ ਆਪਣੀਆਂ ਸ਼ਰਤਾਂ ਤੇ ਖੁਸ਼ਹਾਲੀ ਦੀ ਇੱਛਾ। ਆਪਣੇ ਭੂ-ਰਾਜਨੀਤਿਕ ਅਤੇ ਭੂ-ਆਰਥਿਕ ਮਾਡਲ ਦੇ ਰੂਪ ਵਿੱਚ ਸਭ ਲਈ ਖੁਸ਼ਹਾਲੀ ਦਾ ਦ੍ਰਿਸ਼ਟੀਕੋਣ।
	• ਸਰਗਰਮ	ਹਾਂ, ਸਿੱਖ referendum ਅਤੇ ਕਿਸਾਨ ਮੋਰਚਾ ਵਿੱਚ ਲੱਖਾਂ ਦੀ ਗਿਣਤੀ ਵਿੱਚ ਲਾਮਬੰਦ।

ਇਨਕਲਾਬ ਤੋਂ ਬਾਅਦ (The Day After)

ਢਹਿ-ਢੇਰੀ ਰਾਜ ਤਬਦੀਲੀ ਨੂੰ ਰੋਕਣ ਲਈ ਸਮਝੌਤਾ ਅਤੇ ਗੱਲਬਾਤ ਕਰਦਾ ਹੈ। ਗੱਲਬਾਤ ਵੇਲੇ ਚਾਲਾਂ ਦੀਆਂ ਉਦਾਹਰਨਾਂ ਹਨ:

- ਵਿਰੋਧੀ ਸੰਗਠਨ ਵਿੱਚ **ਘੁਸਪੈਠ** ਕਰਨਾ, ਅੰਦਰੋਂ ਇਨਕਲਾਬ ਨੂੰ ਪ੍ਰਭਾਵਸ਼ਾਲੀ ਢੰਗ ਨਾਲ ਤੋੜਨਾ।
- ਵਿੱਤੀ ਜਾਂ ਕਾਨੂੰਨੀ ਤੌਰ ਤੇ ਨੇਤਾਵਾਂ ਤੇ **ਹਮਲਾ** ਕਰਨਾ।
- ਸੁਧਾਰਾਂ ਦਾ **ਝੂਠਾ ਵਾਅਦਾ**: ਸਮਾਂ ਖਰੀਦਣ ਲਈ ਤਬਦੀਲੀ ਦਾ ਭਰਮ ਦੇਣਾ।
- ਰਿਸ਼ਵਤ, ਲੀਡਰਸ਼ਿਪ ਦੇ ਅਹੁਦੇ, ਅਤੇ ਤਾਕਤ ਵੰਡ **ਸਮਝੌਤੇ**
- **ਅਸੰਭਵ ਹਾਲਾਤ ਬਣਾਉਣਾ** ਤਾਂ ਕਿ ਹੱਲ ਅਸੰਭਵ ਹੋ ਜਾਵੇ।
- ਇਕ ਹੋਰ **ਨਵਾਂ ਸੰਕਟ** ਖੜ੍ਹਾ ਕਰਨਾ।
- ਨੇਤਾ ਦਾ **ਕਤਲ** ਕਰਨਾ।

ਅੰਦੋਲਨ ਦੀ ਸਫਲਤਾ ਦਬਾਅ, ਜਬਰ, ਨਵਾਂ ਸੰਕਟ, ਰਿਸ਼ਵਤ, ਕਤਲ, ਅਤੇ ਜਵਾਬੀ ਪੇਸ਼ਕਸ਼ਾਂ ਦਾ ਵਿਰੋਧ ਕਰ ਸਕੇਗਾ ਯਾਂ ਨਾਂ ਤੇ ਨਿਰਭਰ ਕਰਦਾ ਹੈ।

ਅੰਤਰਰਾਸ਼ਟਰੀ ਮਾਨਤਾ ਮਿਲ ਜਾਂਦੀ ਹੈ ਜੇਕਰ ਪ੍ਰਭੂਸੱਤਾ ਲਈ ਸਮਰਪਿਤ ਸੰਸਥਾ ਨੇ ਢੁਕਵੇਂ ਸੰਪਰਕ ਬਣਾਏ ਹਨ। ਮਾਨਤਾ ਮਿਲ ਜਾਂਦੀ ਹੈ ਜੇਕਰ ਤਰਕਪੂਰਨ ਅਤੇ ਤਰਕਸੰਗਤ ਤੌਰ ਤੇ ਵਿਸ਼ਵ ਦੇ ਫੈਸਲੇ ਲੈਣ ਵਾਲੇਆਂ ਨੂੰ ਆਪਣੀ ਪ੍ਰਭੂਸੱਤਾ ਦੀ ਸਥਿਤੀ ਲਈ ਆਪਣਾ ਦਾਅਵਾ ਪੇਸ਼ ਕੀਤਾ ਹੁੰਦਾ ਹੈ।

ਨਵੇਂ ਰਾਜ ਦਾ ਫੌਜੀ ਕਬਜ਼ਾ ਘੱਟ ਹੀ ਸਫਲ ਹੁੰਦਾ ਹੈ ਜੇਕਰ ਅੰਤਰਰਾਸ਼ਟਰੀ ਮਾਨਤਾ ਮਿਲੀ ਹੋਵੇ।

ਨਿਯੰਤਰਿਤ ਵਿਰੋਧੀ ਧਿਰ (Controlled Opposition)

'ਠਗ ਬਾਬੇ' ਤੇ ਸਿਆਸੀ 'ਨੀਮ ਹਕੀਮ' ਦੀ ਅਗਵਾਈ ਵਾਲੀ ਨਿਯੰਤਰਿਤ ਵਿਰੋਧੀ ਧਿਰ ਸਿੱਖ ਲੀਡਰਸ਼ਿਪ ਦੇ ਰੂਪ ਵਿੱਚ ਆਪਣੇ ਆਪ ਨੂੰ ਸਥਾਪਤੀ ਕਰਦੀ ਹੈ। ਇਹ ਹਰ ਸਮਾਗਮ ਵਿੱਚ ਸ਼ਾਮਲ ਹੁੰਦੇ ਹਨ, ਕਿਸੇ ਵੀ ਤਰੱਕੀ ਨੂੰ ਕਮਜ਼ੋਰ ਕਰ ਦੇ ਹਨ, ਸਿੱਖਾਂ ਨੂੰ ਬਦਨਾਮ ਕਰਦੇ ਹਨ, ਅਤੇ ਅੰਤ ਵਿੱਚ ਕਿਸੇ ਵੀ ਗੱਲਬਾਤ ਵਿੱਚ ਸਿੱਖਾਂ ਵਲੋਂ ਜਾ ਕੇ ਸਿੱਖਾਂ ਵਲੋਂ surrender ਕਰਦੇ ਹਨ।

"ਇਹ ਵੱਡੇ ਦੇਸ਼ਾਂ ਦੇ ਖੁਫੀਆ ਸੈਟਅਪ ਵਿੱਚ ਨਿਯੰਤਰਿਤ ਵਿਰੋਧੀ ਧਿਰ ਬਣਾਉਣ ਦੀ ਪੁਰਾਣੀ ਚਾਲ ਹੈ। ਇਸ ਦਾ ਦੋਹਰਾ ਉਦੇਸ਼ ਹੈ।

ਪਹਿਲਾਂ, ਇਹ ਵਿਰੋਧੀ ਸਰੋਤਾਂ ਅਤੇ ਇਮਾਨਦਾਰ ਹੇਠਲੇ ਪੱਧਰ ਦੇ ਮੈਂਬਰਾਂ ਨੂੰ ਆਕਰਸ਼ਿਤ ਕਰਦਾ ਹੈ, ਉਹਨਾਂ ਨੂੰ ਸ਼ਾਨਦਾਰ ਪ੍ਰਦਰਸ਼ਨ ਕਰਨ ਲਈ ਉਕਸਾਉਂਦਾ ਹੈ।

ਦੂਜਾ, ਇਹ ਯਕੀਨੀ ਬਣਾਉਂਦਾ ਹੈ ਕਿ ਇਹ "ਵਿਰੋਧ" ਸਿਰਫ਼ ਇੱਕ ਦਿਖਾਵਾ ਹੀ ਰਹਿ ਜਾਂਦਾ ਹੈ ਅਤੇ ਉਹਨਾਂ ਨੂੰ ਅਸਲ ਮੁੱਲ ਦੀ ਕੋਈ ਵੀ ਚੀਜ਼ ਪ੍ਰਾਪਤ ਕਰਨ ਤੋਂ ਰੋਕਦਾ ਹੈ ਕਿਉਂਕਿ ਦੋਗਲੀ ਲੀਡਰਸ਼ਿਪ ਨਹੀਂ ਚਾਹੁੰਦੀ ਕਿ ਇਸ ਵਿੱਚ ਕੋਈ ਸੱਚਾ ਬਦਲਾਅ ਆਵੇ।

ਕਿਸੇ ਵੀ ਲਹਿਰ ਜਾਂ ਜਥੇਬੰਦੀ ਦੀ ਸ਼ੁੱਧਤਾ ਨੂੰ ਕਾਇਮ ਰੱਖਣਾ ਹਮੇਸ਼ਾ ਹੀ ਚੁਣੌਤੀ ਰਿਹਾ ਹੈ। ਅੰਦਰੋਂ ਤੋੜ-ਫੋੜ ਕਰਨ ਲਈ ਘੁਸਪੈਠ ਕਰਨਾ ਅਤੇ ਬਦਨਾਮ ਕਰਨਾ... ਪਰ ਇਸਨੂੰ ਸਾਬਤ ਕਰਨਾ ਬਹੁਤ ਮੁਸ਼ਕਲ ਹੈ। " (ਰਾਜਵਿੰਦਰ ਸਿੰਘ ਬੈਂਸ, ਵਕੀਲ ਪੰਜਾਬ ਮਨੁੱਖੀ ਅਧਿਕਾਰ ਸੰਗਠਨ)।

ਪੀਟਰ ਫਰੀਡਰਿਕ ਦੀ ਕਿਤਾਬ "ਸਿੱਖ ਕਾਕਸ: ਦਿੱਲੀ ਵਿੱਚ ਘੇਰਾਬੰਦੀ, ਵਾਸ਼ਿੰਗਟਨ ਵਿੱਚ ਸਰੰਡਰ" ਇਸ ਬਾਰੇ ਵਿਸਥਾਰ ਵਿੱਚ ਖੋਜ ਕਰਦੀ ਹੈ। [43]

***

ਭਾਰਤ ਖਾਮੋਸ਼ ਘਰੇਲੂ ਜੰਗ (silent civil war) ਵਿੱਚ ਹੈ। ਇਹ ਜੰਗ ਲੋਕਾਂ ਤੇ ਭਾਰਤ ਸਟੇਟ ਵਿੱਚ ਹੈ। ਇਸ ਘਰੇਲੂ ਜੰਗ ਵਿੱਚ ਸਿੱਖ ਸਭ ਤੋਂ ਅੱਗੇ ਹਨ।

ਜਨਤਾ ਭਾਰਤ ਦੇ ਸਿਸਟਮ ਤੋਂ ਬਾਹਰ ਹੈ। ਭਾਰਤੀਆਂ ਦੀ ਵੱਡੀ ਬਹੁਗਿਣਤੀ ਭਾਰਤ ਨੂੰ ਆਪਣਾ ਦੇਸ਼ ਨਹੀਂ ਮੰਨਦੀ। ਉਹ ਭਾਰਤ ਨਾਲ ਪਛਾਣ ਨਹੀਂ ਰੱਖਦੇ। ਨਸਲੀ, ਧਾਰਮਿਕ, ਭਾਸ਼ਾਈ, ਖੇਤਰੀ ਪਛਾਣਾਂ ਉਨ੍ਹਾਂ ਦੀ ਪਛਾਣ ਕਰਦੀਆਂ ਹਨ। ਦੁਰਾਚਾਰੀ ਸੰਸਥਾਵਾਂ (malevolent institutions) ਅਤੇ 'ਉੱਚ ਜਾਤੀਆਂ' ਦੁਆਰਾ ਸੰਚਾਲਿਤ ਭਾਰਤ ਦੀ ਸਰਕਾਰ ਤੋਂ ਵੱਧ ਲੋਕਾਂ ਦੀ ਸੇਵਾ ਕਬਾਇਲੀ ਪਛਾਣਾਂ (tribal identities) ਕਰਦੀਆਂ ਹਨ।

ਭਾਰਤ ਤੇ ਸ਼ਾਸਨ ਕਰਨ ਵਾਲੇ ਭਾਰਤ ਦੇ ਸਵੈ-ਨਿਯੁਕਤ 'ਉੱਚ ਜਾਤੀਆਂ' ਹੇਰਾਫੇਰੀ ਕਰਨ ਵਾਲੇ 'ਠਗ ਬਾਬੇ' ਤੇ ਸਿਆਸੀ 'ਨੀਮ ਹਕੀਮ' ਵਜੋਂ ਆਪਣੀ ਭੂਮਿਕਾ ਵਿੱਚ ਅਸਫਲ ਰਹੇ ਹਨ। 'ਅਟਿਲਾ ਦ ਹਨ' ਆਪਣੀ ਬੇਰਹਿਮੀ ਤੇ ਦਮਨ ਅਤੇ ਹਿੰਸਾ ਦੇ ਨਾਲ ਭਾਰਤ ਨੂੰ ਜੋੜ ਕੇ ਰਖਿਆ ਹੈ। ਭਾਰਤ ਦਾ ਵੱਧ ਰਿਹਾ ਪੁਲਿਸ ਬਜਟ ਆਪਣੇ ਲੋਕਾਂ ਉਪਰ ਘਰੇਲੂ ਯੁੱਧ ਦਰਸਾਉਂਦਾ ਹੈ।

ਨਵੇਂ ਰਾਸ਼ਟਰ-ਦੇਸ਼ਾਂ ਦੇ ਗਠਨ ਦੀ ਪ੍ਰਕਿਰਿਆ ਚੰਗੀ ਤਰ੍ਹਾਂ ਜਾਣੀ ਅਤੇ ਦਸਤਾਵੇਜ਼ੀ ਹੈ। ਸਿੱਖ ਸੰਸਥਾ ਦੱਖਣੀ ਏਸ਼ੀਆ ਵਿੱਚ ਪ੍ਰਭੂਸੱਤਾ ਲਈ ਆਪਣੇ ਦਾਅਵਾ ਦਾ ਪ੍ਰਸਤਾਵ ਰੱਖਣ ਲਈ ਮਿਹਨਤ ਕਰ ਰਹੀ ਹੈ।

ਸੰਸਥਾ ਦਾ ਸਿੱਖਾਂ ਵਿਚ ਡੂੰਘਾ ਸਮਰਥਨ ਹੈ। ਉਹ ਟਰਾਂਸ ਨੈਸ਼ਨਲ ਦਮਨ ਦੇ ਮਾਹੌਲ ਵਿੱਚ ਕੰਮ ਕਰ ਰਹੀ ਹੈ।

ਸਿੱਖ referendum ਨੇ ਦੁਨੀਆਂ ਭਰ ਦੇ ***ਲੱਖਾਂ ਸਿੱਖਾਂ ਨੂੰ ਲਾਮਬੰਦ ਕੀਤਾ***। ਪੰਜਾਬ ਅਤੇ ਭਾਰਤ ਵਿੱਚ ਕਿਸਾਨ ਮੋਰਚਾ ਨੇ ਵੀ ਦਿਖਾਇਆ ਕਿ ***ਸਿੱਖ ਲੱਖਾਂ ਦੀ ਗਿਣਤੀ ਵਿੱਚ ਉੱਠ ਸਕਦੇ ਹਨ***। ਇਹ ਦੋਵੇਂ ਆਪਣੇ ਨਸਲੀ ਵਤਨ ਲਈ ਸਿੱਖ ਲਾਮਬੰਦੀ ਦੇ ਸੰਕੇਤ ਹਨ।

ਅੱਖਾਂ ਨਹੀਂ ਦੇਖਦੀਆਂ ਜੋ ਮਨ ਨਹੀਂ ਜਾਣਦਾ। ਜਨਤਾ ਲਾਮਬੰਦ ਹੈ। 'ਕ੍ਰਾਂਤੀ ਕਦੇ ਵੀ ਟੈਲੀਵਿਜ਼ਨ ਤੇ ਨਹੀਂ ਦਿਖਾਈ ਜਾਂਦੀ'। ਟੈਲੀਵਿਜ਼ਨ ਯਾਂ ਸੋਸ਼ਲ ਮੀਡਿਆ ਤੇ ਸਿਰਫ਼ ਪ੍ਰਚਾਰ ਹੀ ਹੁੰਦਾ ਹੈ।

ਭਰਪੂਰ ਸਿੰਘ ਬਲਬੀਰ ਨੇ ਕਿਹਾ "**ਅਸੀਂ ਮਾਲਾ ਫੜ੍ਹ ਕੇ ਕਿਸੈ ਮਠ ਦੇ ਪੁਜਾਰੀ ਨਹੀਂ ਬਣ ਨਾਂ ਚੌਂਦੇ, ਹਿੰਦੁਸਤਾਨ ਵਿਚ ਹਿੰਦੂ ਰਾਜ ਕਰੇ, ਪੰਜਾਬ ਵਿਚ ਸਿੱਖ ਰਾਜ ਕਰਨਗੇ।**"). [21]

ਸਿੱਖਾਂ ਦੀ ਭਾਰਤ ਪ੍ਰਤੀ ਕੋਈ ਮਾੜੀ ਇੱਛਾ ਨਹੀਂ ਹੈ ਅਤੇ ਨਾ ਹੀ ਭਾਰਤ ਤੇ ਰਾਜ ਕਰਨ ਦੀ ਇੱਛਾ ਹੈ। ਉਹ ਭਾਰਤ ਨਾਲ ਕੋਈ ਲੈਣ-ਦੇਣ ਨਹੀਂ ਚਾਹੁੰਦੇ। ਭਾਰਤ ਭਾਰਤੀਆਂ ਲਈ ਹੋਵੇਗਾ। ਸਿੱਖ ਰਾਜ ਸਿੱਖਾਂ ਅਤੇ ਉਨ੍ਹਾਂ ਸਾਰਿਆਂ ਲਈ ਹੋਵੇਗਾ ਜੋ ਇੱਥੇ ਸਿੱਖ ਸਿਧਾਂਤਾ ਨਾਲ ਰਹਿਣਾ ਚਾਹੁੰਦੇ ਹਨ।

ਸਿੱਖ ਟੀਮਾਂ, ਸੰਗਠਨਾਂ, ਸੰਸਥਾ, ਵਿਚਾਰਧਾਰਾ, ਪੇਸ਼ਕਸ਼, ਤੇ ਦਾਅਵਾ ਲੈ ਕੇ ਤਿਆਰ ਹਨ।

ਮੋਹਰੇ ਅਪਨੀ ਜਗਹ ਤੇ ਹਨ, ਚਾਲਾਂ ਚਲੀਆਂ ਜਾ ਰਹੀਆਂ ਹਨ।

ਸਿੱਖ ਕਿਸੇ ਭੁਲੇਖੇ ਵਿਚ ਨਹੀਂ ਹਨ। ਇਹ ਆਸਾਨ ਨਹੀਂ ਹੋਵੇਗਾ। ਚੀਨੀ ਦਾਰਸ਼ਨਿਕ ਸਨ ਜ਼ੂ ਨੇ ਕਿਹਾ, "ਇੱਕ ਦੁਸ਼ਟ ਆਦਮੀ ਸਤਾਂ ਦੀ ਭੁਖ ਵਿੱਚ ਆਪਣੀ ਹੀ ਕੌਮ ਨੂੰ ਜਲਾ ਦੇਵੇਗਾ ਤੇ ਫੇਰ ਰਾਖ ਉੱਤੇ ਰਾਜ ਕਰੇਗਾ।" ਇੱਕ ਭਾਰਤੀ ਸਿਆਸਤਦਾਨ ਨੇ ਕਿਹਾ, 'ਜੇਕਰ ਸਾਨੂੰ ਆਪਣੀ ਖੇਤਰੀ ਅਖੰਡਤਾ ਨੂੰ ਬਚਾਉਣ ਲਈ 10 ਲੱਖ ਸਿੱਖਾਂ ਨੂੰ ਮਾਰਨਾ ਪਵੇ, ਤਾਂ ਅਜਿਹਾ ਕਰੋ।' [2]

ਇਹ ਦੁਹਰਾਉਣ ਯੋਗ ਹੈ। ਛੋਟੇ ਰਾਜ ਆਮ ਤੌਰ ਤੇ ਤਾਕਤਵਰ ਹਿੱਤਾਂ ਲਈ ਕੰਮ ਕਰਦੇ ਹਨ। ਸਿੱਖ ਰਾਜ ਕਿਸੇ ਦੇ ਵਪਾਰ ਲਈ ਖਤਰਾ ਨਹੀਂ ਹੋਵੇਗਾ। ਇਹ ਸਾਰਿਆਂ ਲਈ ਇੱਕ ਗਲੋਬਲ ਭਾਈਵਾਲ ਹੋਵੇਗਾ। "ਆਪਣਾ ਇਤਿਹਾਸ ਪੜ੍ਹੋ। ਸਿੱਖ ਪੱਛਮੀ ਸੱਭਿਅਤਾ ਦੇ ਰਖਿਅਕ ਹਨ - ਵਿਨਾਸ਼ਕਾਰੀ ਨਹੀਂ।" [1]

ਇੱਥੇ ਮਕਸਦ ਆਦਰਸ਼ਵਾਦ (idealism) ਜਾਂ ਯੂਟੋਪੀਆ (utopia) ਨਹੀਂ ਹੈ। ਇਹ ਸੰਪੂਰਨਤਾ ਦੀ ਬਜਾਏ ਤਰੱਕੀ, ਜ਼ੁਲਮ ਤੋਂ ਮੁਕਤੀ, ਖੜੋਤ ਦੀ ਬਜਾਏ ਵਿਕਾਸ, ਪਿਛਾਖੜੀ ਦੀ ਬਜਾਏ ਪ੍ਰਗਤੀਸ਼ੀਲਤਾ, ਅਤੇ ਪਤਨ ਦੀ ਬਜਾਏ ਪੁਨਰਜੀਵਨ ਹੈ।

ਸਿੱਖ ਰਾਜ ਸੱਚੀ ਅਜ਼ਾਦੀ ਕਰਕੇ ਦੁਨੀਆਂ ਵਿੱਚ ਆਪਣਾ ਸਥਾਨ ਰੱਖੇਗਾ। ਇਹ ਇੱਕ ਵਿਚਾਰ ਹੈ ਜਿਸਦਾ ਸਮਾਂ ਆ ਗਿਆ ਹੈ। ਤਾਕਤਵਰ ਲੋਕ ਇਸਦੀ ਲੋੜ ਦੇਖਦੇ ਹਨ। ਸਿਆਸੀ ਤੌਰ ਤੇ ਅਸੰਭਵ ਸਿਆਸੀ ਤੌਰ ਤੇ ਅਟੱਲ ਹੋਵੇਗਾ।

ਸਿੱਖ ਹਨ ਤਿਆਰ ਬਰ ਤਿਆਰ।

ਸੰਪਤੀ ਦੇ ਅਧਿਕਾਰਾਂ ਨੂੰ ਲੈ ਕੇ ਪੰਜਾਬ ਦੇ ਕਿਸਾਨਾਂ ਦੀ ਅਗਵਾਈ ਵਿੱਚ ਦੁਨੀਆ ਦਾ ਸਭ ਤੋਂ ਵੱਡਾ ਅਤੇ ਸਭ ਤੋਂ ਲੰਬਾ ਵਿਰੋਧ (2020-21)।

ਸਿੱਖ referendum ਵਿੱਚ ਹਜ਼ਾਰਾਂ ਦੀ ਗਿਣਤੀ ਲਈ ਇਕੱਠੇ ਹੋਏ।

ਜਉ ਤਉ ਪ੍ਰੇਮ ਖੇਲਣ ਕਾ ਚਾਉ ॥ ਸਿਰੁ ਧਰਿ ਤਲੀ ਗਲੀ ਮੇਰੀ ਆਉ ॥
ਇਤੁ ਮਾਰਗਿ ਪੈਰੁ ਧਰੀਜੈ ॥ ਸਿਰੁ ਦੀਜੈ ਕਾਣਿ ਨ ਕੀਜੈ ॥

ਹੁਕਮਿ ਰਜਾਈ ਚਲਣਾ ਨਾਨਕ ਲਿਖਿਆ ਨਾਲਿ ॥

ਦੁਖੁ ਵੇਛੋੜਾ ਇਕੁ ਦੁਖੁ ਭੂਖ ॥ ਇਕੁ ਦੁਖੁ ਸਕਤਵਾਰ ਜਮਦੂਤ ॥

ਮਾਰਿਆ ਸਿੱਕਾ ਜਗਤ ਵਿਚ ਨਾਨਕ ਨਿਰਮਲ ਪੰਥ ਚਲਾਯਾ ॥

ਕਿਰਤ ਕਰੋ, ਵੰਡ ਛਕੋ, ਨਾਮ ਜਪੋ ॥

ਨੀਚਾ ਅੰਦਰਿ ਨੀਚ ਜਾਤਿ ਨੀਚੀ ਹੂ ਅਤਿ ਨੀਚੁ ॥
ਜਿਥੈ ਨੀਚ ਸਮਾਲੀਅਨਿ ਤਿਥੈ ਨਦਰਿ ਤੇਰੀ ਬਖਸੀਸ ॥

ਪਵਣੁ ਗੁਰੂ ਪਾਣੀ ਪਿਤਾ ਮਾਤਾ ਧਰਤਿ ਮਹਤੁ ॥

ਦੂਖੁ ਅੰਦੋਹੁ ਨਹੀ ਤਿਹਿ ਠਾਉ ॥ ਨਾਂ ਤਸਵੀਸ ਖਿਰਾਜੁ ਨ ਮਾਲੁ ॥
ਖਉਫੁ ਨ ਖਤਾ ਨ ਤਰਸੁ ਜਵਾਲੁ ॥੧॥

ਵਿਚਿ ਦੁਨੀਆ ਸੇਵ ਕਮਾਈਐ ॥

ਸਭੇ ਸਾਝੀਵਾਲ ਸਦਾਇਨਿ ਤੂੰ ਕਿਸੈ ਨ ਦਿਸਹਿ ਬਾਹਰਾ ਜੀਉ ॥

ਤੇਰੇ ਭਾਣੇ ਸਰਬੱਤ ਦਾ ਭਲਾ ॥

ਹੁਣਿ ਹੁਕਮੁ ਹੋਆ ਮਿਹਰਵਾਣ ਦਾ ॥ ਪੈ ਕੋਇ ਨ ਕਿਸੈ ਰਞਾਣਦਾ ॥
ਸਭ ਸੁਖਾਲੀ ਵੁਠੀਆ ਇਹੁ ਹੋਆ ਹਲੇਮੀ ਰਾਜੁ ਜੀਉ ॥

ਕਿਤਾਬਾਂ ਦਾ ਹਵਾਲਾ

Insights into Sikh Religion and History
By Prof. Gurdarshan Singh Dhillon

India Commits Suicide
By Prof. Gurdarshan Singh Dhillon

Love Triumphs: Guru Nanak's Way for our world Today
By Avneet Singh

Soft State: A Newspaperman's Chronicle of India
By Bernard D. Nossiter

India: Still A Shackled Giant
By Dev Kar

Hijacking of Sikhi
By Dr. Karminder Singh Dhillon

The Constitution of India Simplified
By Anmol Singh, G.B. Singh

Toward a Libertarian Society
By Walter Block

The Sikhs of the Punjab: Unheard Voices of State and Guerilla Violence
By Joyce Pettigrew

End Times: Elites, Counter-Elites, and the Path of Political Disintegration
By Prof. Peter Turchin

Sikh Caucus: Siege in Delhi, Surrender in Washington
By Pieter Friedrich

Prosperity: What, how, who, when
By Avneet Singh

Malevolent Republic
By K.S. Komireddi

From Third World to First: Singapore and the Asian Economic Boom
By Lee Kuan Yew

India is Broken
By Ashoka Mody

Soft Target: The real story behind the Air India disaster
By Zuhair Kashmeri, Brian McAndrew

Royals and Rebels: The Rise and Fall of the Sikh Empire
By Priya Atwal

For the New Intellectual
By Ayn Rand

From Genocide to Self-Determination The Sikh Case
By Anup Singh Choudry

Life Of Banda Singh Bahadur Based On Contemporary And Original Records
By Dr. Ganda Singh

Why Nations Fail: The Origins of Power, Prosperity, and Poverty
By Daron Acemoglu, James A. Robinson

Economics in One Lesson: The Shortest and Surest Way to Understand Basic Economics
By Henry Hazlitt

Can Asians Think?
By Kishore Mahbubani

Feral: Rewilding the Land, the Sea, and Human Life
By George Monbiot

Against Democracy
By Jason Brennan

The Great Game
By Peter Hopkirk

Leadership: Six Studies in World Strategy
By Henry Kissinger

Endless Frontier:
Vannevar Bush, Engineer
of the American Century
By G. Pascal Zachary

The Price of Tomorrow:
Why Deflation is the Key
to an Abundant Future
By Jeff Booth

To Stand with the
Nations of the World:
Japan's Meiji Restoration
in World History
By Mark Ravina

Lee Kuan Yew School Of
Public Policy: Building A
Global Policy School In
Asia
By Kishore Mahbubani

The New Silk Roads: The
New Asia and the
Remaking of the World
Order
By Peter Frankopan

Empires of the Weak:
The Real Story of
European Expansion
By Prof. J.C. Sharman

Great Power Politics in
the Fourth Industrial
Revolution
By Glenn Diesen

Fundamentals of
Prosperity: What They
Are and Whence They
Come
By Roger Ward Babson

The ASEAN Miracle: A
Catalyst for Peace
*By Kishore Mahbubani,
Jeffery Sng*

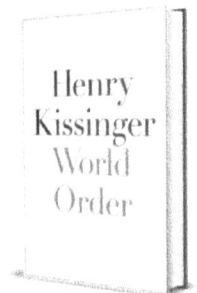
World Order
By Henry Kissinger

Secrets in Global Governance
By Allison Carnegie, Austin Carson

How States Think: The Rationality of Foreign Policy
By John J. Mearsheimer and Sebastian Rosato

The Untold Story Of India Partition: The Shadow Of The Great Game
By Narendra Singh Sarila

Anatomy of the State
By Murray Rothbard

The Richest Man in Babylon
Translated by George Clason

How I Found Freedom in an Unfree World: a Handbook for Personal Liberty
By Harry Browne

Over Ruled: The Human Toll of Too Much Law
By Neil Gorsuch, Janie Nitze

A Short History of the Sikhs
By Prof. Teja Singh and Prof. Ganda Singh

Bibliography

[1] J. Beckerman, "Read your history. Sikhs are defenders — not destroyers — of Western civilization," July 2018. [Online]. Available: https://www.northjersey.com/story/news/2018/07/27/sikhs-defenders-western-civilizations/841737002/.

[2] Congressional Record, "OPEN LETTER FROM COUNCIL OF KHALISTAN CALLS ON SIKHS TO STOP SUPPORTING INDIAN TYRANNY," July 1999. [Online]. Available: https://www.govinfo.gov/content/pkg/CREC-1999-07-20/html/CREC-1999-07-20-pt1-PgE1600-2.htm.

[3] F. Pelsaert, "Jahangir's India, the Remonstrantie of Francisco Pelsaert," 1925. [Online]. Available: https://archive.org/details/dli.ministry.03304.

[4] Dr. Gurdeep Kaur, Good Governance by Maharaja Ranjit Singh, 2019. [Online]. Available: https://rjhssonline.com/HTMLPaper.aspx?Journal=Research+Journal+of+Humanities+and+Social+Sciences%3bPID%3d2019-10-1-35.

[5] Leitner, History Of Indigenous Education In The Punjab, 1883. [Online]. Available: https://archive.org/details/dli.ernet.469581/page/n585/mode/2up.

[6] BBC History, "Who is the greatest leader in world history?," Mar 2020. [Online]. Available: https://www.historyextra.com/magazine/who-greatest-leader-world-history/.

[7] Jodha Akbar movie, IMDb, 2024. [Online]. Available: https://www.imdb.com/title/tt3426342/.

[8] Hindenburg Research, "Adani Group: How The World's 3rd Richest Man Is Pulling The Largest Con In Corporate History," Jan 2023. [Online]. Available: https://hindenburgresearch.com/adani/.

[9] Bloomberg, "India Allots $142 Billion for Free Grains to 800 Million People," Nov 2023. [Online]. Available: https://www.bloomberg.com/news/articles/2023-11-29/india-allots-142-billion-for-free-grains-to-800-million-people.

[10] Akhtar Sandhu, "Sikh Failure On The Partition Of Punjab," Mar 2022. [Online]. Available: https://archive.org/details/sikh-failure-on-the-partition-of-punjab/page/215/mode/2up.

[11] Institute of Sikh Studies, "Punjab Waters – SYL Canal," Nov 2002. [Online]. Available: https://sikhinstitute.org/syl_water.html.

[12] American Sikh Council, "Sikh Genocide Awareness," 2024. [Online]. Available: https://americansikhcouncil.org/our-causes/sikh-genocide/.

[13] Time Magazine, "It's Time India Accept Responsibility for Its 1984 Sikh Genocide," Oct 2014. [Online]. Available: https://time.com/3545867/india-1984-sikh-genocide-anniversary/.

[14] Congressional Record, "REAL CULPRIT IN AIR INDIA BOMBING IS INDIAN GOVERNMENT," Oct 2000. [Online]. Available: https://www.govinfo.gov/content/pkg/CRECB-2000-pt17/html/CRECB-2000-pt17-Pg25785-6.htm.

[15] Times of India, "Surjit Patar: Stop schools from inculcating inferiority complex about Punjabi," Mar 2018. [Online]. Available: https://timesofindia.indiatimes.com/city/chandigarh/surjit-patar-stop-schools-from-inculcating-inferiority-complex-about-punjabi/articleshow/63154266.cms.

[16] Wikipedia, "Asian Brown Cloud," 2024. [Online]. Available: https://en.wikipedia.org/wiki/Asian_brown_cloud.

[17] United States Commission on International Religious Freedom, "USCIRF Deeply Concerned by India's Transnational Repression Against Religious Minorities," Dec 2023. [Online]. Available: https://www.uscirf.gov/news-room/releases-statements/uscirf-deeply-concerned-indias-transnational-repression-against.

[18] P. G. S. Dhillon, "EVOLUTION OF THE DEMAND FOR A SIKH HOMELAND," Oct-Dec 1974. [Online]. Available: https://www.jstor.org/stable/41852106?origin=JSTOR-pdf.

[19] CNN, "Farmers across India have been protesting for months. Here's why," Mar 20212. [Online]. Available: https://www.cnn.com/2021/02/10/asia/india-farmers-protest-explainer-intl-hnk-scli/index.html.

[20] N. Behl, "India's Farmers' Protest: An Inclusive Vision of Indian Democracy," Aug 2022. [Online]. Available: https://www.cambridge.org/core/journals/american-political-science-review/article/indias-farmers-protest-an-inclusive-vision-of-indian-democracy/78B4021417116DCC65F05177645AA34F.

[21] Bharpur Singh Balbir - NSYF on youtube, "Bharpur Singh Balbir Archive Speech," Oct 2015. [Online]. Available: https://www.youtube.com/embed/-0dRRnf4umU?start=239&end=258.

[22] Prof. Kishore Mahbubani, Conversations, Nov 2018. [Online]. Available: https://medium.com/high-net-worth/conversations-with-kishore-mahbubani-dean-professor-of-lee-kuan-yew-school-of-public-policy-234eff0d8383.

[23] Oriental Numismatic Society, "Journal of Oriental Numismatic Society," 1995. [Online]. Available: https://www.orientalnumismaticsociety.org/archive/ONS_143.pdf.

[24] H. Dabashi, "The end of the nation-state," Jan 2020. [Online]. Available: https://www.aljazeera.com/opinions/2020/1/25/the-end-of-the-nation-state/#:~:text=All%20these%20states%20stage%20a%20ludicrous%20spectacle%20they%20call%20elections%2C%20then%20agitate%20the%20basest%20populist%2C%20nativist%2C%20or%20xenophobic%20fears%2.

[25] Stanford Encyclopedia of Philosophy, "Democracy," June 2024. [Online]. Available: https://plato.stanford.edu/entries/democracy/#:~:text=Plato%20argues%20that,themselves%20win%20office..

[26] How Lee Kuan Yew made Singapore?, "How Lee Kuan Yew made Singapore?," 2024. [Online]. Available: https://www.youtube.com/shorts/VCb0iAWrm0Q.

[27] Mises Institute, "Infrastructure Spending Does not "Grow the Economy"," Sep 2016. [Online]. Available: https://mises.org/mises-wire/infrastructure-spending-does-not-grow-economy.

[28] A. J. Tellis, "America's Bad Bet on India," May 2023. [Online]. Available: https://www.foreignaffairs.com/india/americas-bad-bet-india-modi.

[29] Times of India, "Rajnath meets Putin, affirms India will stand by Russia," Dec 2024. [Online]. Available: https://timesofindia.indiatimes.com/india/rajnath-meets-putin-affirms-india-will-stand-by-russia/articleshow/116186941.cms.

[30] Rajnath Singh Meets Putin, NDTV, "Rajnath Singh Meets Putin, Calls India-Russia Friendship "Deeper Than Deepest Ocean"," Dec 2024. [Online]. Available: https://www.ndtv.com/india-news/rajnath-singh-meets-vladimir-putin-calls-india-russia-friendship-deeper-than-deepest-ocean-7219060.

[31] Imdb, "PM Justin Trudeau's unexpected visit to meet Diljit Dosanjh," July 2024. [Online]. Available: https://m.imdb.com/news/ni64701221/?ref_=nm_nwr_1.

[32] Stastica, "The U.S. Has The Most Think Tanks By Far," Stastica, Aug 2018. [Online]. Available: https://www.statista.com/chart/15057/countries-with-the-largest-number-of-think-tanks/.

[33] Washington Post, "Ever more undocumented Indian migrants follow 'donkey' route to America," Mar 2024. [Online]. Available: https://www.washingtonpost.com/world/2024/03/03/india-undocumented-immigrants/.

[34] The Wire, "FPI Outflows from Indian Markets in October are Globally the Highest, Financials Hit Hard," Nov 2024. [Online]. Available: https://thewire.in/economy/fpi-outflow-indian-markets-october.

[35] The Diplomat, "India Suffering a Quiet Decline in Foreign Direct Investment," Mar 2024. [Online]. Available: https://thediplomat.com/2024/03/india-suffering-a-quiet-decline-in-foreign-direct-investment/#:~:text=There%20are%20several%20well%2Drecorded,and%20relatively%20low%20labor%20productivity..

[36] The Economist, "Foreign investors are rejecting Indian stocks," May 2024. [Online]. Available: https://www.economist.com/finance-and-economics/2024/05/30/foreign-investors-are-rejecting-indian-stocks.

[37] Fair Observer, "India's Overbearing Regulators Are Choking Foreign Business," May 2024. [Online]. Available: https://www.fairobserver.com/business/indias-overbearing-regulators-are-choking-foreign-business/#.

[38] World Bank, "Ease of Doing Business rankings," 2024. [Online]. Available: https://archive.doingbusiness.org/en/rankings.

[39] Warren Buffet, "WHY India Can NEVER Grow Like China," July 2024. [Online]. Available: https://www.youtube.com/watch?v=srVMf9JlpR8.

[40] D. Kar, "India's Elusive Good Days: Hype Versus Reality," May 2024. [Online]. Available: https://thewire.in/economy/indias-elusive-good-days-hype-versus-reality.

[41] Economic Times, "India tops remittance flows at USD 125 bn in 2023: World Bank," Dec 2023. [Online]. Available: https://economictimes.indiatimes.com/nri/invest/india-tops-remittance-flows-at-usd-125-bn-in-2023-world-bank/articleshow/106132808.cms?from=mdr.

[42] World Inequality Lab, "Income and Wealth Inequality in India 1922-2023," March 2024. [Online]. Available: https://wid.world/wp-content/uploads/2024/03/WorldInequalityLab_WP2024_09_Income-and-Wealth-Inequality-in-India-1922-2023_Final.pdf.

[43] P. Friedrich, "Sikh Caucus: Siege in Delhi, Surrender in Washington," Mar 2021. [Online]. Available: https://www.amazon.com/Sikh-Caucus-Siege-Surrender-Washington/dp/B08ZDFPH7X.

[44] Fortune India, "India's net FDI nosedives 62% to $10.6 bn in FY24: RBI," May 2024. [Online]. Available: https://www.fortuneindia.com/macro/indias-net-fdi-nosedives-62-to-106-bn-in-fy24-rbi/116879.

[45] IMF, "REMITTANCES: FUNDS FOR THE FOLKS BACK HOME," Sep 2020. [Online]. Available: https://www.imf.org/en/Publications/fandd/issues/Series/Back-to-Basics/Remittances.

[46] Times of India, "Remittances to India set to hit record $100bn this year, 25% higher than FDI flows," Dec 2022. [Online]. Available: https://timesofindia.indiatimes.com/business/india-

business/remittances-to-india-set-to-hit-record-100bn-this-year-25-higher-than-fdi-flows/articleshow/95894938.cms.

[47] D. K. S. Dhillon, "The Hijackers of Sikhi- Part 1," Sep 2018. [Online]. Available: https://sikhivicharforum.org/2018/09/07/the-hijackers-of-sikhi/.

[48] Asian Development Bank, Escaping the Middle-Income Trap: Innovate or Perish, Mar 2017. [Online]. Available: https://www.adb.org/publications/escaping-middle-income-trap-innovate-or-perish.

[49] David S. Landes, American Economic Association, "Why Europe and the West? Why Not China?," 2006. [Online]. Available: https://www.aeaweb.org/articles?id=10.1257/jep.20.2.3.

[50] Bruce Schneier, Rethinking Democracy for the Age of AI, May 2023. [Online]. Available: https://www.schneier.com/essays/archives/2023/05/rethinking-democracy-for-the-age-of-ai.html.

[51] A. Rand, "What To Do About the "Talentless Masses"? Ayn Rand Answers," 4 Feb 2024. [Online]. Available: https://www.youtube.com/watch?v=3xVETq695yg.

[52] National Geographic, "Welcome to the Rat Temple | National Geographic," Feb 2012. [Online]. Available: https://www.youtube.com/watch?v=2OOs1l8Fajc.

[53] Encyclopedia Britannica, "lingam," Oct 2024. [Online]. Available: https://www.britannica.com/topic/lingam.

[54] Open Data Institute, "Advancing trust in data," Dec 2024. [Online]. Available: https://theodi.org/#:~:text=Find%20out%20more-,What%20we%20do,real%2Dworld%20challenges%20using%20data..

www.ingramcontent.com/pod-product-compliance
Lightning Source LLC
Chambersburg PA
CBHW080550030426
42337CB00024B/4821